சமயங்களின் அரசியல்

தொ. பரமசிவன்

நற்றிணை பதிப்பகம்

சமயங்களின் அரசியல் ★ தொ. பரமசிவன் ★ முதல் பதிப்பு: நவம்பர் 2024 ★ வெளியீடு: நற்றிணை பதிப்பகம் (பி) லிமிடெட் ★ எண். 136, தரைத்தளம், சோழன் தெரு, ஆழ்வார்திருநகர், சென்னை – 600 087.

- **மின்னஞ்சல்** : natrinaipathippagam@gmail.com
- **கைபேசி** : 94861 77208
- **தொலைபேசி** : 044 – 4273 2141
- **அச்சாக்கம்** : துர்கா பிரிண்டர்ஸ், சென்னை – 600 005.

சமயங்களின் அரசியல்

"குறிப்பிட்ட திசையினை நோக்கி மாற்றங்கள் நிகழும்போது அது ஓர் இயக்கமாக உருவாகின்றது"

இயக்கம் என்பது இன்று பரவலாக அறியப்படும் ஒரு சொல்லாகும். இந்தச் சொல் உணர்த்தும் பொருளைச் சமகாலத்தோடு இணைத்துக் காணவேண்டும். சமூகத்தை அளந்தறிய முயலும் ஒரு சில படிப்பாளிகளின் பார்வைகள், ஒரு திசை நோக்கிய பேச்சாகவும், எழுத்தாகவும் பரவி நிற்கின்றன. பின்னர், அவை ஒரு கருத்தியலாக வளர்ச்சி பெறுகின்றன. 'இந்த மாற்றங்கள் தேவை' என்றும் தன்னுணர்ச்சியை மக்களுக்கு ஊட்ட முற்படுகின்றன. ஒரு குறிப்பிட்ட திசையினை நோக்கி இந்த மாற்றங்கள் நிகழ வேண்டும் என்ற கருத்தினைத் திரளான மக்கள் ஏற்றுக்கொள்ளும்போது அது ஓர் இயக்கமாக உருவாகின்றது.

சிந்தனை, பேச்சு, எழுத்து இவற்றால் மட்டும் இயக்கங்கள் உருவாகி விடுவதில்லை. அந்த அந்தக் காலங்களில் சமூக, பொருளாதாரத் தேவைகள் ஏற்படுகின்றன. இந்தத் தேவைகளின் அடிப்படையிலேயே மக்கள்திரள் புதிய சிந்தனைகளைப் பேச்சாக, பாட்டாக, எழுத்தாகப் பெற்றுக்கொள்கின்றனர். அதன் பின்னரே இயக்கங்கள் நிறுவனமாக வளர்ச்சி பெறுகின்றன. மதங்களாகவும், அரசியல் கட்சிகளாகவும் பிறந்த எல்லா இயக்கங்களின் கதையும் இதுவே ஆகும்.

அந்த வகையில், தமிழக வரலாற்றில் நிறுவனமயப்பட்ட முதல் இயக்கமாகப் பக்தி இயக்கத்தையே குறிப்பிடலாம். பக்தி இயக்கம் என்பது சமண, பௌத்த மதங்களுக்கு எதிராகப் பிறந்த ஒரு கலக இயக்கமாகும். சமண, பௌத்த மதங்களுக்கு எதிராக சைவ, வைணவ இலக்கியங்கள் பயன்படுத்தும் சொற்கள் வன்முறை

உணர்வுடன் கூடியவை. சமண, பௌத்த மதங்களும் நிறுவன மதங்கள்தான் என்றாலும் ஓர் இயக்கத்திற்குத் தேவையான வேகமான உணர்ச்சி அந்த மதங்களின் மொழி வெளிப்பாடுகளிலும், பிற வெளிப்பாடுகளிலும் காணப்படவில்லை.

அதற்கான காரணங்கள் சில உண்டு. ஒன்று இந்த மத இயக்கங்களின் தலைமைப் பதவி துறவிகளிடம் இருந்தது. நகரங்களில் மையம் கொண்டிருந்த பெருவணிகர்களே இந்த மதங்களின் புரவலர்களாக இருந்தனர். ஆனால், மதத்தின் தலைமையினை ஏற்று இருந்த சமண, பௌத்தத் துறவிகளோ மக்களின் வாழ்விடங்களுக்குப் புறம்பான வணிகப் பெருவழிகளுக்கு அருகிலேயே தங்களின் பள்ளிகளையும் அமைத்திருந்தனர். சமணத் துறவிகள் மக்கள் வாழ்விடங்களை விட்டுத் தள்ளி வாழ்ந்ததற்கு அவர்களது நிர்வாணத் துறவு ஒரு காரணம். பௌத்தத் துறவிகளின் சங்க விதி அவர்கள் மக்கள் வாழ்விடங்களில் கலந்து வாழத் தடையாக இருந்தது. மழைக்காலங்களில் ‘லேனா’ எனப்படும் மலைக்குகைகளில் தங்குவது தவிர, தொடர்ந்து ஓரிடத்தில் தங்கவும் அவர்களுக்கு அனுமதியில்லை. மேலும், தொடக்க காலத்தில் இந்தப் பள்ளிகள் தமிழ்நாட்டில் (நாலந்தா போன்று) சொத்துடைமை நிறுவனமாகவும் காட்டப்படவில்லை. எனவே, பின்வந்த இயக்கங்களைப்போல் மக்களின் மீது உலகியல் சார்ந்த ஓர் ஆன்மீக அதிகாரத்தை அவர்களால் செலுத்த இயலவில்லை. மறுதலையாக, ஓர் இடத்தில் நிலையாகத் தங்கக்கூடாது என்பதற்காகப் பயணம் செய்வதை அவர்கள் ஒரு வழக்கமாகவும், அறமாகவும் கொண்டிருந்தனர். பயணம் செல்லும் இடங்களில் பிற சமயத்தினருடன் வாதிடுவதையும் அவர்கள் ஒரு வழக்கமாகக் கொண்டிருந்தனர். இந்த வகையான சமய விவாதங்களே பிற்காலத்தில் பட்டிமண்டபம் என்னும் கலைவடிவத்தின் தோற்றமாகும். (‘பட்டி’ என்னும் சொல்லுக்கு ‘எல்லையிடப்பட்டது’ என்பது பொருள். பௌத்தர்களின் இந்த முறையியலுக்கு ஏற்பவே பிற்காலச் சைவம் ‘பரபக்கம் X சுபக்கம்’ என்னும் விவாத முறையினைக் கைக்கொண்டது) துறவிகளின் அலைந்து திரியும் இந்த வழக்கத்தினையே பிற்கால வைதீக மரபு ‘பரிவிராஜக’ என்னும் சொல்லால் தன்னுள் ஐக்கியமாக்கிக் கொண்டது.

சமண பௌத்த சமயங்களின் வீழ்ச்சிக்கான காரணிகளாகப் பல இருந்தாலும் பெண்கள் குறித்த பார்வைகளும் கலைகள் பற்றிய அவற்றின் பார்வைகளையும் குறிப்பிட்டாக வேண்டும். திகம்பரத் (ஆடையில்லாத) துறவிகளின் வழியாக வெளிப்பட்ட ஆணாதிக்க உணர்வு இரண்டு நிலைகளில் எதிர்விளைவுகளைத் தமிழ்ப்

பண்பாட்டில் உருவாக்கியிருக்க வேண்டும். 'திகம்பரர்' என்னும் சொல்லுக்குத் திக்கு (திசை)களையே ஆடையாக (அம்பரம் ஆக) உடுத்தியவர் என்பதே பொருளாகும். சமணர்கள் 'அணி' என்னும் பற்றினை மட்டுமே கைவிட்டனர். ஆனாலும், சமூக உளவியலுக்கு எதிராக அது அமைந்தது என்பது சமூக வரலாற்று உண்மை.

'நிர்வாணம்' என்பதனைக் குறிக்க திராவிட மொழிகளில் ஒரு வேர்ச்சொல்கூடக் கிடையாது. சமணர்களைக் குறிப்பிடும் 'அமணர்' என்ற சொல்லிலிருந்தே நிர்வாணத்தைக் குறிக்கும் 'அம்மணம்' என்ற சொல் தமிழில் பிறந்தது. இன்றளவும் தாய்த்தெய்வ வழிபாடே பெருவாரியாக அமைந்திருக்கும் தமிழ்ச் சமுதாயத்தில், ஆண் துறவியர் பெற்றிருந்த மரியாதை அந்தக் காலத்தில் பெண்களின் மனத்தில் எதிர்வினை ஆற்றத் தொடங்கியது. திகம்பரத் துறவியர் பிச்சைக்கு வரும்போது பெண்கள் ஓடிச் சென்று கதவினை அடைத்துக் கொண்டனர் என்பது அப்பர் தரும் சமூக வரலாற்றுக் குறிப்பாகும். 'காவிசேர் கண்மடவார் கண்டோடிக் கதவடைக்கும் கள்வன் ஆனேன்' என்பது அவர் தரும் ஒப்புதல் மொழியாகும்.

மறுதலையாக, செவ்வாடை அணிந்த பௌத்தத் துறவியரும் மக்களோடு கலந்து வாழாமல் ஊருக்கு வெளியே தங்கினர். அவர்களில் சிலர் சுடுகாடுகளில் தங்கினர். கடுமையான தவப் பயிற்சியினை மேற்கொண்டனர். ஆனால், தமிழகத்தில் இன்று காணப்படும் மலைக்குகைகள் மட்டும் பெரும்பாலும் சமணப் பாழிகளாகவே காணப்படுகின்றன. பௌத்தத்தின் தாக்கம் அவற்றில் காணப்படவில்லை. தமிழகத்தின் உட்பகுதிகளில் சமணத் துறவிகளே ஆதிக்கம் பெற்றிருந்தனர். தமிழ்நாட்டின் கிழக்குக் கடற்கரைப் பகுதியிலேயே பௌத்தம் நிலைகொண்டிருந்தது. நாகப்பட்டினம் தொடங்கிக் கன்னியாகுமரி வரையிலான கடற்கரைப் பகுதிகளில் பௌத்தம் வளர இலங்கைக்கு எதிர்க்கரையாக இருந்ததே இதற்குக் காரணமாகும்.

கி.பி. ஐந்து அல்லது ஆறாம் நூற்றாண்டளவில் சமண, பௌத்தத் துறவிகளைப் போலவே மற்றொரு வகை துறவிகளின் கூட்டம் தமிழ்நாட்டில் இருந்தது. சிவனை முழுமுதற் கடவுளாகக் கொண்ட பாசுபதர், காபாலிகர், காளாமுகர், மாவிரதிகள் ஆகியோரே அவர்கள். 'அப்பல பிரிவினர் பௌத்தரும் சமணரும் தெற்கே வந்த போதோ அதற்கு முன்னரோ, பின்னரோ தென்னாடு புக்கனர்' என்கிறார் மா. இராசமாணிக்கனார் (பல்லவர் வரலாறு). இரா. நாகசாமி, டேவிட் லாரன்சன் ஆகியோர் 'காள' என்ற வட சொல்லுக்கு 'கருப்பு' என்று பொருள் கொள்கின்றனர். திருமேனி களின் முகத்தில் கருப்புப்பொடி ஒன்றினைப் பூசி, பின்னர் நீராட்டு

நிகழ்ந்ததாகக் குறிப்பிடுகின்றனர். ஆகம நூல்களிலிருந்தே அவர்கள் இந்தச் செய்தியினைக் கூறியிருக்க வேண்டும். இது குறித்த வெளிப் படையான சான்றுகளோ, தொல்லெச்சங்களோ, தமிழிலக்கியச் சான்றுகளோ நமக்கு இதுவரை கிடைக்கவில்லை.

'காளம்' என்பது வெப்பமான சுடுகாட்டுத் தலத்தினைக் குறிக்கும் வடசொல்லாகும் (சுண்ணாம்பு சுடும் இடத்தினைக் காளவாசல் எனக் குறிப்பிடுவது இங்கு எண்ணத்தக்கது) பாசுபதர் அல்லது லகுலீச பாசுபதர் என்பவரைக் காளாமுகர் என்றே சைவ வரலாற்று அறிஞர்கள் குறிப்பிடுகின்றனர். காபாலிகர் சுடுகாட்டில் கிடைக்கும் கபாலங்களை (மண்டை ஓட்டினை)க் கொண்டு சடங்குகளைச் செய்பவராவர். மாவிரதிகள் என்பவரை 'வித்தகக்கோல வெண்தலை மாலை விரதிகள்' என அப்பர் குறிப்பிடுகின்றார். உடம்பு முழுவதும் திருநீறு பூசி, சிவபெருமானைப் போல 'பாவனை' நெற்றிக் கண்ணுடனும் கபாலமாலையுடனும் அவர்கள் காட்சியளித்திருக்க வேண்டும். குழந்தைகளுக்கு அச்ச உணர்வினை இவர்களது தோற்றம் தந்ததாலேயே அதனை 'வித்தகக் கோலம்' என்கிறார் அப்பர். அண்மைக் காலம்வரை தமிழகத்தில் 'பூச்சாண்டி வருகிறான்', 'மூன்று கண் பூச்சாண்டி வருகிறான்' என்ற தொடர்களே குழந்தைகளை அச்சுறுத்தும் தொடர்களாகப் பேசப்பட்டு வந்தன. இந்த வழக்காறு மிகத் தொன்மை உடையதாகும்.

மா. இராசமாணிக்கனாரின் இந்தக் கணிப்பைக் கொண்டும், பிற்கால ஆய்வாளர்கள் டேவிட் லாரன்சன், ஐ.கே. சர்மா ஆகியோரது நூல்களைக் கொண்டும், கி.பி. ஏழாம் நூற்றாண்டில் தமிழகத்தில் சைவ பக்தி இயக்கம் இயங்கிய முறையினை ஓரளவு உணரலாம். கி.பி. ஏழாம் நூற்றாண்டுக்குப் பின்னர் எழுந்த சிற்பச் சான்றுகளும் வழிபாட்டு முறைகளும் இது குறித்த புரிதலுக்கு நமக்கு மேலும் துணை செய்கின்றன.

சைவம் என்னும் நெறி ஒரு சித்தாந்தமாக காசுமீரத்தில் 'ஸ்ரீகண்டர்' என்பவரால் உருவாக்கப் பெற்றது. இந்த நெறி ஹரப்பா நாகரிகத்தில் காணப்பெறும் 'பசுபதி' வழிபாட்டில் இருந்து தோன்றி இருக்கவேண்டும். ஏனெனில், இந்த நெறியே பிற்காலத்தில் 'பாசுபதம்' எனப் பெயர் வழங்கப்பெற்றது. ஸ்ரீகண்டரின் மாணவர் 'லகுலீசர்' ஆவார். லகுலீசரின் முயற்சியால் வளர்ச்சி பெற்று கி.மு. மூன்றாம் நூற்றாண்டளவில் ஆந்திர, கருநாடகப் பகுதிகளில் செல்வாக்குப் பெற்றது. பாசுபதத்தின் குறிப்பிடத்தக்க பங்களிப்பு என்னவென்றால், சமண, பௌத்தத் துறவு நெறிகளுக்கு எதிராக அது 'ஆணும் பெண்ணும் சமம்' என்ற வாழ்க்கை முறையினை முன்வைத்ததுதான். இந்தியத் துணைக்கண்டத்தில் 'துறவு' நெறி என்பதற்கு, 'பெண்ணைத்

துறந்த ஆண்' என்பதே பொருளாகும். எனவே துறவு என்பதே ஆணை முன்னிறுத்திய (அல்லது ஆணுக்குத் தலைமைப் பொறுப்பினைத் தந்த) நெறியாகும். பாசுபதமோ 'சோம' சித்தாந்தம் என்பதனை முன்வைத்தது. 'சோம' என்ற வடமொழிச் சொல்லை 'ஸ + உமையுடன் கூடிய என்று மட்டுமே பொருள்கொள்ள இயலும். எனவே, பெண்ணின் பாலினச் சமத்துவத்தை மறுத்த சமண சித்தாந்தத்திற்கு எதிராகவே சைவம் உயிர்த்தெழுந்தது.

'பாசுபதர், காபாலிகர், காளாமுகர் ஆகிய பெயர் வழக்குகள் எதுவுமே தமிழ்ப் பெயராக இல்லை' என்று மா. இராசமாணிக்கனார் குறிப்பிடுவது (பல்லவர் வரலாறு) இங்கு எண்ணத்தக்கது. இவற்றைப் போலவே மாவிரதிகள் (வெண்தலை மாலை விரதிகள்) என்ற அப்பர் குறிப்பிடும் பெயர் வழக்கும் தமிழாக இல்லை.

காபாலிகர், காளாமுகர் இருவருக்கும் பாசுபதமே தாய் நெறியாக இருந்தது என டேவிட் லாரன்சன் (ப:9) குறிப்பிடுகின்றார். சிவபெருமானின் வீரச் செயல்களாகச் சைவ இலக்கியங்கள் குறிப்பிடும் அனைத்தும் பகையழிப்பு முயற்சிகளாகவே இருந்துள்ளன. அவற்றுள் குறிப்பிடத்தகுந்தவை இரண்டு ஆகும். சிவ வழிபாட்டை எதிர்த்து யாகம் வளர்த்துக் கொண்டிருந்த தாருகா வனத்து முனிவர்களின் முன்னே மோகினியாகத் திருமாலும், அவர்களது மனைவியர் முன்னே ஆடையில்லாக் கோலத்தில் கபாலமேந்திப் பிச்சை எடுக்க வந்த சிவபெருமானும் சென்றதால் முனிவர்களும், அவர்களது மனைவிகளும் தகாத காம உணர்வு கொண்டனர் என்பது முதற் கதையாகும்.

இன்றளவும் தமிழ்நாட்டின் பெருங்கோயில்கள் பலவற்றில் கல்லிலும் செம்பிலும் வடிக்கப்பட்ட பிட்சாடனத் திருமேனிகளைக் காண முடிகிறது. காம உணர்வைத் தூண்டும் நிர்வாணம், கைகளில் ஆயுதங்கள் ஆகியவற்றை முன்னிறுத்திய பிட்சாடனக் கதையும் சிற்பங்களும் சமண மதத்துக்கு எதிரான ஒரு பண்பாட்டு வன்முறையாகும். தொடக்க காலத்தில் (கி.பி. ஏழாம் நூற்றாண்டில்) பாசுபதர், இந்தப் பிட்சாடனர் உருவத்தையே வழிபட்டு வந்தனர்.

"பாசுபதர் உடல் முழுதும் நீறு பூசி ஆடையின்றி நடமாடினார்கள். இவருட் சிலர் சிவகணங்கள் எனப்பட்டவற்றினிடம் நம்பிக்கை வைத்தனர். அவற்றை உள்ளங்குளிரச் செய்ய மக்களைப் பலியிடல், இறந்தவர் இறைச்சியைப் படைத்தல் முதலியவற்றில் நம்பிக்கை கொண்டிருந்தனர்" என்று மா. இராசமாணிக்கனார் விளக்குகின்றார். நெல்லை மாவட்டத்தில் பிரமதேசம் கைலாசநாதர் கோவிலில் ஒன்பது கோள்கள், தாருகாவனத்து முனிவரின் மனைவியர் எழுவர். (ஆடை நெகிழ்ந்த நிலையில்) பூதகணங்கள்

ஆகியவை சூழ பிட்சாடனர் சந்நிதி, முப்பரிமாண நிலையில் அமைக்கப்பட்டிருப்பதை இன்றளவும் காணலாம்.

சிவபெருமான் ஏந்தியுள்ள கபாலத்துக்கு, 'பிரம்ம கபாலம்' என்று பெயர். தன் படைப்பாற்றலில் தற்பெருமை கொண்டிருந்த பிரம்மன் திசைக்கு ஒன்று என்ற வரம்பையும் மீறி ஐந்தாவதாக ஒரு கிரீடம்போல் தனக்குத் தானே சூட்டிக்கொண்ட தலையைக் கிள்ளி, அவனை நான்முகனாக்கிய சிவபெருமான், அந்தக் கபாலத்தையே பிச்சைப் பாத்திரமாக்கினார் என்பது கதையாகும். பிரம்மா வழிபாடு தமிழ்நாடு முழுவதிலும் மறைந்து போய்விட்டது என்பது குறிப்பிடத்தக்கது. பல்லவர்களின் தொடக்க காலக் கோயிலான கைலாசநாதர் கோயிலிலே பிரம்ம சிரச்சேத மூர்த்தியின் சிற்பம் காணப்படுவதாக மீனாட்சி குறிப்பிடுகின்றார். (Administration and social Life Under the pallavas, 2nd Edition 1977. p.217)

சிவபெருமானின் மற்றொரு கோலம், 'பைரவர்' ஆகும். மண்டையோட்டு மாலையணிந்த காபாலிகர்களால் இந்த மூர்த்தம் வணங்கப்பட்டது. இதுவும் நிர்வாணக் கோலமே. பஞ்ச மகாரங்கள் எனப்படும் மது, மாமிசம், மத்ஸ்ய (மீன்), மைதுனம் (உடலுறவு), மந்திரம் ஆகியவை அவர்களால் கொண்டாடப் பெற்றன. இவர்களோடு 'கபாலினி' எனப்படும் பெண் துறவியரும் சுற்றித்திரிந்தனர். இவர்கள் சிவபெருமானுக்கு நரபலியும் பிறவகைப் பலிகளும் கொடுக்கும் பழக்கமுடையவர்கள். நெற்றிக்கண்ணும் கோரைப் பற்களும் சீற்றம் கொண்ட முகமும் கரிய நிறமும் கைகளில் சூலமும் பாசக் கயிறும் ஏந்திய பைரவக் கோலம் அச்சமூட்டும் தன்மையுடையதாகும். நிர்வாணத்தைப் பெருமைப்படுத்திய துறவு நெறியினை, அச்சம் தரும் ஆயுதம் ஏந்திய நிர்வாணக் கோலத்தால் சைவம் விரட்டியடித்தது என்பதே வரலாற்று உண்மையாகும்.

கி.பி. 10ஆம் நூற்றாண்டுக்கு முன்னரே தமிழ்நாட்டில், நிர்வாண பாசுபதரும், நிர்வாணக் காபாலிகர்களும் காணாமல் போயினர். கி.பி. 10 ஆம் நூற்றாண்டைச் சேர்ந்த கன்னடக் கல்வெட்டுகள் காளாமுகர், காபாலிகரைப் பற்றிப் பேசுவதால் இந்த நெறியாளர்கள் கன்னட நாட்டுக்குச் சென்றிருக்க வேண்டும் எனத் தோன்றுகிறது. இந்தக் காலப்பகுதி சோழ அரசின் எழுச்சிக் காலமாக இருந்ததனை நாம் மனங்கொள்ள வேண்டும்.

இந்த எழுச்சிக் காலத்தில் லகுலீசரைக் கொண்டாடும் லகுலீச பாசுபதர் (இவர்களே காளாமுகர் எனப்பட்டனர்) என்னும் பிரிவினர், ஆடையுடன் கூடிய மிதவாத நெறியாளர்கள் தோன்றினர். இவர்கள் துறவியராக இருந்தனர். வல்லம், கொடும்பாளூர் ஆகிய இடங்களில் பிற்காலச் சோழர் காலத்தில் இவர்களுக்கு மடங்களும்,

இவர்கள் பொறுப்பில் சில கோயில்களும் இருந்ததாகத் தெரிகின்றது. இவர்கள் 7ஆம் நூற்றாண்டில் வாழ்ந்தவர்களைப்போல அன்றி, புலால் உணவு நீக்கியிருந்தனர். சைவத்தின் முக்கிய அடையாளமாகப் புலால் உண்ணாமை இக்காலத்தில்தான் தோன்றியிருக்க வேண்டும். ஆனாலும் கூட, பைரவராக வந்து சிறுத்தொண்ட நாயனாரிடம் பிள்ளைக்கறி கேட்ட கதை 11 ஆம் நூற்றாண்டின் தொடக்கப் பகுதிவரை கொண்டாடப் பெற்றது. முதலாம் இராசராசனின் தஞ்சைப் பெருங்கோயிலில் வழிபடு திருமேனியாகச் சிறுத்தொண்டர் மகன் சீராளன் சிலை ஏற்படுத்தப்பட்டதனை இராசராசனின் கல்வெட்டால் அறிகிறோம்.

இவ்வகையான துறவுநெறியாளர்கள் கி.பி. ஏழாம் நூற்றாண்டின் தமிழ்ச் சைவத்தை உருவாக்கிய அப்பர், சம்பந்தர் காலத்திலும் நடமாடியிருக்கின்றனர். இவர்கள் வாழ்ந்த சுடுகாட்டுத் தலங்கள் பிற்காலத்தில் கோயில்களாக மாற்றப்பட்டன. கச்சி மயானம், கடவூர் மயானம், நாலூர் மயானத்தலங்களைத் தேவாரமே குறிப்பிடுகின்றது. (எனவே, சைவ பக்தி இயக்கத்தின் தோற்றத்தைச் சுடுகாட்டுத் தலங்களிலிருந்தே நாம் தொடங்க வேண்டும். அரசுருவாக்கத்திற்கு ஆதரவாகத் தமிழ்நாட்டுச் சைவம் தன்னைத் தகவமைத்துக் கொண்டபோதும் மேற்குறித்த வழிபாட்டுத் தலங்கள் முற்றிலுமாக அழிந்துபோய்விடவில்லை). அதுபோலவே அம்பர் மாகாளம், உஞ்சேனை மாகாளம் ஆகிய சிவத்தலங்கள் தேவாரத்தில் குறிக்கப்பட்டுள்ளன. இவை காளாமுகர் வாழ்ந்த இடங்களாக இருக்கவேண்டும். காளாமுகர் உருவாக்கிய பெண் தெய்வமே 'காளி' ஆவாள்.

வடநாட்டில் பெரிய மாகாளத் தலமாகத் திகழ்ந்த உஜ்ஜைனி (உஞ்சேனை) தமிழ்நாட்டில் காளாமுகர் காலத்தில் பெரும் பெயர் பெற்றிருக்க வேண்டும். தமிழ்நாட்டில் தேவகோட்டைக்கு அருகில் உஞ்சேனை மாகாளம் (தற்போது உஞ்சனை) என்ற பெயரிலும் ஒரு தலம் விளங்கியது. தமிழ்நாட்டுத் தாய்த் தெய்வங்களில் ஒன்று உஜ்ஜைனி மாகாளி (உச்சினி மாகாளி) என்ற பெயருடன் இன்றளவும் தென்மாவட்டங்களில் வழிபடப்பெறுகின்றது. வலது உள்ளங்கையில் சிறு கிண்ணம் போன்று ஒரு கபாலம் இருப்பதே இந்தத் தெய்வ உருவத்திற்கான முதல் அடையாளமாகும். அத்துடன் தமிழகத்து நாட்டார் மரபில் கொங்கு மண்டலத்தில் வழிபடப்பெறும் மாசானி அம்மன், நெல்லை மாவட்டத்தில் வழிபடப்பெறும் மாசான மூர்த்தி, சுடலைமாடன் ஆகிய தெய்வங்களும் தஞ்சை மாவட்டத்தில் நடைபெறும் 'மயானக் கொல்லை' திருவிழாவும் மறைந்துபோன காளாமுக, மாவிரதங்களின் எச்சங்களாகும். நாட்டார் தெய்வக்

கோயில்களிலும், பெண் தெய்வக் கோயில்களிலும் காளாமுக, மாவிரதத் தொடர்பு காரணமாகவே சைவக் கோயில்களைப்போல தெய்வ அருளின் குறியீடாக திருநீறு வழங்கப்படுகிறது. 'ஸ்மாசனம்' என்ற வட சொல்லே தமிழில் மயானம், மாசனம், மாகாளம் என்று திரிந்தது.

கி.பி. 7ஆம் நூற்றாண்டளவில் தமிழகத்தில் 'அரசு' என்னும் சொல்லிற்குப் பொருத்தமான ஒற்றை அரசுகள் தோன்றின. தமிழகத்தில் வடபகுதியில் பல்லவ அரசும், தென் பகுதியில் பாண்டிய அரசும் உருவாகின்ற காலத்தில் அந்த அரசுகள் பல்வேறுபட்ட இனக்குழுக்களைத் தம்முள் கரைத்துக் கொண்டன. இந்த மேலாண்மைக்குத் துணையான தத்துவ மேலாண்மையாக, 'வேதம்' நிலை நிறுத்தப்பட்டது. தமிழகத்தில் கோத்திரப் பெயரோடு குடிகொண்ட (கௌண்டில்ய, வாதூல, கௌதம, காசியப, பாரத்வாஜ) வேதப் பார்ப்பனர் மட்டுமே அக்காலத்தில் அரசு அதிகாரத்தின் பக்கம் நின்றனர். சமண, பௌத்தத் துறவிகள் அதற்கு எதிரான கருத்துநிலை கொண்டிருந்தனர். ஏனென்றால் அவர்கள் வேத எதிர்ப்பில் உதித்து வந்த கொள்கையினர் ஆவர்.

அரசதிகாரம் என்பது எழுத்து மரபு சார்ந்ததாகும். ஆனால், எழுத்து வடிவம் பெறாத வேதம் 'மறை' எனப் பெற்றது. 'மறை' அதிகாரம் கொண்டவர்கள் 'மறையவர்' எனப் பெற்றனர். அரசு அதிகார உரிமை பிறப்பு வழிப்பட்டது என்பதனால் 'குடிப்பிறப்பு' என்பது புனிதமாக்கப்பட்டது. புனிதப் பிறப்பினை அடையாளப்படுத்தி வேதப் பார்ப்பனர்கள் தாங்கள் தானம் பெறுவதற்குக் கருப்பை சார்ந்த சடங்கினை அரசனுக்கு முன்நிலைப்படுத்தினர். அரசன் பொன்னால் செய்த கருப்பையில் நுழைந்து வெளிவந்து அந்தப் பொன்னை, வேதப் பார்ப்பனர்களுக்குத் தானம் செய்வது 'ஹிரண்ய கர்ப்பதானம்' எனப்பட்டது (ஹிரண்ய – பொன்).

பொன்னால் செய்த பசுவின் கருப்பைக்குள் அரசன் நுழைந்து புதுப்பிறப்பெடுத்துப் பின்னர் அப்பொன்னை வேதப் பார்ப்பனர்களுக்குத் தானம் செய்வது 'கோ கர்ப்ப தானம்' எனப்பட்டது. அரசரின் வெற்றிக்காகவும், நன்மைக்காகவும் ராஜசூயம், வாஜபேயம் போன்ற வேள்விகள் வேதப் பார்ப்பனர்களால் செய்யப்பெற்றன. பெருந்தெய்வக் கோயில்கள் சொத்துடைமை நிறுவனங்களாக வளர்வதற்கு முன்னரே, வேதப் பார்ப்பனர்கள் அரசர்களிடம் பெற்ற உறைவிடம், விளைநிலங்கள் (பிரம்மதேயக் கிராமங்கள்) பொன் ஆகியவற்றால் அவர்கள் செல்வந்தராயினர்.

பிறப்பு வழிப்பட்ட கருப்பை சார்ந்த சடங்குகளால் (ஜாதி என்னும் சொல்லின் 'ஜா' என்னும் வேர்ச் சொல்லே ஆங்கிலத்தில் gene, geniture, genetics ஆகிய சொற்களின் அடிப்படையாகும். இந்தோ ஐரோப்பிய வேர்ச்சொல்லான 'ஜா' என்பது பிறப்பைக் குறிக்கும்) சாதி என்பது 'மாறாத புனிதமுடையதாகவும் மறுபுறம் மாறாதத் தீட்டுக்குரியதாகவும் ஆக்கப்பட்டது. பசுவை முன்னிறுத்திய புனிதமும் வேத நாகரிகத்தின் குறியீடாக ஆக்கப்பட்டது. வேதக் கடவுளர்க்குரியதாக வேள்விகள் ஆக்கப்பட்டன. தெய்வ வழிபாட்டிற்குரிய கோயில் என்னும் நிறுவனம் உருவாவதற்கு, சடங்குகளோடு கூடிய வேதம், ஓர் அதிகார நிறுவனமாகக் கட்டமைக்கப் பட்டுவிட்டது. 'அரசு' என்னும் நிறுவனத்திற்கான ஒற்றை மேலாண்மை உணர்வு, மக்கள் திரளின் மனத்தில் விதைக்கப்பட்டுவிட்டது.

சிவன், திருமால் ஆகிய தெய்வங்களை முன்னிறுத்திக் கோயில்கள் உருவானபோது வேதப் பார்ப்பனர்கள் அங்கே நுழைய இடமில்லாமல் போயிற்று. ஏனென்றால், வேதப் பார்ப்பனர்களின் வேள்விப் பலிகளைப் பெற்ற இந்திரன், அக்னி, வாயு, மருத் போன்ற வேதகாலத் தெய்வங்களுக்கு மண்ணுலகில் உருவங்கள் கிடையாது. அவை எழுதப்படாத வேதத்தின் மந்திரப் பாடல்களால் அமைந்தவை. ஆனால், 'அக்கினி' என்னும் நெருப்பு மட்டும் கண்ணுக்குப் புலப்படக் கூடியது. அக்கினியின் மூன்று முகமுடைய கொழுந்துகளை 'தாட்சிணாக்கினி', 'காருகாபத்தியம்', 'ஆகவநீயம்' என்னும் மூன்று பெயர்களை இட்டு வேதப் பார்ப்பனர்கள் அழைத்தனர். எனவே, அக்கினி என்பவன் வேள்வி நெருப்பில் இடப்படும் பலிப் பொருட்களை வானத்துத் தேவர்களுக்குக் கொண்டு செல்லும் தூதுவன் எனவும் சொல்லப்பட்டான். அக்கினிக் கொழுந்து மேல்நோக்கி வளரும் தன்மையுடையது என்பதால் இந்தக் கற்பனை சாத்தியமாயிற்று.

ஆனால், வேதப் பார்ப்பனர்களில் சிலர் மட்டும் கோயில் வழிபாட்டிற்குள் நுழைந்தனர். அவர்களில் குறிப்பிடத்தகுந்தவர் திருஞானசம்பந்தர். கோயில் வழிபாடு ஆகமங்களால் ஒழுங்குபடுத்தப் பட்டது. ஆகமங்களில் வேதகாலத் தெய்வங்களின் வழிபாட்டிற்கு இடமில்லை. ஆனால், திருஞானசம்பந்தரோ வேதப்பார்ப்பன நெறிகளைக் கோயில் வழிபாட்டிற்குள் கொண்டுவர முயலுகின்றார்.

> "வாழ்க அந்தணர் வானவர் ஆனினம்
> வீழ்க தண்புனல் வேந்தனும் வாழியே
> ஆழ்க தீயதெல்லாம் அரசன் நாமமே
> சூழ்க வையகம் துயர் நீங்குகவே" *(3:54:1)*

என்பது அவர் பாடல்.

இப்பாடல் அந்தணர்களின் புனிதப் பிறப்பினைக் கொண்டாடுகிறது. அதேநேரத்தில் வேதப் பார்ப்பனர்களின் தெய்வங்களான (வானவர்களான) இந்திரன், மருத் (காற்று) போன்ற தெய்வங்களுக்குக் கோயிலுக்குள் இடம் தேடவும் முற்படுகிறது. சிவபெருமானின் ஊர்தி (வாகனம்) விடை (காளை)யாக இருந்தாலும், இந்தப் பாடலில் பசுவின் புனிதம் நிலைநிறுத்தப்படுகின்றது. அரசனும் புகழப்படுகின்றான். பசுவின் புனிதத்திற்கும், அரசனுக்கும் உள்ள தொடர்பு அவன் பார்ப்பனர்களுக்குச் செய்யும் 'கோகர்ப்ப' தானமே. அரன் என்னும் சொல்லைத் தவிர, இந்தப் பாடலில் 'கோயில்' வழிபாட்டுக் குறிப்பு எதுவுமே காணப்படவில்லை என்பது கவனிக்கத்தக்கது. திருஞானசம்பந்தர் வேதப் பார்ப்பனராகத் தோன்றியவர். வேதப் பார்ப்பனர்கள் வீட்டிற்குள் வேள்விக்குழி (யாககுண்டம்) வைத்திருக்கும் வழக்கமுடையவர்கள். திருஞானசம்பந்தர் இல்லத்திலும் யாககுண்டம் இருந்தது என்று சேக்கிழார் குறிப்பிடுகின்றார்.

சமண, பௌத்தர்களை வையும்போது திருஞானசம்பந்தர்,

> "வேத வேள்வியே நிந்தனை செய்துழல்
> ஆத மில்லி அமண் தேரா"(3:108:1)

என்றே பேசுகின்றார். எனவே, சம்பந்தர் வேள்விச் சடங்குகளால் ஆன வேதமதத்தின் பிடிக்குள் சைவத்தை வளைக்க முயன்றிருக் கின்றார் என்பது தெரிகின்றது. எனவேதான், அவருக்கு சமண, பௌத்தர்களின் 'சிவநிந்தனை'யைவிட 'வேதநிந்தனை' பெரிதாகப்படு கின்றது. சைவத்தைத் தன் பிடிக்குள் கொண்டுவர வைதீகம் செய்த முதல் முயற்சியாக இதனையே கண்டுகொள்ள வேண்டும்.

ஆனாலும், கோயில்களின் வளர்ச்சியோடு சம்பந்தரின் சமய அரசியல் பாதியளவே வெற்றி பெற்றுள்ளது. கோயில்களின் கருவறையில் மூலத் திருமேனியைத் தொட்டுப் பூசனை செய்வோர், 'சிவப்பிராமணர்' என்னும் கூட்டத்தாரே ஆவர். அது அவர்களுக்கே உரிய தனி உரிமையாகும். அவர்கள் வேதப் பார்ப்பனர்களோடு இன்றுவரை மணஉறவு வைத்துக்கொள்வதில்லை. வேதப் பார்ப்பனர்களுக்குக் கருவறையுள் நுழையவும் இன்றளவும் அனுமதி இல்லை. கருவறையை அடுத்துள்ள இடைகழி (அர்த்த) மண்டபத்தில் நின்றுகொண்டே அவர்கள் வேதம் ஓதுகின்றனர். இந்த இடத்தில் ஓர் உண்மையைப் புரிந்துகொள்ள வேண்டும். பாணினியின் இலக்கணப்படி வரையறை செய்யப்பட்ட வடமொழி (சமஸ்கிருத)

மந்திரங்களே கருவறைக்குள் ஓதப்படுவன. வேதமொழி அதற்கும் முந்தியது. எனவே, வடமொழி கற்றவர்களால் வேத மந்திரங்களைப் புரிந்துகொள்ள இயலாது.

சிவப்பிராமணர்கள் தமிழ்நாட்டில் உருவாகிய ஒரு கூட்டத்தாராய் இருக்க வேண்டும். இவர்களுக்கு வடமொழியிலும், தமிழிலும் அர்ச்சனை செய்யத்தான் தெரியும். மற்றபடி வேதமொழியோ, வடமொழியோ இவர்களுக்குத் தெரியாது. அடியவர்களுக்குத் திருநீறு வழங்கும் உரிமையும், கடமையும் இவர்களுக்கு மட்டுமே உண்டு. இவர்கள் எண்ணிக்கையில் சிறிய கூட்டத்தாராவார். இவர்களுக்கு 'காணியாளர்' என்ற பெயரும் உண்டு. காணியாளர் என்றால், மரபுரிமை உடையவர் (மண்ணின் மைந்தர்) என்பதே பொருளாகும். பின்னாளில் வடநாட்டிலிருந்து இடம் பெயர்ந்து வந்த வேதப் பார்ப்பனர் பெருந்தொகையினர் ஆவர். எனவே, இந்தக் கடைசி இடப்பெயர்வுக்கு 'பிருகத் சரணம்' (பெருந் தொகையான குடியேற்றம்) என்றே பெயர். எனவேதான் சிவன் கோயிலை அடுத்த அக்கிரகாரங்களில் சிவப்பிராமணர் (அர்ச்சகர்) வீடுகள் நான்கு, ஐந்து என்பதாக இருக்க, வேதப் பார்ப்பனர்கள் வீடு நாற்பது, ஐம்பது என்பதாக இருக்கின்றன.

மிகக் குறைந்த அளவிலான வேதக் கல்விக்கு 'க்ரமம்' (நேர் வரிசையில் ஓதுதல்) என்று பெயர். க்ரமம் வரை கற்றவர்கள் 'க்ரமவித்தர்கள்' ஆவர். க்ரமவித்தர்களுக்கு அரசர்களாலும், தளபதிகளாலும் வழங்கப்பட்ட வீடுகளும், வயல்களும் கொண்ட நிலப்பகுதியே 'கிராமம்' ஆகும். மக்கள் தொகையிலும் இன்றளவும் அர்ச்சகர்களை விட வேதப் பார்ப்பனரே அதிகம் ஆவர்.

அப்பர், சம்பந்தர் காலத்திற்கு முன்னரே ஆகமரீதியாக ஒழுங்குபடுத்தப்பட்ட கோயில்களில் சில வழக்கங்கள் நடைமுறைக்கு வந்துவிட்டன. அவற்றுள் ஒன்று, கோயில்களில் கொண்டாடப்பெற்ற திருவிழாக்களாகும். திருவிழாக்களின் முக்கிய நிகழ்ச்சி ஊர்வலம் அல்லது நகர்வலம் என்பதாகும். துறவு நெறியின் வீச்சாலும், பெண் பற்றிய தாழ்வான பார்வையாலும் சிதைந்து போயிருந்த சமூக உளவியல் (சமூகத்தின் ஆன்மா) திருவிழாக்களாலும், ஊர்வலங் களாலும் சீர்செய்யப்பட்டது. பக்தி இயக்கத்திற்கு முன்னோடிகள் யாருமின்றி மக்கட் சமூகமே தன்னை இவ்வாறு தகவமைத்துக் கொண்டுள்ளது என்றே தோன்றுகிறது. இதற்கு முன்னர் சமய விழாக்களில் ஊர்வலமாகச் செல்லும் பழக்கம் உடைய பௌத்த மதத்திலிருந்தே இந்த உந்துதலைத் தமிழ் மக்கள் ஓரளவு பெற்றிருக்க வேண்டும்.

குறுக்கை வீரட்டானத் தலத்திலும், திருவையாற்றிலும் இவ்வாறு கொண்டாடப்பெற்ற திருவிழாக்களை, அப்பர் தம் தேவாரப் பதிகங்களில் பதிவு செய்கின்றார். பிற்காலக் கல்வெட்டுகளில் இருந்து இத்திருவிழாக்கள் ஏழு அல்லது பதினொரு நாட்கள் கொண்டாடப்பட்டன என்று தெரிகிறது.

"தீர்த்தமாம் அட்டமீமுன் சீரடை ஏழு நாளும்
கூத்தராய் வீதிபோந்தார் குறுக்கை வீரட்டனாரே"
(4:50:2)

என்பது அப்பர் பாடலாகும்.

விழாவின் இறுதி நாளன்று அந்திப்பொழுதில் திருமேனிகள் நீர்த் துறைகளுக்கு எடுத்துச் செல்லப்பட்டு நீராட்டு நடைபெறுகின்றது. கேரளத்தில் 'ஆறாட்டு' என்ற பெயரில் இன்றளவும் கொண்டாடப் பெறும் இத்திருவிழா, தென் தமிழ்நாட்டில் சில பெருங்கோயில்களில் தைப்பூசம் அல்லது மாசிமகத்தன்று கொண்டாடப் பெறுகின்றது.

திருவிழாக்கள் என்பன சமூக இளைப்பாறுதல் நிகழ்ச்சிகளாகும். அப்பரைப்போல திருவிழாக்களில் சம்பந்தருக்கு ஈடுபாடு இல்லை. அதற்கு மாறாக அவர் நீர் சார்ந்த புனிதத்தை முன்வைக்கிறார். அப்பரோ அதை நிராகரிக்கின்றார்.

"வேயனதோள் உமைபங்கன் வெண்காட்டு முக்குளநீர்
தோய்வினையார் தாம்தம்மைத் தோயாவாம்
தீவினையே"(2:184:2)

என்பது சம்பந்தரின் திருவெண்காட்டுப் பதிகமாகும். இந்தப் பதிகம் முழுவதும் அவர் புனித நீராடலைப் பேசுவதற்குக் காரணம் சுத்தம் X தீட்டு என்னும் கோட்பாட்டின் அடிப்படையில் அது அமைவதே ஆகும். மாறாக அப்பரோ,

"கங்கை ஆடில் என் காவிரி ஆடில் என்
பொங்கு தண் குமரித் துறை புகுந்து ஆடில் என்
எங்கும் ஈசன் எனாதவர்க்கு இல்லையே" (5:212:2)

என்று புனித நீராட்டை ஏற்றுக்கொள்ள மறுக்கிறார்.

வெளி (space) பற்றிய பார்வையில் மட்டுமின்றி, அதற்கு உள் இணைந்த பிறப்பு பற்றிய பார்வையிலும் சம்பந்தரோடு அப்பர் மாறுபடுகிறார். பெரும்பாலான பதிகங்களில் சம்பந்தர் 'கௌணியர்

கோன் ஞானசம்பந்தன்’ என்று தனது கௌண்டில்ய கோத்திரத்தைப் பெருமையுடன் நினைக்கிறார். மறுதலையாக அப்பரோ,

> “சாத்திரம் பலபேசும் சழக்கர்காள்
> கோத்திரமும் குலமும் கொண்(டு) என் செய்வீர்” *(5:173:3)*

என்று கோத்திரப் பெருமையினைக் கண்டிக்கின்றார். பக்தி இயக்கத்துக்கு உள்ளான இந்த முரண்பாடு, ‘சைவம்’, என்னும் பெருந்தத்துவ உருவாக்கத்துக்கான தடைக்கல்லாகும். சோழ அரசு ஒரு பேரரசாக உருவாக அப்பர் போன்றோரின் சனநாயகக் குரல் எதிர்வினையாற்ற முடியாமல் போனது. ஏனென்றால் சாதி அடுக்கினைப் போலவே அரசதிகாரமும் குவிமையத் (pyramidical) தன்மையைக் கொண்டது. சாதி அடுக்கின் உச்சியில் வேதப் பார்ப்பனரும் அரச அதிகாரத்தின் உச்சியில் அரசனும் சமமாகக் கணிக்கப்பட்ட காலம் அது. எனவே, அப்பர் தோற்றுப்போனதில் வியப்பில்லை.

அப்பர், சம்பந்தர் கூட்டணி தமிழக அரசியலில் ஒரு முக்கியமான திருப்புமுனையை ஏற்படுத்தியது. இந்தக் கூட்டினுடைய குறுவித்தினைப் (seedling) புறநானூற்றுப் பாடல் ஒன்றிலேயே காண்கிறோம். புறநானூற்றின் *166*ஆம் செய்யுள் ‘பூஞ்சாற்றூர்ப் பார்ப்பான் கௌணியன் விண்ணந்தாயனை ஆவூர் மூலங்கிழார் ஞானசம்பந்தரின் கோத்திரமாகிய கௌண்டில்ய கோத்திரத்தைச் சார்ந்த விண்ணன்தாயனை (விஷ்ணு தாயன்) ஆவூர் மூலங்கீழார் என்னும் நிலவுடைமையாளர் பாடிய பாடலாகும். பார்ப்பனரை வேளாளர் புகழும் பாடலாகச் சங்க இலக்கியத்தில் (புறநானூற்றில்) இது ஒன்றே காணப்படுகின்றது. வேதத்திற்கு எதிரான சமண, பௌத்தங்களை வீழ்த்த வேண்டி நீர்போல நெய்யினைத் தாராளமாக ஊற்றிப் பூஞ்சாற்றூர்ப் பார்ப்பான் வேள்வி செய்தான்’ என்பது அதன் பொருளாகும்.

> “ஆறுணர்ந்த வொருமுது நூல்
> இகல்கண்டோர் மிகல் சாய்ம்மார்
> மெய்யன்ன பொய்யுணர்ந்து
> ....
> ....
> நீர் நாண நெய்வழங்கியும்
> எண்ணாணப் பலவேட்டும்
> மண்ணானப் புகழ் பரப்பியும்” (புறம். 166)

என்பது பாடல்.

பூஞ்சாற்றூர்ப் பார்ப்பான் மார்பிலே பூணூல் அணிந்திருந்தான். அந்தப் பூணூலிலே புல்வாய் மானின் உறுப்புத் தோல் கோக்கப் பட்டிருந்தது. (இன்றளவும் வேதப் பார்ப்பனர் ஒரு மான்தோல் துண்டினைப் பூணுலில் கோத்துக்கொள்வது வழக்கமாக உள்ளது) அவன் 21 வகையான வேள்விகளைச் செய்தான். அவனுடைய பத்தினிமார், யாகத்தில் அதற்குரிய விசேடமான 'ஜாலகம்' என்னும் அணியினைப் பூண்டிருந்தனர்.

மேற்குறித்த புறநானூற்றுப் பாடல் பக்தி இயக்கக் காலத்திற்குச் சற்று முற்பட்டதாக இருக்கவேண்டும். பக்தி இயக்கத்தை ஒரு கலகக்குரல் என நாம் அடையாளம் கண்டாலும் கூட அதற்கு முன்னரே வேதப் பார்ப்பனர்கள் சமண, பௌத்த (அவைதீக) மதங்களை எதிர்த்து சடங்கியல் ரீதியாக ஒரு கலகத்தைத் தொடங்கி யுள்ளனர். ஆனால், அந்த வேள்விக் கலகம் பக்தி இயக்கத்திற்குள் அங்கங்கே பொதிந்து கிடந்த சனநாயகக் கூறுகளை உட்கொண்டிருக்க வில்லை. மாறாக எதிரிகளை அழிக்க யாகம் செய்யும் சடங்கியல் அதிகாரத்தைக் கொண்டிருக்கின்றது. எதிரிகளை அழிப்பதற்காகச் செய்யப்படும் இந்த யாகத்திற்குச் 'சத்ரு சம்ஹார யாகம்' என்று பின்னாளில் பெயராயிற்று. இந்தச் சடங்கியல் அதிகாரத்தைத் தக்க வைத்துக்கொள்ள அவர்கள் நிலவுடைமையாளர்களோடு கூட்டணி வைத்துக்கொண்டனர். இந்தச் சடங்கியல் தலைமையும் நிலவுடைமையும் அக்கால அரசு எந்திரத்தின் அடிப்படைகளாக உருவாகின. இதுவே கி.பி. ஏழாம் நூற்றாண்டில் கௌண்டில்ய கோத்திரத்துப் பார்ப்பனரான சம்பந்தருக்கும், குறுக்கைக்குடி வேளாளரான அப்பருக்கும் கூட்டணி உருவாகக் காரணமாக அமைகின்றது. பார்ப்பனர்களின் ஆன்மீக அதிகாரமும் வேளாளர்களின் நில உடைமை சார்ந்த சமூகப் பொருளாதார அதிகாரமும் அன்று உருவாகி வந்த அரசுகளின் அங்கீகாரத்தைப் பெற்றன.

அரசதிகாரத்தின் துணையோடு 'வெளி' அல்லது 'நிலம்' தெளிவான வரையறைகளுடன் பங்கிடப்பெற்றது அப்போதுதான். அதாவது கிராமம் (அல்லது) மங்கலம் (அல்லது) பிரம்மதேசம் என்றழைக்கப்பட்ட பார்ப்பனக் குடியிருப்பு நிர்வாகம் 'மூலபரிஷத்' என்றழைக்கப்பட்ட பார்ப்பனர்களிடம் மட்டும் ஒப்படைக்கப் பெற்றது. இந்தக் குழுவினருக்கு 'பரிஷத்' என்பது வடமொழிப் பெயர்.

பிற்காலக் கல்வெட்டுகளில் இக்குழுவினர் 'பருடையார்' என்றும் 'மூலபருடையார்' என்றும் அழைக்கப்பெற்றனர். விளைநிலங்களின் தொகுதியாக அமைந்த 'ஊர்' என்பது வேளாளர்களின் கட்டுப்பாட்டில் இருந்தது. அதற்கு ஊர் அல்லது நல்லூர் என்று பெயர். ஊர் நிர்வாகத்திலும் 'பார்ப்பாரச் சான்றோர்' எனப்படும் பார்ப்பனர்களுக்கு ஓரளவு பங்கு உண்டு. இந்த இரண்டு சாதியாரின் தனியுரிமைகள் மட்டும் அதிகாரத்தால் தெளிவாக வரையறுக்கப்பட்டுள்ளன. அக்ரகாரக் குடியிருப்புகள் பார்ப்பனர்களின் தீண்டாமை உணர்வினைப் பாதுகாக்கும் வண்ணமே அமைக்கப்பட்டன. நீரின் புனிதத்தைக் காக்க வேண்டி பார்ப்பனர்களின் ஒவ்வொரு வீட்டிலும் தனித்தனிக் கிணறுகள் அமைக்கப்பட்டன. (இன்றளவும் கூட தமிழ்நாட்டின் பல பகுதிகளில் இதனைக் காணலாம்) பார்ப்பன வீட்டு மனைகளில் பின்புறமாக இருந்த தென்னை, பனை மரங்களில் கள் இறக்கும் தொழிலாளர் (ஈழவர்) தொழிற்செய்ய அனுமதியில்லை.

'இவ்வூர் எல்லை உள்ளிட்ட தெங்கும், பனையும், ஈழவர் ஏறப் பெறாராதாராகவும்', பல்லவர் செப்பேடுகள் முப்பது (பக்:257) என்று பல்லவ மன்னன் மூன்றாம் நந்திவர்மனின் (கி.பி. 835) வேலூர்பாளையம் செப்பேடு கூறுகின்றது. எனவே, கி.பி. ஒன்பதாம் நூற்றாண்டளவிலேயே சாதி ரீதியிலான குடியிருப்புகளை தீண்டாமைக் கோட்பாடு தமிழகத்தில் நடைமுறைக்குக் கொண்டு வந்துவிட்டதனை உணரலாம். மதம் மாறிய மன்னர்களின் பிறப்பிற்கும், புனிதம் சேர்க்க, பார்ப்பனர்கள் அவர்களையும் கோத்திரப் பிரிவிற்குள் கொண்டுவந்தனர். அதுவரை சமணனாக இருந்து சைவனாக மாறிய முதலாம் மகேந்திரவர்மனைச் செங்கம் நடுகல் கல்வெட்டு ஒன்று 'பாரத் துவாஜ கோத்ராலங்கார பதி' என்று குறிப்பிடுகின்றது.

பண்பாட்டுத் தளத்தில் பக்தி இயக்கம் கைக்கொண்ட வேறு சில உத்திகளையும் இங்கே கவனிக்க வேண்டும். அவற்றுள் ஒன்று மக்கள் தொகையில் சரிபாதியான பெண் மக்களைத் தன்பக்கம் திருப்பிக்கொண்டது. ஆணாதிக்க உணர்வுடைய துறவு நெறிக்கு எதிரான பெண்களின் உணர்வுகளைக் குடும்பம் என்ற அமைப்பை முன்னிறுத்தி பக்தி இயக்கம் பயன்படுத்திக் கொண்டது. கடவுள் இரண்டு மனைவிகளையுடைய குடும்பத் தலைவனாகச் சித்தரிக்கப் பட்டான். வேத நெறியோ ஆகமங்களோ குடும்ப அமைப்பைப் பேண முற்பட்டதே இல்லை. ஆனால், தேவாரப் பாடல்களில் அப்பர் குடும்ப அமைப்பினைப் பேணிக்காக்கும் உணர்வினை ஒரு திட்டமிடலுடன் செய்திருக்கிறார். குடும்பத் தலைவி என்ற

பெண்ணின் தகுதிப்பாடு துறவுநெறியால் சீரழிக்கப்பெற்றது. எனவே பக்தி இயக்கம் பெண் மக்களைக் கவனப்படுத்தியதில் வியப்பு ஏதும் இல்லை. குடும்பத்தில் இருந்த பெண்களுக்கு அக்காலப் பகுதியில் துறவுநெறியைப்போல பரத்தமையும் ஒரு சவாலாக விளங்கியது என்றாலும், துறவு நெறி மீது பெண்கள் கொண்ட அச்சமே பெரிதாக இருந்தது. அதனையே தனக்குத் தெய்வத்தின் பெயரால் பரத்தமையைக் கொண்டாடியது.

ஆண் துறவு நெறிக்கு எதிரான கலகக்குரலாக கி.பி. ஏழாம் நூற்றாண்டில் ஆண்டாளின் பாடல்களைக் காணுகிறோம். திருப்பாவை பாடல்கள் குடும்ப உறவுகளைப் பேணும் மாமன், மாமி, மாமன் மகள், தங்கை, பெண்டாட்டி, மைத்துனன், மணாளன் ஆகிய சொற்களைப் பரக்கப் பேசி, கட்டில், மெத்தை எனக் குடும்ப அமைப்பிற்குள் தன் இன்ப உரிமைக்காகக் குரலெழுப்பும் பெண்ணின் வெளிப்பாடாக அமைகின்றன. ஆண்டாளின் நாச்சியார் திருமொழிப் பாடல்களே உடல்சார் இன்பத்தை வெளிப்படையாகப் பேச முற்பட்டன. ஆனால், நாட்டின் அதிகாரம் அரசனிடத்தில் இருப்பதைப்போல வீட்டின் அதிகாரத்தை ஆணின் கையில் ஒப்படைப்பதை ஏற்றுக்கொள்ளும் வகையில் பெண்ணின் உளவியல் வடிவமைக்கப்பட்டது.

> “கொம்மை முலைகள் இடர்தீரக் கோவிந்தற்கோர் குற்றேவல்
> இம்மைப்பிறவி செய்யாதேய் இனிப்போய்ச் செய்யும்
> தவமுடையேன்” *(நாச்சியார் திருமொழி 13:9)*

> “கேசவ நம்பியைக் கால்விடிப்பாள் எனும் இப்பேற் அருள
> கண்டாய்” *(நாச்சியார் திருமொழி 1:9)*

என்பவை ஆண்டாளின் பாடல்களாகும்.

அதிகாரத்தின் பெருவடிவமாக அரசும் குறுவடிவமாகக் குடும்பமும் ஏற்றுக்கொள்ளப்பட்டு அதிகாரம் முழுமையாக ஆணின் கையில் ஒப்படைக்கப்பட்டது என்பதே பக்தி இயக்கத்தின் வெற்றியாகும். குடும்பத் தலைவனின் பாலியல் நுகர்வுக்குப் பரத்தமையும் அரசனின் நுகர்வுக்கு வேளமும் நிறுவனங்களாக அமைந்தன.

பலதார மணமும் கொண்டாடப் பெற்றது. சிவபெருமான் உமையோடு கங்கையினையும் மனைவியாகக் கொண்டான். பாகவதக் கதைகள் வழிவந்த கண்ணனோ, ஆயர்பாடிப் பெண்கள் பலருடன் உறவு கொண்டான். இதன் விளைவாக, சிறிய அளவில் அன்று உருவாகி வந்த கோயில் என்ற நிறுவனமும் பரத்தமையினை

ஏற்றுக்கொண்டது. பேரா.கா. சிவத்தம்பி கூறுவதுபோல் 'வீரயுகத்தின் பெண்குலக் கலைஞர்கள்' கோயில் சார்ந்த பரத்தையர்களாக மாற்றப்பட்டனர். கோடியர், வயிரியர் என்ற சங்க காலத்தில் அழைக்கப்பட்ட இவர்கள் பக்தி இயக்கக் காலத்தில் 'இசைகாரர்' (நம்மாழ்வார் பாடல்) என்று அழைக்கப்பட்டனர்.

இறைவனைப்போல தன்னிகரில்லாத அரசனும் பல பெண்களை உரிமையாக்கிக்கொள்ளும் தகுதி பெற்றான். கோயில் சார்ந்த முதல் 'வெளி' பங்கிடப் பெற்றபோது, பார்ப்பனர், வேளாளர் ஆகியோரோடு பரத்தையரும் இசைகாரர் ஆகிய ஆண்களும் அந்த வெளிக்குள் இருத்தப்பட்டனர். பழைய கோயில் நகரங்களில் பார்ப்பனர், வேளாளர் குடியிருப்புக்கு நடுவிலுள்ள சிறிய சந்துகளில் ஆடுமகளிர்க்கான குடியிருப்பு அமைக்கப்பட்டது. கள ஆய்வில் இதற்கான எச்சங்களைத் தமிழ்நாட்டில் இன்றும் காணமுடிந்தது. இறைவனைப்போலவே அரசனும் பட்டத்துக்குப் பிள்ளைதரும் முதல் மனைவியோடு பல பெண்களை மணம் செய்துகொள்ளும் உரிமையுடையவன் ஆனான்.

சடங்குகளே வழிபாடாக இருந்த தொல்சமயக் காலத்தில் சடங்கியல் உரிமை அல்லது அதிகாரம் பெண்களிடம் இருந்தது. வழிபடும் இடங்கள் 'கோட்டங்கள்' (வட்ட வடிவானவை) என்று அழைக்கப்பட்டன. சமூகம் அதிகார மையமாக மாறியபோது அவை 'கோயில்கள்' ஆயின. கோயிற் கருவறைகள் வட்ட வடிவ அமைப்பினைக் கைவிட்டு சதுரம் அல்லது நீள்சதுர வடிவத்தைப் பெற்றன. இந்த மாற்றம் பண்பாட்டு மானிடவியலில் மிகப் பெரிய நிகழ்வாகும். இந்த நீள் சதுரவடிவக் கருவறைகள், பௌத்தக் கட்டடக்கலையின் பாதிப்பைப் பெற்றவை. கீழ்த்தளத்தில் இரட்டைச் சுவரும் உட்பிரகாரமும் (உட்சுற்றும்) உடையவனவாக மாற்றம் பெற்றன. (தஞ்சைப் பெருங்கோயில் இவ்வகையான கட்டட அமைப்புக்கு இன்றளவும் நல்ல எடுத்துக்காட்டு ஆகும்.) சுருக்கமாகச் சொன்னால் பக்தி இயக்கக் காலத்துக் கோயில்கள் ஒரே நேரத்தில் ஆணாதிக்கத்துக்கும், அரசதிகாரத்துக்கும் துணை நிறுவனங்களாக வடிவ மாற்றம் பெற்றன. கோயிற் பண்பாட்டு உருவாக்கத்தின் வெளிப்படையான செயல்பாடாகப் பார்ப்பனியம் சார்ந்த தீட்டுக் (Taboo) கோட்பாட்டின் அடிப்படையில் இறைத்திருமேனியைத் தொட்டு வழிபாடு செய்யும் உரிமை, பார்ப்பனரல்லாத சாதிகளிடமிருந்தும் பெண்களிடமிருந்தும் ஒரே நேரத்தில் முழுமையாகப் பறித்தெடுக்கப்பட்டது. பார்ப்பனிய அதிகார மேலாண்மை (Hegemony) இருதரப்பாரையும் ஒரு சேர வஞ்சித்தது என்பதே பண்பாட்டு வரலாற்று உண்மையாகும்.

அரசதிகாரம் உருவாகின்றபோது பண்பாட்டுத் தளத்தில் அதற்குத் தேவையான தத்துவார்த்தத்தை வைதீகம் உருவாக்கித் தந்தது. இந்த வளர்ச்சிப் போக்கில் முதற்கட்டமாக இரண்டு வகையான நிகழ்வுகள் நடந்தேறின. முதல் நிலையாகக் கோயிற் பண்பாட்டில் பெண்களின் 'பாலினத் தாழ்வு' நிலைநிறுத்தப்பட்டது. அதாவது நடன மகளிராகவும், கோயில் வெளியினை விளக்குமாறு கொண்டு தூய்மை செய்பவராகவும் கோயிலுக்கு வேண்டிய நெல்லைக் குற்றுபவர்களாகவும் அவர்கள் ஆக்கப்பட்டனர். பிற வகையான பணிகளும் சடங்கியல் உரிமைகளும் அவர்களுக்கு முற்றாக மறுக்கப்பட்டன. உலகியற் கணவனுக்குத் தாலிகட்டிக் கொண்டு மனைவியாகும் உரிமையினையும் அவர்கள் இழந்தனர். கோயில் என்னும் நிறுவனம், பரத்தமையினை அடிப்படையாகக் கொண்ட 'தேவதாசி' முறையினை மிக வலிமையான அடித்தளத்துடன் உருவாக்கிவிட்டது.

கோயிற் பண்பாட்டு வளர்ச்சியின் மற்றொரு நிகழ்வு. கருவறை என்னும் 'வெளி' (space) முற்றிலுமாகப் பார்ப்பனர்களுக்கு உரிமை யாக்கப்பட்டு 'பிறர்' அதனுள் நுழைய அனுமதி மறுக்கப்பட்டது என்பதாகும். அரசன் உள்ளிட்ட பார்ப்பனரல்லாத மக்களின் 'சாதித்தாழ்வு' இதன்வழி நிலைநிறுத்தப்பட்டுவிட்டது. மேல்கீழாக மனிதர்களை அடுக்கும் 'சாதிய அதிகாரம்' அரசின் அங்கீகாரம் பெற்ற ஒன்றாகிவிட்டது. மக்கள் திரள் சிலவற்றின் 'கணம் சார்ந்த பெருமை', 'குடிசார்ந்த பெருமை' என்பவையெல்லாம் சாதிய அதிகாரத்தால் ஒடுக்கப்பட்டுவிட்டன. இவ்வகையான பெருமைகள் ஓர் அரசினால் 'பாழ் செய்யும் உட்குழுவாகவே' (குறள்) கருதப்படும். எனவே, அரசுருவாக்கத்திற்குத் துணை செய்யும் அளவில் இக்குழுக்களின் மீது சாதிய ஒடுக்குமுறை ஏவப்பட்டது. "ஒரு ராணுவம் செய்ய வேண்டிய வேலையைச் சாதியம் செய்கிறது. ராணுவத்தைவிட சாதியம் மோசமான ஒடுக்குத்தன்மையைப் பெற்றுள்ளது என்பதே உண்மை" என்கிறார் கோ. கேசவன். (தமிழ் மொழி, இனம், நாடு, பக்கம்: 9) இதுவே கரடுமுரடு (Ups and Downs) இல்லாத பச்சையான உண்மையாகும்.

இது ஒரு புறமாக, கி.பி. எட்டாம் நூற்றாண்டில் நிகழ்ந்த மற்றொரு மாற்றம் அதுவரை சுடுமண்ணாலும், மரத்தாலும் உருவாக்கப்பட்டிருந்த கோயில்கள் கற்கோயில்களாக மாற்றப் பட்டதாகும். இந்த மாற்றம் கி.பி. ஏழாம் நூற்றாண்டில் தமிழ்நாட்டின் வடபகுதியில் பல்லவ அரசின் எழுச்சியோடும் தென்பகுதியில் பாண்டிய அரசின் எழுச்சியோடும் தொடர்புடையது.

இக்குடைவரைக் கோயில்கள் எழுந்த காலத்தில் வைதீகப் பார்ப்பன மரபு ஏற்றுக்கொள்ளாத தொல்திராவிடத் தெய்வங்கள் சிலவும் இக்கோயில்களில் இடம்பெற்றிருந்தன. திருப்பரங்குன்றத்தில் சிவன், திருமால், முருகன், நடராசர் ஆகிய தெய்வங்களோடும் பக்கத்தில் மூத்ததேவி (மூதேவி) எனப்பட்ட ஜேஷ்டா தேவிக்கும் ஒரு தனிக் குடைவரை உருவாக்கப்பட்டுள்ளது. தென் தமிழ்நாட்டில் கங்கை கொண்டானுக்கு அருகிலுள்ள ஆண்டிச்சிப் பாறை குடைவரைக் கோயிலில் வாயிற் காப்பாளராக பிள்ளையாரும் மூதேவியுமே காட்டப்பட்டுள்ளனர். பின்னர் கட்டுமானக் கோயில்களாக பல்லவன் இராசசிம்மன் (கி.பி. *666–705*) எடுப்பித்த காஞ்சி கைலாசநாதர் கோயிலில் மூதேவிக்கு மட்டும் மூன்று சந்நிதிகள் உள்ளன. விசயாலயச் சோழன் ஆட்சிக் காலத்தில் (கி.பி. *150–866*) எடுக்கப்பெற்ற புதுக்கோட்டை மாவட்டம் காளியாபட்டி சிவன் கோயிலிலும் முதலாம் ஆதித்த சோழன் காலத்து (கி.பி.*871 –907*) திருக்கட்டளை சுந்தேசுவரர் கோயிலிலும் ஜேஷ்டா தேவிக்குத் தனிச் சந்நிதிகள் இருந்தன என்பதை எஸ்.ஆர். பாலசுப்பிரமணியம் எடுத்துக்காட்டுகிறார்.

கி.பி.ஏழாம் நூற்றாண்டில் அப்பர்,

“போகமார் மோடி கொங்கை
புணர்தரு புனிதர் போலும்” (*4:66:8*)

என மூதேவி வழிபாட்டைச் சைவத்திற்குள் கரைக்க முற்பட்டார். ஆனால் வைணவப் பார்ப்பனரான தொண்டரடிப்பொடி ஆழ்வாரோ,

“சேட்டை தன் மடியகத்துச் செல்வம் பாத்திருக்கின்றீரே”
(திருமாலை:*10*)

என்று, ’மூத்ததேவி வறுமையின் சின்னம்’ என எள்ளி நகையாடு கின்றார். எனவே, கி.பி. ஏழாம் நூற்றாண்டின் இறுதிக்காலம் தொடங்கி எட்டாம் நூற்றாண்டின் நடுப்பகுதியில் கற்கட்டுமானக் கோயில்கள் உருவாகும்வரை வைதீகப் பார்ப்பனியம் நாட்டார் மரபுகளை உள்வாங்கும் முறையில் பழைய தெய்வங்களை ஏற்றுக் கொள்ளவும் புறந்தள்ளவும் வழிதெரியாமல் அலைந்திருக்கின்றது என்பதே உண்மையாகும்.

கற்கட்டுமானக் கோயில்களுக்கும் குடைவரைக் கோயில் களுக்குமான அடிப்படை வேறுபாடு மற்றொன்றும் உண்டு. ஆகமவிதிகளுக்கு உட்படாத குடைவரைக் கோயில்கள் (விதிவிலக் காக அன்றி) சொத்துடைமை நிறுவனங்களாக மாற இயலவில்லை. கற்கட்டுமானக் கோயில்களே சொத்துடைமை

நிறுவனங்களாக வளர்ந்து அரசுருவாக்கத்திற்கு துணை நின்றன. தேவார மூவரும், ஆழ்வார்களும் தங்கள் சமகாலத்தில் எழுந்த குடைவரைக் கோயில்களைப் பாட முன்வரவில்லை என்பதற்கு இதுவுமொரு காரணம். இதற்கு ஒரு நல்ல எடுத்துக்காட்டு ஆனைமலை நரசிங்கப் பெருமாள் குடைவரைக் கோயிலாகும். இக்குடைவரைக் கோயில் கி.பி.770 இல் எழுப்பப்பட்டதாகும். இதற்கு 6 கி.மீ. தொலைவில், தெற்கில் உள்ள திருமோகூரை நம்மாழ்வார் பாடியுள்ளார். இதற்கு வடமேற்காக 6. கி.மீ. தொலைவில் உள் அழகர் கோயிலையும் நம்மாழ்வார் பாடியுள்ளார். திருமோகூரும், அழகர் கோயிலும் கற்கட்டுமான கோயில்களாகும். இவை இரண்டிற்கும் நடுவிலுள்ள ஆனைமலை நரசிங்கப்பெருமாள் கோயில் குடைவரைக் கோயிலாகும். நம்மாழ்வார் இக்கோயிலைப் பாடாமல் விட்டதற்குக் காரணம் அது வைதீகப் பார்ப்பனியத்தின் தூய்மை (சுத்த)க் கோட்பாட்டிற்கு ஏற்ப அமையவில்லை என்பதேயாகும். நம்மாழ்வார் பிறப்பினால் பார்ப்பனர் அல்லாதவர் என்று வைணவ குருமரபுக் கதைகள் கூறுகின்றன. பார்ப்பனரான பெரியாழ்வாரோ பார்ப்பனர் அல்லாத மக்கள் திரளின் நாட்டார் வழிபாட்டு முறைகளை இகழ்ந்துரைப்பதைப் பார்க்கின்றோம்.

"பிண்டத் திரளையும் பேய்க் கிட்ட நீர்ச்சோறும்
உண்டதற்கு வேண்டி ஓடித் திரியாதே"

(பெரியாழ்வார் திருமொழி 15:9)

என்பது அவர் பாடலாகும். நாட்டார் தெய்வ மரபுகளைக் கீழானவை என்று புறந்தள்ளிய வைணவ மேலாண்மை மனநிலைக்கு இந்தப் பாடலே ஒரு சரியான எடுத்துக்காட்டாகும். இன்றளவும் நெல்லை மாவட்டத்து நாட்டார் தெய்வக் கோயில்களில் ஒரு வகை 'பே(ய்)க்' கோயில்களாகும். அதாவது, அச்சம் தரும் (பே – அச்சம்) வழிபாட்டு முறையினையுடையவை. இந்த வகைக் கோயில்கள் பெரும்பாலும் ஒடுக்கப்பட்ட வகுப்பினருக்கும் ஓரளவு பிற்பட்ட சாதித்திரள்களுக்கும் உரியனவாகும். பெரியாழ்வாரின் இந்தப் பாடல் அடிகள் நெல்லை, தூத்துக்குடி மாவட்டங்களில் நடைபெறும் 'சூறை' (எறிதல்) என்னும் வழிபாட்டினைக் குறிப்பதாகும்.

ஆகம வழிப்பட்ட பெருந்தெய்வ நெறிகள் நாட்டார் தெய்வங்களை ஒருபுறமாகத் தின்று தீர்த்தன: மறுபுறமாக இந்த வகையாகப் பழித்து ஒதுக்கின. ஒவ்வொரு வட்டாரத்திலும் இருந்த சிறிய மண்கோட்டைகளின் (பெரிய கற்கோட்டைகளிலும்) வடக்கு வாசலில் குருதிப்பலி பெறும் தாய்த் தெய்வக் கோயில் ஒன்றை நிறுவுவது அரசின் கடமையாக இருந்தது. 'வடக்கு வாசற் செல்வியான இந்தத் தாய்த் தெய்வம் படைவீரர்களின் வழிபாட்டுக்கு

உரியதாகும். இந்த வகையான சில தாய்த் தெய்வக் கோயில்களில் வீரர்கள் தங்களைத் தாமே அறுத்துப் பலிகொடுக்கும் (நவகண்டம் கொடுக்கும்) வழக்கம் இருந்ததைச் சிற்பச் சான்றுகளுடன் காண முடிகிறது.

அரசுருவாக்கத்துக்குத் துணை நின்ற சைவ, வைணவ நெறிகள் கி.பி. ஏழாம் நூற்றாண்டிற்கு முன்னரே சமண, பௌத்த மதங்களுக்கு எதிரான தாக்குதலைத் தொடங்கிவிட்டன. நமக்குக் கிடைக்கின்ற இலக்கியச் சான்றுகளையும் தொல்லியல், சிற்பச் சான்றுகளையும் கூர்ந்து கணிக்கும்போது பெருமளவில் சமணத்தோடு சைவமும், பௌத்தத்தோடு வைணவமும் மோதலைத் தொடங்கி இருக்கின்றன என்று உணரலாம். இவற்றுள் பௌத்தமே முதலில் வீழ்ந்திருக்கின்றது. இந்த வீழ்ச்சி நடந்தேறிய முறையினை அறிய நமக்குத் தெளிவான சான்றுகள் கிடைக்கவில்லை. சமணர்களிடமிருந்தும், பௌத்தர்களிடமிருந்தும் பறிக்கப்பட்ட வழிபாட்டுத் தலங்களைச் சைவர்களும், வைணவர்களும் பங்கிட்டுக் கொண்டுள்ளனர். மதுரைக்கு அருகிலுள்ள அழகர்கோயில் பௌத்தக் கோயிலாக இருந்து பெரியாழ்வார் காலத்திற்குச் சற்று முன்பாக (கி.பி. எட்டாம் நூற்றாண்டளவில்) வைணவக் கோயிலாக மாற்றப்பட்டதைத் துல்லியமான சான்றுகளுடன் இந்த நூலாசிரியர் எடுத்துக் காட்டியுள்ளார். 'வர்த்தமானீசுவரம்' என்ற பெயரோடு ஒரு சிவத்தலம் தேவாரத்தில் காட்டப்பட்டுள்ளது. வர்த்தமான மகாவீரர் பெயரால் வழங்கப்பெற்ற இது, ஒரு சமணக்கோயிலாக இருந்திருக்க வேண்டும். கி.பி. ஏழாம் நூற்றாண்டில் வாழ்ந்த அப்பர்,

> "வாயிரும் தமிழே படித்து ஆளுறா
> ஆயிரம் சமணும் அழிவாக்கினான்" (5:58:9)

என்று மகிழ்ச்சி ததும்பப் பாடுகின்றார்.

சமண பௌத்தங்கள் சைவ வைணவங்களால் அழிக்கப்பட்ட முறையினைக் இரண்டு சான்றுகளுடன் விளக்கலாம். புதுக்கோட்டை மாவட்டம் நார்த்தாமலையிலுள்ள விஜயாலய சோழீசுவரம் கி.பி. 8 ஆம் நூற்றாண்டின் நடுப்பகுதியில் எடுக்கப்பெற்ற கற்கோயிலாகும். 'சோழர் கலைப்பாணி' என்ற தமது நூலில் எஸ்.ஆர். பாலசுப்பிரமணியம் நார்த்தா மலையிலுள்ள இந்தக் குடைவரை சமணக் கோயிலாக இருந்து பின்னர் தசாவதாரச் சிற்பங்களோடு கூடியதாக மாற்றப்பட்டிருக்க வேண்டும் என்று உறுதியாகக் குறிப்பிடுகின்றார். எனவே, மக்கள் வந்து வழிபட இயலாத மலைச் சரிவில் விஜயாலய சோழீசுவரம் கட்டப்பட்டது. அங்கிருந்து சமணப் பள்ளியினை அழிக்கவும் சமணர்களை விரட்டவுமே ஆகும்.

இதுபோலவே மதுரை மாவட்டத்திலே காணக்கூடிய மற்றுமொரு சான்று தென்பரங்குன்றம் ஆகும். திருப்பரங்குன்றத்து முருகன் கோயில் மலையின் நேர் பின்புறமாக அமைந்தது தென்பரங்குன்றம் குடைவரைக் கோயிலாகும். உமையாண்டார் கோயில் என வழங்கப்பெறும் இதுவும் சமணப் பள்ளியாக இருந்து சைவர்களால் பறிக்கப்பட்டு அர்த்தநாரீசுவரருடன் கூடிய, சைவக் கோயிலாக்கப்பட்டுள்ளது. இக்கோயிலை அடுத்துத் தென்புறத்தில் பாறையில் புடைப்புச் சிற்பமாகக் காணப்படும் பைரவர் உருவம் சமணத் தீர்த்தங்கரர் உருவத்தை மறுபடியும் செதுக்கி வடிவமாற்றம் செய்யப்பட்டது என்பதை நேரில் காண்பவர்கள் உணரமுடியும். நெல்லை மாவட்டத்தில் வள்ளியூரிலுள்ள முருகன் கோயிலும் இவ்வாறு கைப்பற்றப்பட்ட ஒரு சமணப் பாழி என்பதை நேரில் பார்ப்பவர்கள் எளிதில் கண்டுகொள்ள இயலும்.

இவ்வாறு கி.பி.எட்டு, ஒன்பதாம் நூற்றாண்டுகளில் சமண, பௌத்த வழிபாட்டுத் தலங்கள் பறிக்கப்பட்ட முறைக்கு ஏராளமான சான்றுகளைக் காட்ட இயலும். இவ்கையான 'பறிமுதல்' அரசதிகாரத்தின் துணையோடு மட்டுமே நடக்கவியலும். எனவே அவைதீக சமயங்களின் வீழ்ச்சியில் அரசதிகாரத்துக்குப் பங்கிருந்ததை உணரமுடிகிறது.

இதுமட்டுமன்று, தமிழ்நாட்டில் அரசுருவாக்கம் நிகழ்ந்த முறையினைக் கோயிற் பண்பாட்டு வளர்ச்சி நிலைகளின்படி மூன்று நிலைகளில் நம்மால் காண இயலுகின்றது. தமிழ்நாட்டின் வட பகுதியில் கி.பி. ஏழாம் நூற்றாண்டில் பல்லவ அரசர்களால் உருவாக்கப்பட்ட குடைவரைக் கோயில்களை அப்பர், சம்பந்தரும் முதலாழ்வார்களும் பாடவில்லை என்பதை முன்னரே கண்டோம். ஆகமநெறிகளுக்கு உட்பட்டு பல்லவர்கள், உருவாக்கிய ஒற்றைக் கற்கோயில்களில் (Monolithic Temples) 'கடல்மல்லைத் தலசயனம்' என்றே திருமங்கையாழ்வாரால் அதுவும் கி.பி.எட்டாம் நூற்றாண்டில் பாடப்பெற்றது. (வைணவ மரபில் 'மங்களாசாசனம்' செய்யப் பெற்றது) இக்கோயில் கி.பி. எட்டாம் நூற்றாண்டின் தொடக்கத்தில் வாழ்ந்த இராசசிம்ம பல்லவனால் ஆக்கப்பட்டதாகும். ஆகம நெறிக்கு மாறுபட்ட, அதாவது தூய்மை செய்யப்படாத அடித் தளத்தின் மீதமைந்த இக்கோயிலை 8ஆம் நூற்றாண்டில் வாழ்ந்த திருமங்கையாழ்வார் மட்டுமே ஏற்றுக்கொண்டு பாடுகின்றார். இந்த இரண்டு நூற்றாண்டுக் கால அளவில் தமிழ்நாட்டுப் பக்தி இயக்கம் தன்னை 'நெகிழ்த்துக்கொண்டு' கோயில்களை வழிபடும் மக்களைத் 'தன்வயமாக்க' முயன்று வெற்றிகண்டுள்ளது என்பதே வரலாற்று உண்மையாகும்.

கி.பி. எட்டாம் நூற்றாண்டுவரை கற்கட்டுமானக் கோயில்களில் மூதேவி வழிபடப்பெற்றதை முன்னர் கண்டோம். ஆனால், ஒன்பதாம் நூற்றாண்டில் ஒரு பேரரசாக உருவான சோழ அரசு இந்த வகையான கட்டடக் கூறுகளையும், தெய்வங்களையும் புறந்தள்ளியது.

தமிழகத்தில் எழுந்த பல்லவ, பாண்டிய அரசுகள் தங்கள் உருவாக்கத்தின்போது சமணம் அல்லது வைணவம் அல்லது சைவம் என வெவ்வேறு காலங்களில் வெவ்வேறு மதச்சார்பு நிலையினை எடுத்தன. ஆனால் அதற்குப் பின்னர் பேரரசாக (ஏகாதிபத்தியமாக) உருவெடுத்த சோழ அரசு, அரச மதமாகச் சைவத்தை மட்டுமே கொண்டிருந்தது. எல்லாவற்றையும் தன்னுள் கரைத்து அல்லது அழித்து மேலெழுதல் என்னும் அதிகார மேலாண்மைக்குச் சைவ சமய நிறுவனங்களான கோயில்கள் அவர்களுக்குத் துணை நின்றன. இதனால், கோயில் கட்டட அமைப்பில் இரண்டு மாற்றங்களைச் சோழ அரசு உருவாக்கியது.

பல்லவர்கள் எடுப்பித்த சிவன் கோயில் கருவறை உட்சுவரில் வழிபாட்டிற்குரிய மூர்த்தமாக (திருமேனியாக) சோமாஸ்கந்தப் படிவங்களே வடிக்கப்பெற்றன. சிவபெருமான் உமையுடனும், குழந்தைக் கந்தனோடும் (ச+உமா+ஸ்கந்த = சோமாஸ்கந்த) இருக்கின்ற இந்தப் படிமம் சமணர்களின் துறவு நெறிக்கு மாற்றாகக் குடும்ப அமைப்பை நிலைநிறுத்தும் சைவர்களின் முயற்சியாகும். இம்முயற்சிக்கான குறிப்புகளை அப்பர் தேவாரத்தில் நிறையவே காணலாம். ஆனால் சோழ அரசு வடக்கிலும், தெற்கிலும் தன் ஆதிக்கத்தை விரிவு செய்தபோது சைவக்கோயில் கருவறை மூர்த்தங்கள் (திருமேனிகள்) அப்புறப்படுத்தப்பட்டு அருவுருவமான சிவலிங்கம் திருநிலைப்படுத்தப்பட்டது. இது முதல்நிலை மாற்றமாகவும், அடுத்த நிலை மாற்றமாகப் பழைய கோயில்களில் மரியாதை பெற்றிருந்த பழைய தாய்த் தெய்வங்களும் அப்புறப்படுத்தப்பட்டன. சோழர்களின் தொடக்ககால கட்டுமானக் கோயில்களில் சிவபெருமானுக்கு மட்டுமே கருவறைகள் எடுக்கப்பட்டன (கி.பி.1012 இல் சோழ ஏகாதிபத்தியத்தின் உச்சகட்ட வெளிப்பாடான தஞ்சைப் பெருவுடையார் கோயிலை முதலாம் இராசராசன் கட்டினான்).

இந்தக் கோயில் அரசதிகாரத்தின் பருண்மையான வெளிப்பாடாக அமைந்தது. தமிழகத்தில் அன்றும், இன்றும் 196 அடி உயரமுள்ள விமானம் (கருவறை மேற்பகுதி) அமைந்த கோயில் வேறெதுவும் இல்லை. கோயில் என்பது அரசனின் உடைமை

என்று காட்டுவதுபோல் அரசனின் பெயரே கோயிலுக்கும் இடப்பட்டது. இந்தக் கோயிலின் முதற் கல்வெட்டு அரசன் கூறுவதுபோல் அமைந்துள்ளது. 'பாண்டிய குலாசனி' (பாண்டியர்களுக்கு இடிபோல் அமைந்தவன்) "வளநாட்டுத் தஞ்சாவூர்க் கூற்றத்துத் தஞ்சாவூர் நாம் எடுப்பிச்ச இக்கற்றளி இராஜராஜீச்வரம் உடையார்க்கு" என்பதே அந்தக் கல்வெட்டின் முதல் வாசகமாகும். அதாவது, கோயில் என்பது அரசதிகாரத்தின் மறுபக்கமாகவும், துணை அதிகாரமாகவும் செயலாற்றியது என்பதே இதன் பொருளாகும்.

கி.பி. எட்டாம் நூற்றாண்டுத் தொடக்கம் முதல் 10 ஆம் நூற்றாண்டு இறுதியில் முதலாம் இராசராசன் ஒரு பேரரசை உருவாக்கும் காலம்வரை அரங்கேறிய நிகழ்வுகளே தமிழ்ச் சமூகத்தின் மேல் வைதீகம் பெற்ற வெற்றியை உணர்த்தப் போதுமானவையாகும். பல்லவ அரசின் சரிவு, சோழ அரசின் எழுச்சி ஆகிய இரண்டின் ஊடாகவும் தனக்கெனத் தனிவழி ஒன்றினைக் கொண்ட வைதீகம் வெற்றிகரமாகச் செயல்பட்டது. அந்த வெற்றிக்கான காரணங்களைப் பின்வருமாறு பட்டியலிட்டுக் காணலாம்.

1. கி.பி. ஏழாம் நூற்றாண்டின் தொடக்கத்தில் சமண, பௌத்த மதங்களிலிருந்து பல்லவ அரசு மரபு நிரந்தரமாக வெளியேறியது. மறுதலையாகத் தொடர்ந்து அதனுடைய வீழ்ச்சிக் காலம்வரை வேதப் பார்ப்பனர்களுக்கான விளைநிலக்கொடை, மனநிலக்கொடை ஆகியவை அரசின் தலையாய கடமையாகப் பல்லவ அரசு மரபினரால் மாற்றப்பட்டுவிட்டன. வேதக் கல்வியின் குறைந்த படிப்பான 'க்ரமம்' வரை படித்த 'க்ரம வித்தகர்'களுக்கு வழங்கப்பட்ட மனைநிலமும் மனையுமே 'கிராமம்' என்று பெயர் பெற்றன. விளைநிலக்கொடையும் மனைக்கொடையும் வேதக் கல்விக்கான கொடையும் (வேத விருத்தி) வேதத்தின் அங்கங்களுக்கு உரை சொல்லுவோருக்கான நிலக்கொடையும் (பாஷ்ய விருத்தி) கோயிலில் அர்ச்சனை செய்யும் சிவப் பிராமணர்களுக்கு அர்ச்சனா போகமும் அரசாங்கத்தால் வழங்கப்பட்டன. இவையன்றி ஹிரண்ய கர்ப்ப, கோகர்ப்ப தானங்களும் அரசர்களால் பார்ப்பனர்களுக்கு வழங்கப்பட்டன. ஆக, நஞ்சை நிலத்து உபரியால் உருவான அரசு உருவாக்கம் என்பது மறுபுறமாகத் தமிழ்நாட்டில் வரலாறு நெடுகிலும் பார்ப்பனியத்தைத் தன் முதுகிலே ஏற்றிச் சுமந்து வந்தது. பின்வந்த சோழ அரசர்களும் பாண்டிய அரசர்களும் பல்லவர்களின் இந்த வைதீக ஆதரவுப் போக்கினைச் சில சிறிய மாற்றங்களுடன் பின்பற்றினர். சில நிலைகளில் பெரிதாகவும் வளர்த்தனர்.

2. வேளாண் பொருளாதாரம் என்பது பார்ப்பனர் பூசை செய்யும் பெருங்கோயிலோடு பிணைக்கப்பட்டது. வேளாண்

பொருளாதாரக் கட்டமைப்பில் உற்பத்தி சாதியார் மட்டுமின்றி சேவைச் சாதியாரும் கோயிலோடு பிணைக்கப்பட்டனர். 'கோயிலை நம்பிக் குடிகள்', 'கோயிலை நம்பிக் குசவன் பிழைத்தான்' என்பது போன்ற சொல்லாடல்களும் இக்காலத்தில்தான் தோன்றின. கோயில் இல்லா ஊரில் குடியிருக்க வேண்டாம் என்பது ஓர் அறவுரையன்று; ஓர் எச்சரிக்கையாகும். எனவே, அது சார்ந்த உற்பத்திச் சக்திகளையும் உற்பத்தி உறவுகளையும் கோயிலோடு சேர்ந்தே நாம் பேசியாக வேண்டும். உற்பத்தி உறவுகள் என்பன உழவர், கொல்லர், தச்சர், இடையர் எனக் கோயிலோடு இறுகப் பிணைக்கப்பட்ட முறையாகும்.

3. பல்லவ, சோழ, பாண்டிய மன்னர்கள் மட்டுமல்லாமல் அவர்களுக்கு அடங்கிய வட்டாரத் தலைவர்களும் அரசுக்கு நெருக்கமாக வேண்டி, கோயில்களை எடுப்பித்தனர். பல்லவர்காலச் சைவத்தை மேலும் பார்ப்பனியமயமாக்க சோழ அரசு செய்த மாற்றங்கள் குறிப்பிடத்தகுந்தன. அவற்றுள் ஒன்று, இயற்கை உரத்தின் (மூல வளத்தின்) தெய்வமான மூதேவியினை வைதீக அரங்கிலிருந்து (பெருங்கோயில் உள்ளிருந்து) வெளியேற்றியதாகும். இம்மாற்றத்திற்கான காரணம் அரசு உருவாக்கத்திற்கு அடிப்படையான பண்பாட்டுத் தேவையாகும். விளைந்த நெல்லிற்கும் அதனால் பெற்ற பொன்னிற்கும் இலக்குமி (திருமகள்) தெய்வமாவாள். ஆனால், இலையும் தழையும் சாணமும் சேறுமான மண் சார்ந்த அழுக்கினை உரமாக மாற்றும் மூதேவி (மூத்த தேவி) தெய்வம் மூலவளத்தின் தெய்வமாகும். இன்னும் சொல்லுவதானால் நிலத்தின் மீதான முதல் உரிமை நிலத்துக்கு வளத்தினைத் தரும் அந்தத் தெய்வத்திற்கே உரிமையாகும். நெல்லைப் போலப் பிரித்தெடுக்க முடியாதபடி நிலத்தின் மீது உரமும், உரிமையும் உடைய தெய்வத்தினை, நிலத்தின் மீது முன்னுரிமை கொண்டாடும் அரசதிகாரத்தால் சகித்துக்கொள்ள இயலவில்லை. முதலாம் இராசராசனின் மெய்க்கீர்த்தி,

"திருமகள் போலப் பெருநிலச் செல்வியும்
தனக்கே உரிமை பூண்டமை மனக்கொள"

என்று தொடங்குகிறது. செல்வங்களையும் நிலத்தையும் தான் ஒருவனே கொள்ள வேண்டுமென்று அரசன் விரும்புகின்றான். விளைவு தரும் நிலத்தைப் பெண்ணாக உருவகிப்பது மரபு. நிலத்தின் மீதான முற்றுரிமையினைத் தாமே அனுபவிக்க விரும்பிய பிற்காலச் சோழ, பாண்டிய மன்னர்கள் தங்கள் மனைவியருக்கு 'அவனி முழுதுடையாள்', 'புவனமுழுதுடையாள்', 'தரணிமுழுதுடையாள்', 'மூவுலகுடையாள்', 'திரிபுவன மாதேவி' என்று பட்டப் பெயர்கள்

இட்டுக் கொண்டதற்கு ஏராளமான கல்வெட்டுச் சான்றுகள் உள்ளன. இந்தப் பின்னணியில் விளைநிலத்தின் முதல் தேவியான மூத்த தேவியின் வழிபாடு பெருந்தெய்வக் கோயில்களிலிருந்து வெளியேற்றப்பட்டதற்கான காரணத்தை நாம் அறிந்து கொள்ளலாம். அதாவது, இயற்கை என்னும் மூல ஆதாரத்தை அதிகார மையங்கள் முழுமையாக வெற்றிகொள்ளும்போதே அரசு உருவாகின்றது என்பதை இங்கே எண்ணிப் பார்க்க வேண்டும்.

4. சோழ அரசு பேரரசாக உருவாகியபோது சைவ சமயம் அரச மதமாயிற்று. ஆனால், அது திருநாவுக்கரசர் கட்டமைத்த தமிழ்ச் சைவமாக அமையவில்லை. மாறாகத் திருஞானசம்பந்தர் கட்டமைத்த வேள்வியினை மையம் கொண்ட 'வைதீக' சைவ சமயமாக இருந்தது. அதாவது வேள்விச் சாலை (யாக சாலை)ப் பொறுப்பிலிருந்து பார்ப்பனர்கள் கருவறைப் பூசை செய்யும் சிவப்பிராமணர்களாகவும் மாறிக்கொள்ள அது வழிவகுத்தது. இந்த வடமொழிச் சார்பைப் பற்றியே சோழ மன்னர்களின் சைவ குருமார்கள் காஷ்மீரத்துப் பண்டிதர்களாக அமைந்தனர். எனவே, கோயிலுக்கும் யாக சாலைக்கும் கருவறைக்குமான உறவு இன்றளவும் பிரிக்க முடியாதவையாயிற்று. தஞ்சைக் கல்வெட்டுகளில் காணப்படும் அரசர்களின், சைவ குருமார்களின் பெயர்கள் எதுவும் தேவாரத்திலிருந்து பெறப்படவில்லை. மாறாக வடமொழிப் பெயர்களாக உள்ளன. இந்த வைதீகச் சார்பு பற்றி நிகழ்ந்த மற்றொரு மாற்றத்தை முன்னரே கண்டோம். எல்லாவற்றையும் ஒரு தரப்படுத்துதல் அல்லது ஒருமுகப்படுத்துதல் என்பது அதிகார மையங்களின் செயல்பாடாகும். இதன் வழியாக, 'ஒருவனே அரசன்' என்பதுபோல இறைவனுக்கும் ஒரே சிவலிங்கத் திருமேனியைச் சோழ அரசு கற்பித்தது. தொடக்க காலப் பல்லவர்களின் சிவன் கோயில்களில், கருவறையின் உட்புறச் சுவரில் சிவமூர்த்தங்கள் செதுக்கப்பட்டிருந்தன. இன்றளவும் காஞ்சிபுரம் கைலாசநாதர் கோயிலிலும், திருத்தணி வீரட்டானேசுவரர் கோயில்களிலும் அவ்வகையான மூர்த்தங்களைக் காணலாம். ஆனால் சோழ நாட்டுக் கோயில்களிலும் சோழர்களால் வெற்றி கொள்ளப்பட்ட பாண்டி நாட்டுக் கோயில்களிலும் சிவமூர்த்தங்கள் அகற்றப்பட்டு சிவலிங்கம் நடப்பட்டது. சிவலிங்கம் என்பது உருவமும் அல்லாத அருவமும் அல்லாத அருவுருவத் திருமேனி என்று கூறப்பட்டது. ஆனால், மக்களின் உருவவழிபாட்டு உணர்வினை ஈடு செய்வதற்காகக் கருவறைச் சுவரின் மேற்கு தேவகோட்டத்தில் லிங்கோற்பவ திருமேனிகள் அமைக்கப்பட்டன. இது சிவலிங்கத்திற்குள் உருவம் செதுக்கப்பட்ட வடிவமாகும். தேவாரம் கூறும் ஏனைய வடிவங்கள் திருவிழாவிற்குரிய 'ஊர்வல'ச் (உற்சவ) செப்புத் திருமேனிகளாக

வெண்கலத்தில் வடிக்கப்பட்டன. கருவறையில் சிவலிங்கம் மட்டுமே நிலை கொண்டது. சோழர்கள் பின்பற்றிய காஷ்மீரிய சைவ நெறியிலிருந்து இது உருவாகியிருக்க வேண்டும்.

சோழர் காலத்தில் சைவம் மேலும் மேலும் வைதீக மயப்படுத்தப் பட்டதற்கு மீண்டும் ஒரு சான்றினை எடுத்துக்காட்டலாம். கி.பி. 11 ஆம் நூற்றாண்டின் நடுப்பகுதியில் முதலாம் இராசேந்திரன் எடுப்பித்த கங்கை கொண்ட சோழபுரத்துக் கோயிலில் மிக நேர்த்தியாகப் பெரிய அளவில் வடிக்கப்பட்ட சரஸ்வதி (கலைமகள்) சிற்பம் காணப்படுகிறது. திராவிடத் தெய்வமான 'மூதேவி' மதிப்பிழந்த இரண்டு நூற்றாண்டுகளுக்குப் பின் 'சரசுவதி' என்ற 'வைதீகப் பெண்' தெய்வம் கோயிலுக்குள் நுழைக்கப்பட்டது. தோற்றக் காலத்தில் வெள்ளைச் சேலை உடுத்திய சரசுவதி, சமண மரபில் பிறந்த 'வாக்தேவி' (சொற்களின் தலைவி)ஆவாள். இத்தெய்வத்தையே சிந்தாமணிக் காப்பியத்தில் 'நாமகள்' என்று திருத்தக்கத்தேவர் குறிக்கின்றார். சமண மரபிலிருந்து வைதீகத்தால் திருடப்பட்டு சரஸ்வதி (சரஸ் – பொய்கை: பொய்கையிலுள்ள வெள்ளைத் தாமரையில் வதிபவள்) எனப் பெயரிடப்பட்டு சைவக் கோயிலுக்குள் நுழைக்கப்பட்டாள்.

5. கோயில்களின் வழியாகச் சமூக உளவியலைத் தம் கட்டுக்குள் வைத்திருக்கக் கைக்கொண்ட மற்றொரு உத்தி, நந்தா விளக்கு வழிபாடாகும். தொல் திராவிட நாகரிகத்தின் குறியீடுகளில் ஒன்றான விளக்கு, பெண்களின் முதன்மையான ஆன்மீக வெளிப்பாடாகும். கோயில்களை அதிகாரத்தின் நிழல்களாக்கிய சோழ அரசு ஆன்மீகக் குறியீடான விளக்கினை ஒரு பண்பாட்டுக் கருவியாக மாற்றிற்று. கோயில்களில் கருவறையும், பிற தெய்வத் திருமேனிகளின் முன்னரும் 'அந்தியும் பகலும்' விளக்கெரிய வேண்டுமென்று ஒரு பொது நம்பிக்கை உருவாக்கப்பட்டது. கோயில் தேவரடியார் பணிகளில் குடவிளக்கு ஏந்திச் சுற்றிவருதலும் ஒன்றாக ஆக்கப்பட்டது. கோயில்களின் அளவும், தேவையும் கருதி விளக்குகளின் எண்ணிக்கை கூடிக்கொண்டே போயின. கோயிலுக்குள்ளே ஏற்றப்படும் விளக்குகள் 'நந்தா விளக்கு', 'நொந்தா விளக்கு', 'வாடா விளக்கு' எனப் பெயரிடப்பட்டது. கோயிலுக்கு விளக்கெரிக்க கொடையளிப்பது அறமாகக் கருதப்பட்டது.

முற்காலச் சோழர் காலத்தில் அரசு குடும்பத்தைச் சார்ந்த பெண்களே இப்பணியில் முன்னணி வகித்த செய்தியினைக் கல்வெட்டுகளிலிருந்து ஆ. வேலுப்பிள்ளை எடுத்து விளக்குகின்றார். "அரசி அல்லது அரசகுமாரி விளக்கு வைத்ததைக் கூறுவதாகப் பத்துச் சாசனங்கள் வரையிலே கிடைத்துள்ளன. முதலாம் ஆதித்தனோடு உடன்பிறந்த தங்கையான நங்கை வரகுண

பெருமானார், வாணர் குலத்துப் பிருதுவிபதி மகள் குந்தவையான வானமாதேவியார், அபராசிதவருமர் தேவியார் மாதேவியடிகள், பெரும்பிடுகு முத்தரையர் மணவாட்டி நங்கை தயாநிதியார், முதலாம் ஆதித்தனுடைய முதல் தேவி இளங்கோன் பிச்சி, முதலாம் ஆதித்தனுடைய இன்னொரு தேவி காடுபட்டிகள் தமர்மேத்தியார் திரிபுவன மாதேவி முதலியோர் அப்பெண்களுள் சிலர். முதலாம் ஆதித்தனுடைய வைப்பாட்டியான நங்கை சாத்த பெருமானாரும் விளக்கு வைத்துள்ளார். சிற்றரசனுடைய வைப்பாட்டியொருத்தி விளக்கு வைத்ததற்கும் சான்று உண்டு. அரசியாரின் தாய் விளக்கு வைத்ததைக் கூறும் சாசனங்கள் இரண்டு கிடைத்துள்ளன". (ஆ. வேலுப்பிள்ளை, சாசனமும் தமிழும் பக்.142 – 143) இவ்வாறு மனைக்கு விளக்காகிய பெண்கள் விளக்கேற்றும் அறத்தின் மூலமாக கோயிலின் கண்ணுக்குப் புலனாகாத அதிகாரத்தின் கீழ்க் கொண்டுவரப்பட்டனர். 'திருவிளக்குப் பூசை' என்ற பெயரில் இந்த அதிகாரம் இன்றுவரை தொடர்ந்து வருகின்றது.

திருவிளக்கு வழிபாடு அரசுருவாக்கத்திற்கு மற்றொரு வகையிலும் துணை செய்தது. ஒரு விளக்கிற்கு, நாள் ஒன்றிற்குத் தேவைப்படும் நெய் 'உழக்கு' என்ற அளவால் நிருணயிக்கப்பட்டது. இந்த நெய் அளக்கும் பொறுப்பிற்காக இடையர்களிடம் (மன்றாடிகளிடம்) விளக்கு ஒன்றிற்கு 32 பசு அல்லது 96 ஆடுகள் கொடுக்கப்பட வேண்டும் என்ற அளவும் நிருணயிக்கப்பட்டது. இந்தப் பசுக்களை அல்லது ஆடுகளைப் பேணும் பொறுப்புடைய இடையர்களுக்குக் கூலி எதுவும் தரப்படுவதில்லை. பெற்றுப் பெருக்கிய கால்நடைகளே அவர்களுக்கான ஆதாயமாகும். பிறவகை ஊதியமின்றிப் பணியாற்றியதால் இவர்கள் 'வெட்டிக்குடிகள்' என அழைக்கப்பட்டனர். அவர்கள் பெற்றுக்கொண்ட ஆட்டின் வகைக்கு, 'சாவா மூவாப் பேராடு' என்று பெயர். அதாவது, 96 என்ற எண்ணிக்கை குறையாமல் பார்த்துக்கொள்ள வேண்டும் என்பது அதன் பொருள்.

இதன் விளைவாக வேளாண்மைக்கான உரம் உற்பத்தி செய்யும் கால்நடை வளர்ப்பும், கால்நடை வளர்ப்போரும் அரசதிகாரத்தின் கீழ்க் கொண்டுவரப்பட்டனர். இவ்வகையில் தாராளமாகக் கிடைத்த பால், தயிர், நெய் ஆகியன கோயில்களில் தாராளமாகப் புழங்கப்பட்டன.

"பால் நெய் ஆடுவர் பாலைத் துறையரோ" (5:164:1)

என்றும்,

"ஆவினுக்கு அருங்கலம் அரன் அஞ்சு ஆடுதல்" (5:11:2)

என்றும் திருநாவுக்கரசர் மகிழ்ச்சியோடு குறிப்பிடுகின்றார். ‘ஆவினைந்து’ என்பதை வடமொழியில் ‘பஞ்ச கவ்வியம்’ என்று குறிப்பர். ஆக, ஒரு காலத்தில் பால், இறைச்சி ஆகியவற்றிற்கான உற்பத்திச் சாதியாய் விளங்கிய கால்நடை வளர்ப்போரை, அரசதிகாரம் கோயிலை முன்னிறுத்திச் சேவைச் சாதியாராக மாற்றியது.

விளக்கு வழிபாடு அரசின் கையில் வலிமையான கருவியாகும் என்பதனை வேறொரு வகையிலும் புரிந்துகொள்ளலாம். தொடக்க காலத்தில் தனிநபர்களின் வேண்டுதல்களாக கோயில்களில் விளக்குகள் ஏற்றப்பட்டன. அடுத்து வந்த காலத்தில் அரசனது வெற்றிக்காக (உடையார் ஸ்ரீ ராச ராஜதேவர் கோழிப் போரின் ஊத்தை அட்டாமல் கடவ... என்பது கல்வெட்டுத் தொடர்) திரு விளக்குகள் ஏற்றப்பட்டன. பின்னர், தனிநபர் குற்றங்களுக்குரிய தண்டனையாகவும், விளக்கேற்றுதல் ஊர்ச் சபையால் விதிக்கப்பட்டது.

கி.பி. ஏழாம் நூற்றாண்டின் தொடக்கம் முதல், பத்தாம் நூற்றாண்டின் இறுதிவரை தமிழகத்தில் வைணவத்தின் நிலைப்பாடு என்னவாக இருந்தது என்பதையும் நாம் கவனித்தாக வேண்டும். பல்லவ அரச மரபு, தமிழ் அரசாக எழுவதற்கு முந்தியவர்களே முதலாழ்வார்கள் மூவரும். இவர்கள் மூவரும் தொண்டை மண்டலப் பகுதியைச் சேர்ந்தவர்கள் என்பது குறிப்பிடத்தக்கது. இவர்கள் பாடல்களில் (பாசுரங்களில்) பல்லவ அரச மரபு பற்றிக் குறிப்பு ஏதும் இல்லை. மொத்தத்தில் ஆழ்வார்களின் பாசுரங்களில் இரண்டு கட்ட வளர்ச்சி நிலைகளையே நாம் பார்க்க முடிகிறது. ஒன்று – பாகவதக் கதைகளை (கிருஷ்ணாவதாரத்தின் ஆய்ப்பாடிக் கதைகளை) முன்னிறுத்திய முதற்கட்டமாகும். இரண்டாவது – இராமாயணம், மகாபாரதம் ஆகிய பெருங்கதையாடல்களை முன்வைத்த காலப் பகுதியாகும். மூன்றாவது – கீதை உரைத்த கண்ணனை முன்னிலைப்படுத்தியது 19 ஆம் நூற்றாண்டுப் பிராமணியமும் அதற்குப் பின்னர் வந்த சர்.பி. இராதாகிருஷ்ணனும் ஆவர். 12 ஆழ்வார்களின் பாசுரங்களிலும் கீதையைப் பற்றிய குறிப்பு, “மாயன் அன்று ஓதிய வாக்கு” எனத் திருமழிசை ஆழ்வாரின் ஒரே ஒரு பாசுரத்தில் மட்டுமே வருகின்றது என்பது நிகழ்கால ‘இந்துக்களுக்கு’ அதிர்ச்சியூட்டும் உண்மையாகும். சிவப்பிராமணர்களைப் போலவே வைணவ அர்ச்சனைப் பிரிவினராக ‘பட்டாச்சாரியர்களும்’ கலப்புச் சாதியினரே ஆவர். (இதனைப் பின்னர் விளக்கலாம்) ஆனால், (ஸ்மார்த்த) வைதீகம்

அதற்குள்ளும் வேலை செய்தது. தன் சாதி மேலாண்மையினை மறு உற்பத்தி செய்துகொண்டது.

வைணவக் கோயில்களின் கருவறையில் பூசனை செய்வோரில் ஒரு பிரிவினர், தங்களை 'வைகானசர்' எனக் கூறிக்கொண்டனர். அதாவது, தங்களை 'விகானஸ்' என்னும் முனிவர் (ரிஷி) மரபில் வந்தவர்கள் என்றும், தாங்கள் திருமாலைத் (விஷ்ணுவை) தவிர, வேறு கோலங்களைப் (மூர்த்தங்களை – திருமேனிகளை) பூசனை செய்யமாட்டோம் என்றும் வாதிட்டனர். இதன் உண்மையான பொருள் என்னவென்றால் 'ஆழ்வார்கள்' என்ற பெயரில் "கோயிலுக்கு உள்ளாக திருநிலைப்படுத்தப்பட்ட சந்நிதிகளை ஏற்றுக்கொள்ள மாட்டோம்" என்பதே ஆகும். பல்வேறு சாதிகளிலும் மனிதராகப் பிறந்து, திருமாலைப் பாடிப் புனிதராக மாறிய ஆழ்வார்களைச் சாதி மேலாண்மை உணர்வுடன் போற்ற மறுத்தது 'வைகானசம்' ஆகும். இவர்களுக்கு எதிராகக் கிளர்ந்தெழுந்து ஆழ்வார்களைக் 'கொண்டாடிய' மறுதரப்பினர் தங்களை 'பாஞ்சராத்ரிகள்' என அழைத்துக்கொண்டனர். இந்த முரண் இன்றுவரை மண உறவுகளிலும் நிலைத்து நிற்கின்றது என்பது குறிப்பிடத்தகுந்த செய்தியாகும். 'வைகானசம் முனிவர் வழிப்பட்டது, பாஞ்சராத்திரம் வேத வழிப்பட்டது' என்பதே வைணவர்களின் நம்பிக்கையாகும். பாஞ்சராத்திர ஆகமங்களை இறைவனே ஐந்து இரவுகளில் வெளிப்படுத்தி அருளினான் என்பது பாஞ்சராத்திரிகளின் நம்பிக்கையாகும்.

ஆனால் நடைமுறையில் பெறப்பட்ட உண்மை என்பது ஆழ்வார்களின் புனிதத்தை வைகாசனர் ஏற்றுக்கொள்ள மறுத்துவிட்டனர் என்பதேயாகும். அன்றைய அரசதிகாரம் அவர்களையே ஆதரித்திருக்க வேண்டும். இல்லையென்றால் பாஞ்சராத்திரப் பெரும்பான்மையரை எதிர்க்கும் தைரியம் அன்று சிறுபான்மையினருக்குக் கிடைத்திராது. பிராமணியத்திற்கு உள்ளும் வைதீகம், பிறப்பு வழி மேன்மையினைப் பேசி வருகின்றது என்பதால் தமிழ்நாட்டு வைணவக் கோயில்களில் இதுவே இன்றுவரை நடைமுறையில் உள்ளது.

வைகாசனப் பிராமணருக்கும், பாஞ்சராத்திரப் பிராமணருக்கும் இடையிலான மற்றொரு வேறுபாடு வைணவ முத்திரை (சமாச்ரயணம்) பெறுதல் ஆகும். ஒரு வைணவ ஆசாரியனை அணுகி, தீயில் சுடப்பட்ட சங்கு சக்கரப் பொறிகளை அவர் வழி இரண்டு தோள்களிலும் ஒரு வைணவன் பொறித்துக் கொள்ள வேண்டும். இந்தத் தீட்சையினைப் பாஞ்சராத்திர பிராமணர்கள் பெற்றுக்கொள்வர்.

> "தீயிற் பொலிகின்ற செஞ்சுடராழி
> திகழ்திருச் சக்கரத்தே நின்
> கோயிற் பொறியாலே ஒன்றுண்டு
> குடிகுடி ஆட்செய்கின்றோம்"
>
> (பெரியாழ்வார் திருமொழி திருப்பல்லாண்டு – 1:7)

என்பது பெரியாழ்வாரின் பாசுரம். ஆழ்வார்களையும் அவர்களது 'புனிதப்' பாசுரங்களையும் ஏற்றுக்கொள்ளாத வைகாசனப் பிராமணர்கள், மற்றவர்களை (அதாவது பாஞ்சராத்திரிகளையும், வைணவ தீட்சை பெறுகின்ற மற்ற சாதிக்காரர்களையும்) 'ராமானுஜ மதஸ்தார்' என்று குறைவாகவே குறிப்பிடுவார்.

சிவப் பிராமணர்களைப் போலவே வைணவப் பிராமணரும் கலப்புச் சாதியினராகவே உருவாகி இருக்கவேண்டும். பிராமணர்கள் கி.பி. ஏழாம் நூற்றாண்டளவிலேயே பிற சாதிகளில் பெண் கொண்டனர் என்றும், பிராமணப் பெண்களைப் பிற சாதியினர் மணந்து கொண்டனர் என்றும் சி. மீனாட்சி குறிப்பிடுகிறார். பேரா. ந. சுப்பிரமணியனும் இக்கருத்தை ஏற்றுக்கொள்கிறார். சமூக அடுக்குகளின்படி 'மேல்' சாதிப் பெண்ணைத் திருமணம் செய்வது 'பிரதிலோமம்' என்றும் வடசொற்களால் குறிக்கப்பட்டன. தமிழிலும் ஏனைய திராவிட மொழிகளிலும் கூட இந்த வழக்கத்தினைக் குறிக்கும் சொற்கள் இல்லை. எனவே, இந்த நடைமுறை, இடம்பெயர்ந்து வந்த பிராமணர்களாலேயே உருவாக்கப்பட்டிருக்க வேண்டும்.

பிரதிலோமத் திருமண உறவுகளால் தங்கள் மனித வளத்தைப் பெருக்கிக் கொண்ட பிராமணர் சாதிப்புனிதம் X சாதி இழிவு ஆகியவற்றை நிலைநிறுத்த மற்றொரு வேலையினைச் செய்தனர். வேள்விச் சாலையில் வேத மொழியினையும் கோயிற் கருவறைக்குள் வடமொழியினையும் அரசதிகாரத்தின் துணையோடு கொண்டு சென்ற பிராமணர்கள், தங்கள் வீட்டு மொழியாகச் சமஸ்கிருதத்தை (வடமொழியை)க் கொள்ளவில்லை. விளைநிலமும் மனையும் அளித்த பல்லவ, சோழ மன்னர்களை நோக்கி வடநாட்டிலிருந்து விரைவாக இடம் பெயர்ந்த பிராமணர்கள் தங்களுடன் பெண்கள் இன்றியே வந்தனர். எனவே, அவர்கள் வேறு வழியின்றித் தம்மிலும் 'தாழ்ந்த' சாதிப் பெண்களைத் திருமணம் செய்தபோது, சமஸ்கிருதம் வீட்டு மொழியாக விளங்க இயலாது போயிற்று. ஏனென்றால் தாய்மொழி என்பது அடுத்த தலைமுறையினருக்குப் பெண்களின் வழியாகவே கடத்தப்படுகின்றது. இதுவே, மொழியியல் அறிஞர்கள் ஏற்றுக்கொண்ட உண்மையாகும். சமஸ்கிருதம் பிராமணர்களுக்குத் தாய்மொழியாகவும், வீட்டு மொழியாகவும் விளங்க இயலாமற்

போனதற்கும் இதுவே காரணம். அதுமட்டுமன்று. பிராமணர்கள் சாதி ஆதிக்க உணர்வோடும் ஆணாதிக்க உணர்வோடும் பெண்களுக்குச் சமஸ்கிருதக் கல்வியைத் தர மறுத்தனர். 'மேல்சாதி' உணர்வும் 'ஆணாதிக்க' உணர்வும் சேர்ந்த காரணத்தால் 19 ஆம் நூற்றாண்டின் இறுதிவரை பிராமணப் பெண்களுக்கு சமஸ்கிருதக் கல்வி மறுக்கப்பட்டிருந்தது. பதினான்காம் நூற்றாண்டைச் சேர்ந்த மணவாள மாமுனிகள் தனது 'முமுட்சுப்படி' உரை முன்னுரையில் "ஸ்ரீய:பதிப்படி உபயதோஷமுமின்றிக்கேயிருந்தாகிலும் ஸமஸ்கிருத வாக்ய பஹுளமாகையாலே பெண்ணுக்கும் பேதைக்கும் அதிகரிக்கப் போகாமையாலும்" என்று குறிப்பிடுகிறார். இதன்படி பேதைகளைப் போலவே பெண்களும் சமஸ்கிருதக் கல்விக்குத் தகுதியற்றவர்கள் என்று பிராமணர்கள் கருதியது தெரிய வருகின்றது.

வேதப் புனிதத்தைப் போலவே சமஸ்கிருதப் புனிதத்தையும் கொண்டாடிய காரணத்தால் முதலில் இடம்பெயர்ந்த பிராமணர்கள் தமிழ்ப் பாடல்களைப் பாடிய ஆழ்வார்களை ஏற்றுக்கொள்ளவில்லை. ஆனால், பின்வந்த பிராமணர்கள் கோயிலுக்குள் ஆழ்வார்திரு மேனிகளைக் (மூர்த்தங்களை) கொண்டுவந்தபோது அவர்களின் எண்ணிக்கை வலிமை கருதி 'வைகானசர்' அதனை ஏற்றுக்கொண்டு ஒரே கோயிலுக்குள் ஆழ்வார் சந்நிதிகளில் பாஞ்சராத்திரப் பிராமணரைப் பூசனை செய்ய அனுமதித்தனர். கி.பி. ஒன்பதாம், பத்தாம் நூற்றாண்டுகளில் சோழ அரசு பேரரசாக உருவெடுத்தபோது வைணவக் கோயில்கள் பெரும்பாலும் வைகானசம் சார்ந்தே அமைக்கப்பட்டன. பாண்டி நாட்டில் தாமிரவருணிக்கரைக் கோயில்களில் பெரும்பான்மையானவை வைகானசக் கோயில்களே.

வைகாசனம் X பாஞ்சராத்திரம் என்ற முரண்பாட்டினை அரசுருவாக்கப் பின்னணியில் நாம் புரிந்துகொண்டாக வேண்டும். தமிழ்நாட்டில் நிலை கொண்ட அரசதிகாரம் ஆழ்வார்களின் பாசுரங்களின் வழியே 'பாகவத மதம்' என்று மாடுமேய்க்கின்ற இடைச்சாதிப் பிறப்புடைய 'கிருஷ்ணனை' அரசதிகாரம் கொண் டாடத் தயங்கியது. இது இயற்கையே. எனவே, பல்லவர் காலத்துக் கோயில்களிலும் பின்னர் சோழர் காலத்துக் கோயில்களிலும் 'அரசப் பிறப்புடைய' திருமாலின் திருமேனிகளே கரண்ட மகுடத்துடன் (அரசத் திருமுடிகளுடன்) வடிக்கப்பட்டன. திருமகள், நிலமகள் என்னும் இரு மனைவியருடன் இடுப்பில் நாந்தகம் என்னும் வாளும், காலடியில் கதையும், தலையில் கரண்ட மகுடமும் உடைய இந்தக் கோலமே அரசதிகாரத்துடன் பொருந்தி நிற்பதாகும்.

தொடக்க காலப் பல்லவர் செப்பேடுகள் அனைத்துமே வைகாசனர்களைக் குறிப்பிடுவதால், அவர்களே முதலில்

தமிழகத்துக்குள் வந்த பிராமணர்களாக இருத்தல் வேண்டும். எனவே, பாகவதக் கதைகளைப் பாடும் பாசுரங்களை வைகாசனர் பின்னுக்குத் தள்ளியதில் வியப்பில்லை. மற்றொன்றையும் இங்கே குறிப்பிட வேண்டும். ஆழ்வார் பாசுரங்களில் இருந்து பாகவதக் கதைகளைப் பாடும் அதே நேரத்தில், வடமொழிப் புராணங்களில் இருந்தும் அவர்கள் செய்திகளைப் பதிவு செய்தனர். இந்தப் பதிவு பெரியாழ்வார், ஆண்டாள், தொண்டரடிப் பொடியாழ்வார் ஆகிய பிராமணக் குலத்தில் பிறந்த ஆழ்வார்களின் பாசுரங்களில் நிறையவே உண்டு. வடமொழிப் புராணங்களின்படி கருடனின் தாயான விநதை என்பவளை அவளது சகக்களத்தி வெயிலில் நிறுத்திக் கொடுமை செய்தபோது அவன் தன் தாய்க்குத் தன் சிறகுகளால் நிழல் தருகிறான். இந்தக் கதையினை ஆண்டாள் 'விந்தை சிறுவன்' என்று கருடனைக் குறிப்பிடுவதன் மூலம் தமிழில் பதிவு செய்கிறார். இராமானுசர்க்கும் தென்கலை என்ற பெயரில் சாதி இறுக்கம் நெகிழ்வு பெறுவதற்கும் முன்னரே வைதீகம் தன்னை வைணவத்திற்குள் நிலை நிறுத்திக்கொண்டது என்பதே இதன் வழி நாம் கண்டுணரும் வரலாற்று உண்மையாகும்.

ஒரு பேரரசு உருவாகின்றபோது அதற்குச் சார்பான தத்துவ அமைப்பொன்றும் உருவாக வேண்டும். ஆயுத பலத்தின் வழியாகப் பெற்ற அதிகாரமும் உடைமைகளும், சமூகத்தை மேல்கீழ் அடுக்குகளாகப் பிரித்து வைக்கும். பாதிக்கப்பட்ட மக்கட் சமூகம் இந்தப் பிரிவினைகளை எதிர்ப்பின்றி ஏற்றுக்கொள்ளுமாறு மறுதரப்பில் சமயம் சார்ந்த சிந்தனை ஒன்று சமூக உளவியலை வடிவமைத்தாக வேண்டும். சோழ அரசு ஒரு பேரரசாக உருவாகும்போது அந்தப் பணியினைத் தமிழ்நாட்டில் சைவ சமயம் திறம்படச் செய்தது என்பதனைப் பேரா. க. கைலாசபதி 'பேரரசும் பெருந்தத்துவமும்' என்ற கட்டுரையில் எடுத்துக்காட்டியுள்ளார்.

சைவம் என்ற சொல், பல விரிந்த கூட்டமைப்புகளை உள்ளடக்கிய ஒரு பெயராகும். 'சைவம் என்பது சிவசம்பந்தமானது' என்னும் கருத்தினை கி.பி. பத்தாம் நூற்றாண்டில் எழுந்த திருமந்திரமே முதலில் முன்வைத்தது. இன்று நடைமுறையிலுள்ளதாகச் 'சொல்லப்பெறும்' சித்தாந்த சைவமானது திருமந்திரத்தை ஒரு தத்துவ (சாத்திர) நூலாக ஏற்காமல் வழிபாட்டு (தோத்திர) நூலாக மட்டுமே கொண்டுள்ளது. இது பண்பாட்டினை முன்னிறுத்தும் ஆய்வாளர்களுக்கு அதிர்ச்சியூட்டும் ஒரு செயலாகும். சோழப் பேரரசுருவாக்கத்துக்குத் துணை நின்றது, திருமூலருக்கு முந்திய சைவ நெறிகளோ, மெய்கண்டார் எடுத்துரைத்த சைவசித்தாந்தமோ அல்ல. உண்மையில், அன்றிருந்த சைவப் பிரிவுகளில் ஒன்றாக லகுலீச பாசுபதத்தினை முன்னிறுத்திக்கொண்டு வைதீகமே (வேதத்

தலைமையும் பிராமண மேலாண்மையும்) சோழ அரசின் ஆக்கத்துக்குத் துணையாக நின்றன. இனி இந்தக் கதையினை விரிவாகக் காணலாம்.

'சைவம்' என்ற சொல்லுக்கு இன்று எளிய மக்கள் இயல்பாகக் கொள்ளும் பொருள் 'புலால் தவிர்த்த ஓர் உணவுப் பழக்கம்' என்பதே. அவர்களுக்கு அது ஒரு சமயப் பிரிவின் பெயர் என்பது தெரியாது. எப்படி 'மிதிலை' 'மைதிலி' ஆகியதோ அப்படித்தான் 'சிவம்', 'சைவம்' ஆகியது. புலால் தவிர்த்த உணவு நன்செய் அல்லது புன்செய் நிலத்திலிருந்து கிடைக்கும் உணவு (செய்+அம் செய்வம் – சைவம்) இப்படி சிவனை வழிபடுபவர்களுக்கும், புலால் தவிர்த்தவர்களுக்கும் ஒரே வார்த்தை அமைந்தது தற்செயலானதே. அதைப் பின்வந்தவர்கள் சாதகமாகப் பயன்படுத்திக் கொண்டனர் சைவர்கள் அல்லது வைணவப் பிராமணரும் ஸ்மார்த்த பிராமணரும் கொள்கையளவில் புலால் உணவை நீக்கியவர்களே ஆவர். ஆனாலும், புலால் உண்ணாத வழக்கம் சைவர்களுக்கு மட்டுமே உரிமையுடையது. மக்கள் எவ்வாறு ஏற்றுக்கொண்டனர் என்பது விவாதத்துக்குரிய ஒரு செய்தியாகும். ஏனென்றால், 'கொல்லாமை' அறத்தொடு 'புலால் உண்ணாமை' என்னும் கோட்பாட்டினை உலகில் முதன்முறையாக முன்வைத்த மதம் 'சமண'மே ஆகும். 'கொல்லான், புலான் மறுத்தானை' என்று வள்ளுவர் பௌத்த சமணர்களின் ஒழுக்கங்களைப் பேசித் தன் சமணச் சார்பினை வெளிப்படுத்தியுள்ளார். பௌத்தர்கள் இன்றுவரை 'இறந்த' உயிர்களை உண்பது தவறன்று என்ற போர்வையில் புலால் உணவினை ஏற்றுக் கொள்கின்றனர்.

மீன் கடைகளிலும் இறந்த மீன்களையே விலைக்கு வாங்குகின்றனர். பௌத்தவியல் அறிஞரான இராகுல சாங்கிருத்யாயன், 'உயிர்த் துடிப்பற்றுவிட்ட மீன்'களை வாங்கி வருமாறு பௌத்தத் துறவிகள் தங்களின் பணியாளர்களை ஏவியதைக் குறிப்பிடுகின்றார். இந்தப் பின்னணியில் 'கொல்லான் புலால் மறுத்தானைக் கைகூப்பி எல்லா உயிரும் தொழும்' என்ற குறட்பா பௌத்தத்துக்கு எதிரான கண்டனக் குரல் என்று உணர்ந்துகொள்ளலாம். எனவே, 'புலால் நீக்கிய உணவுப் பழக்கம்' சமணருடையதே என்பதில் ஐயமில்லை. சைவம் செழித்த யாழ்ப்பாணத்தில் இன்றளவும் புலால் நீக்கிய உணவினை 'ஆரத உணவு' என்றே குறிப்பிடுகின்றனர். ஆரத என்பது சமண இல்லறத்தாரைக் குறிப்பிடும். 'ஆருகதர்' என்பதன் திரிபாகும். எனவே, புலால் நீக்கிய உணவு என்ற கோட்பாட்டினையும் நடைமுறையினையும் கொண்டுவந்தவர் சமணரே என்பது வரலாற்று உண்மையாகும்.

வேதகாலப் பிராமணர் வேள்விச் சடங்கினையே முன்னிலைப்படுத்தினர். தனியொரு கடவுட் கோட்பாடோ (monism or monotheism) உருவவழிபாடோ அவர்களுக்குக் கிடையாது. வேள்வியில் பசு உள்ளிட்ட அனைத்து விலங்குகளையும் அவர்கள் பலியிட்டனர். நரபலியும் (மனித உயிர் பலியும்) கொடுத்தனர் என்பதற்கு வேதத்திலுள்ள 'சுனட்சேபன் கதை' தெளிவான சான்றாகும்.

கி.மு. ஆறாம் நூற்றாண்டில் பிறந்த சமணமே கொல்லாமை என்னும் வழக்கத்தினையும் உருவாக்கியது என்பதில் ஐயமில்லை. (கள்ளும் கறியும் உண்ட அந்தணப் புலவராக சங்க இலக்கியத்தில் பாரியின் தோழர் கபிலரைப் பார்க்கலாம்). பிராமணர்கள் தமிழகத்துக்குள் நுழையும் (கி.பி. மூன்றாம் நூற்றாண்டுக்கு) முன்னரே சமணர்களின் புலால் உண்ணாத வழக்கத்தைத் தமதாக்கிக் கொண்டனர். எல்லா அதிகார நகர்வுகளும் தமதாக்கம் (Assimilation) என்பதை ஓர் உத்தியாகக் கொள்வதை வரலாறு நெடுகிலும் காணமுடிகிறது. தன்னை வன்மையாக எதிர்க்கும் ஒரு நாடு அல்லது குடி அல்லது குலத்தில் இருந்த அரசர்கள் பெண் கொள்ளுவது இந்த உத்தியின் பாற்பட்டதேயாகும்.

தேவார காலத்திற்குச் சற்று முன்னரே தமிழ்நாட்டில் பாசுபதர், காபாலிகர், காளாமுகர் ஆகியோர் இருந்துள்ளனர். கிறித்துவுக்குச் சற்றுப் பின்னர் காசுமீரத்தில் ஸ்ரீகண்டர் என்பவர் சைவசித்தாந்தத்தை விரிவுபடுத்தினார். இவரது மாணவர், 'லகுலீசர்' என்பவர் இந்தச் சித்தாந்தத்தை மேலும் செழுமைப்படுத்தி 'சோம சித்தாந்தம்' என்னும் தத்துவத்தை முன்னிலைப்படுத்தினார். தமிழ்நாட்டிற்குள் வந்த பாசுபதரும், காளாமுகரும் காபாலிகரும் சோம சித்தாந்தத்தை (ஸ+உமா=சோமா) ஏற்றுக் கொண்டவர்களே. அவர்களிலும் காபாலிகர் எப்பொழுதும் பெண்களுடன் (காபாலினிகளுடன்) சுற்றித் திரிந்ததனை, முதலாம் மகேந்திர வர்மனின் 'மத்தவிலாசம்' என்னும் அங்கத நாடகம் பதிவு செய்துள்ளது. சோம சித்தாந்தத்தை மனத்தில் கொண்டு நாடகத்தில் வரும் காபாலிகனுக்கு 'சத்யசோமோ' என்றும், காபாலினிக்கு 'தேவசோமோ' என்றும் பெயரிட்டுள்ளார் நாடகாசிரியர்.

பாசுபதர், காபாலிகர், காளாமுகர், லகுலீச பாசுபதர் ஆகியோரைப் பற்றிய விரிவான இலக்கியப் பதிவுகளோ கல்வெட்டு, சிற்பச் சான்றுகளோ நமக்குக் கிடைக்கவில்லை. ஒன்றிரண்டு குறிப்புகள் மட்டுமே கிடைக்கின்றன.

மா. இராசமாணிக்கனார் லகுலீச பாசுபதரையே 'காளாமுகர்' என்று குறிப்பிடுகின்றார். (பல்லவர் வரலாறு பக். 273)

தொடக்க காலப் பாசுபதரும், காபாலிகரைப்போல குருதிப்பலி கொடுத்தவர்களே. சோமசித்தாந்தத்தின் சார்புடையவராகக் காணப்பட்டாலும் அவர்கள் லிங்க வழிபாட்டினர். சிவலிங்கத்தின் ஐந்து முகங்களான அகோரம் (தெற்கு நோக்கியது). சத்தியோஜாதம் (மேற்கு நோக்கியது), வாமம் (வடகிழக்கு நோக்கியது), தத்புருஷம் (கிழக்கு நோக்கியது), ஈசானம் (வடகிழக்கு நோக்கியது) ஆகிய ஐந்தில் ஈசான முகத்தையே முன்னிலையாகக் கொண்டாடுபவர்கள். சென்னைக்கருகில், தமிழக எல்லையை ஒட்டிய ஆந்திரப் பகுதியில் 'குடிமல்லம்' என்னும் இடத்தில் காணப்படும் சிவலிங்கமே தமிழகத்தில் கிடைத்துள்ளவற்றில் பழமையானது. இந்தச் சிவலிங்கத்தில் லிங்கக்குறியின் நடுபகுதியில் குடைந்து ஒரு மனித உருவம் செய்யப்பெற்றுள்ளது. இந்த வடிவமே பிற்காலத்தில் சிவன் கோயில் கருவறையின் மேற்குப்புற வெளிச்சுவரின் 'லிங்கோற்பவர்' என்ற பெயரில் காணப்படுவதாகும். குடிமல்லம் சிவலிங்கம் கி.பி. இரண்டாம் நூற்றாண்டைச் சேர்ந்தது என்றும் லகுலீச பாசுபதர்க்கு உரியது என்றும் தொல்லியல் அறிஞர்கள் கருத்துரைக்கின்றனர். மதுரை மாவட்டம், 'அரிட்டாபட்டி மலை' குடைவரைக் கோயிலில் வெளிப்புறச் சுவரில் காணப்படும் உருவம் லகுலீசர்தான் என்று ஐ.கே. சர்மா குறிப்பிடுகின்றார். இந்தக் குடைவரையின் காலம் கி.பி. எட்டாம் நூற்றாண்டாகும். அதாவது, அப்பர் சம்பந்தரின் தேவார காலத்துக்குப் பிந்தியதாகும். எனவே, தேவார காலத்திற்கு முன்னும் பின்னும் தமிழ்நாட்டில் லகுலீச பாசுபதமே செல்வாக்குப் பெற்றிருந்தது எனத் தெரிகிறது.

தஞ்சைப் பெருங்கோயில் அரசதிகாரத்தின் முதன்மையான வெளிப்பாடு என்பதை முன்னர் கண்டோம். அது லகுலீச பாசுபதரின் கொள்கைப்படி கட்டப்பட்டது. கருவறை சிவலிங்கம் தத்புருஷமாக அமைய, உட்சுற்றின் மூன்று பகுதிகளில் அகோரசிவம், சத்தியோஜாதம், வாமசிவம் ஆகிய லிங்கங்கள் அமைக்கப்பட்டுள்ளன. உட்கூடாக அமைந்த விமானத்தையே ஈசானம் என்கின்றனர்.

முதலாம் இராசராசனின் சைவாசிரியரின் பெயர் 'தர்மசிவ பண்டிதர்' என்றும் முதலாம் இராசேந்திரனின் சைவாசிரியரின் பெயர் 'ஈசானசிவ பண்டிதர்' என்றும் கல்வெட்டுக் குறிப்புகளால் அறிகிறோம். இந்தக் கோயிலில் முதலாம் இராசேந்திரனின் மனைவி இலாடமாதேவி, 'பாசுபதமூர்த்தி' படிமம் ஒன்று எடுப்பித்ததை மற்றொரு கல்வெட்டு கூறுகின்றது. இந்தக் கோயிலில் தேவாரத் திருப்பதியம் பாட நியமிக்கப்பட்ட 48 பேருக்கு சிவதீக்கைப் பெயர்கள் (தீட்சா நாமங்கள்) தரப்பட்டுள்ளன. இந்தப் பெயர்கள்

அனைத்தும் அகோரசிவன், வாமசிவன், தத்புருஷசிவன், ஈசானசிவன் என்றவாறு பாசுபத சைவத்தைச் சுட்டுவனவாகவே உள்ளன. இந்தப் பெயர்கள் எதுவும் தமிழ்ப் பெயராக இல்லை என்பது குறிப்பிடத்தக்கது. இந்தப் பெயர் வழக்குகளோடு விஜயாலயன் தொடங்கி மூன்றாம் இராசராசன்வரை சோழ அரசர்கள் யாரும் தமிழ்ப்பெயர் கொண்டிருக்கவில்லை என்பதையும் இங்கே நினைவில் கொள்ள வேண்டும்.

நாம் விடை காணவேண்டிய கேள்வி, அரசுருவாக்கத்துக்குத் துணையாகப் பாசுபதம் எவ்வாறு எந்தச் சக்தியால் தகவமைக்கப் பட்டது என்பதே. தொடக்ககாலப் பாசுபதர் சுடுகாட்டை வாழ்விடமாகக் கொண்டவர். "சிவகணங்களைக் குளிரச் செய்ய மக்களைப் பலியிடல், இறந்தவர் இறைச்சியைப் படைத்தல் முதலியவற்றில் நம்பிக்கை கொண்டிருந்தனர்" என்பார் மா. இராசமாணிக்கனார் (பல்லவர் வரலாறு, பக்.273). ஆனால் அரசின் சார்பாக எழுந்த சைவக் கோயில்கள் குருதிப்பலியில் இருந்தும், புலால் உணவில் இருந்தும் தங்களை முற்றாக விலக்கிக்கொண்டன. இவை இரண்டும் 'சாதிமேன்மையின்' சின்னங்களாக இன்றுவரை வைதீகத்தால் கொண்டாடப் பெறுகின்றன. அதுபோலவே தொடக்க காலச் சைவர்கள் கோயில்களின் (பல்லவர்களின் சில கோயில்கள் விதிவிலக்கானவை) கருவறையில் லிங்கம் இராசராசனுக்குப் பின்னரே உருவாயின. காபாலிகரின் (பெண்ணுடன் கூடிய) சோமசித்தாந்தம் லிங்க வழிபாட்டின் ஆணாதிக்கத் தன்மையினால் கைவிடப்பட்டிருக்க வேண்டும். ஸ்மார்த்தப் பிராமணராக வேள்விச்சாலைப் பணியில் இருந்துகொண்டே பிராமணர்களின் ஒரு பிரிவினர் கோயிற் கருவறையினைப் பெற்றபோதே இந்தக் 'கைவிடல்' நடைபெற்றிருக்க வேண்டும். கருவறை வெளி பிராமணர்களின் முற்றுரிமை ஆக்கப்பட்டபோதே கருவறைக்குள் வடமொழியே அருச்சனை மொழியாயிற்று. அரசதிகாரம் 'வெளி'யினை வரையறுத்தபோது ஸ்மார்த்தம் (வைதீகம்) கருவறைக்குள் வடமொழியினை நுழைத்தது. தமிழ்மொழியினை அப்புறப்படுத்தியது. கோயில்களில் தேவாரத் திருப்பதிகங்கள் கருவறைக்கு வெளியிலிருந்தே விண்ணப்பம் செய்யப்பட்டன. (இன்றுவரை திருப்பதிகங்களின் நிலை அதுதான். பாவம், சைவர்கள்!)

எழுந்து வந்த காலத்திலேயே பாண்டிய சோழ அரசதிகாரங்கள் (ஸ்மார்த்தர் தலைமையேற்ற) வைதீகத்தோடு பண்பாட்டுச் சமரசம் செய்துகொண்டன. பாசுபதர்களின் ஒரு பிரிவான லகுலீச பாசுபதர் புலால் உணவைக் கைவிட்டனர். மாறாக அரசனின் குருமார்கள் (ஆசாரியார்கள்) எனும் தகுதியைத் தக்கவைத்துக் கொண்டனர்.

சோமசித்தாந்தம் புறக்கணிக்கப்பட்டு பெண்ணின் பாலினத் தாழ்வு கோயிலுக்குள் நிலைநிறுத்தப்பட்டது. 'புலால் உணவு நீக்கம்' என்னும் நெறியைக் கைக்கொண்ட பிறகும் பைரவ வழிபாட்டைப் பாசுபதம் கைவிடவில்லை. தமிழகத்தில் பாசுபத நெறியின் உச்சக்கட்ட வெளிப்பாடுகளில் ஒன்று சிறுத்தொண்டர் கதை ஆகும். பைரவவேடம் தாங்கி வந்த சிவபெருமானுக்காக அவரது ஆணையின்படி, தன் ஒரே மகன் சீராளன் என்னும் சிறுவனைத் தாய் திருவெண்காட்டு நங்கை பிடித்துக்கொள்ள, தந்தை – தாய் இருவருமாகப் பிள்ளையை அரிந்து கறி சமைத்துப் படைத்த கதை இது. ஸ்மார்த்தர்கள் கற்கோயிற் கருவறைக்குள் சிவப் பிராமணராகி நுழைந்தபின் கோயில்கள் புலால் நீக்கம் செய்துகொண்டாலும் தஞ்சைப் பெருங்கோயிலில் சிறுத்தொண்டர், திருவெண்காட்டு நங்கை, சீராளதேவர் ஆகியோர்க்குத் திருமேனிகள் வழிபடு படிமங்களாக நிலைநிறுத்தப்பட்ட செய்தியினைக் கல்வெட்டால் அறிகின்றோம். பிற்காலச் சைவம் சிறுத்தொண்டரை மட்டும் ஏற்றுக்கொண்டு சீராளதேவர் வழிபாட்டைக் கைவிட்டுவிட்டது. ஆனால், சிறுத்தொண்டர் கதையும் சீராளன் வழிபாடும் இன்றுவரை தஞ்சை மாவட்டத்தில் நாட்டார் தெய்வ வழிபாட்டில் இடம் பெற்றுள்ளன.

கி.பி. ஒன்பதாம் நூற்றாண்டின் நடுப்பகுதியில் தொடங்கிய கோயில் கலாச்சாரம், பத்தாம் நூற்றாண்டின் இறுதிக்குள் பல்லவ, சோழ, பாண்டிய நாடுகளிலும் வைதீக ஸ்மார்த்தத்திற்குத் தன்னை இரையாக்கிக் கொண்டது. பக்தி இயக்கத்தின் மீது வைதீகம் முழுமையாக வெற்றி பெற்றதற்கு தஞ்சைப் பெரியகோயில் ஓர் அடையாளமாகும். அடுத்து வந்த மூன்று நூற்றாண்டுகளில் (கி.பி.1000-1300) ஆற்று நீரைக் கால்வாய்வழிப் பெறும் விளைநிலங்களும், குளத்து நீரைப் பாசனமாகப் பெறும் நிலங்களும் நேரிடையாகவும், மறைமுகமாகவும் கோயிலுக்கே உரிமையாயின. 'கிராமம்' என்ற பெயரிலும் 'அகரம்' என்ற பெயரிலும் 'பிரம்மதேயம்', 'சதுர்வேதி மங்கலம்' என்ற பெயர்களிலும் வேதப் பிராமணர்களுக்குக் குடியிருப்பு மனைகளும் விளைநிலங்களும் பகிர்ந்தளிக்கப்பட்டன. செக்காட்டுவோர், தறி நெசவு செய்வோர், தோட்டப்பயிறு செய்வோர், சலவைத் தொழிலாளர், மருத்துவர், கால்நடை வளர்ப்போர் ஆகிய பிராமணரல்லாதார் மீது கடுமையான வரிகள் விதிக்கப்பட்டன.

"வேளாண் வளர்ச்சியின் விளைவாகக் கோயில் உருவாகி அவற்றுக்கு நிலம் போன்ற நிலைத்த உடைமைகள் உண்டான பின்னர்தான், பிராமணர் கோயில்களோடு இணைந்து, அவற்றின்

வழிக் கிடைக்கின்ற பயன்களைத் துய்க்குமாறு முழுக்காலக் கோயில் பணியாளர்களானார்கள்" என்று குறிப்பிடும் மே.து. ராசுக்குமார், "சிறு உழவர்களிடமிருந்து நிலங்கள் பறிக்கப்பட்டுப் பிராமணர்களுக்கு வழங்கப்பட்டதால் எதிர்ப்புணர்வுகளும், கசப்புணர்வுகளும் இருந்து வந்தன. அத்துடன் அவர்கள் உள்ளூரில் வரவேற்கப்படவுமில்லை" என்று மேலும் விளக்குகின்றார் (சோழர்கால நிலவுடைமைப் பின்புலத்தில் கோயில் பொருளியல், பக்:211-212). சோழர் ஆட்சியின் கடைசிப் பகுதிகளில் உழுகுடிகள் கலகம் செய்யத் தொடங்கியதற்கு மகேந்திரச் சதுர்வேதி மங்கலத்துக் கல்வெட்டே சான்றாகும். இக்காலகட்டத்தில்தான் கோயில் பொருளாதாரம் (Temple Economy) சிதையத் தொடங்கியது. கோயில் பொருளாதாரம் சிதையத் தொடங்கிய காலத்தில்தான் தமிழ்நாட்டில் சித்தர் இயக்கம் தோன்றியது. தமிழ்நாட்டில் சித்தர் இயக்கம் மூன்று நிலைகளில் கால் கொண்டது. வேத எதிர்ப்பு, புலால் உணவு எதிர்ப்பு, கோயில் எதிர்ப்பு என்பவையே அந்த மூன்றுமாகும்.

"சாத்திரங்கள் ஓதுகின்ற சட்டநாத பட்டரே!
வேர்த்து இரைப்பு வந்தபோது
வேதம் வந்து உதவுமோ" (13)

"மீனிறைச்சி தின்றதில்லை அன்றும் மின்றும் வேதியர்
மீனருக்கும் நீரலோ மூழ்வதும் குடிப்பதும்" (157)

"கோயிலாவது ஏதடா குளங்களாவது ஏதடா"
(சிவவாக்கியர்.34)

என்பன போன்ற சித்தர் பாடல்களே இதற்கு உதாரணங்களாகும். அந்தக் காலப்பகுதியில் நிலைபெற்றுவிட்ட அதிகார நிறுவனங்களாக வேதம், பார்ப்பனர், கோயில் ஆகியவற்றை எதிர்த்தே சித்தர் மரபினர் கலகம் செய்யத் தொடங்கினர். சித்தர்களில் பெரும்பாலோர் எளிய மக்களின் மருத்துவர்களாக விளங்கியிருக்கின்றனர். இதுவே சித்தர் மரபின் பரவலுக்கும், செல்வாக்கிற்கும் காரணமாயிற்று. சாதி அடுக்கு முறையினை (அந்தக் காலத்தில் தத்துவார்த்த ரீதியிலாவது) இராமானுசருக்குப் பின்னர் வந்த வைணவம் ஏற்றுக் கொள்ள மறுத்தது. எனவே சித்தர்களின் கலக மரபு சைவத்திற்கு உள்ளிருந்தே தொடங்கியது. சோழப் பேரரசு சைவத்தையே தன்னுடைய அரசமதமாகக் கொண்டிருந்தது. எனவே அரசதிகார எதிர்ப்பு என்பது சித்தர்களின் மரபில் சைவத்திற்கு உள்ளிருந்தே தோன்றியது. இது தவிர்க்க இயலாது ஒரு முரண்பாடாகும்.

பண்பாட்டு வரலாற்றில் விடை காண முடியாதவாறு நமக்கு எஞ்சி நிற்கின்ற ஒரு கேள்வி, சித்தர்கள் புலால் உணவு உண்டார்களா?

 நற்றிணை பதிப்பகம் ❖ 41

இல்லையா? என்பதாகும். சோழ அரசர்களின் காலத்தில் நிலை பெற்றுவிட்ட புலால் உண்ணாமை வழக்கத்தினைப் பெரும்பாலான சித்தர்கள் ஏற்றுக்கொண்டனர். எனவேதான் 'ஜீவன்' என்னும் உயிர்ப் பொருளினை (உயிரினங்களின் கொம்பு, ஈரல் போன்ற பொருட்களை) சித்தர் மரபு தத்துவ மரபில் ஏற்றுக்கொள்ளத் தயங்கியது. ஆனால், மருத்துவச் சித்தர்கள் அவற்றை ஏற்றுக்கொண்டனர். இந்தப் பண்பாட்டு மாற்றம் குறிப்பிடத்தக்க ஒன்றாகும். அவர்கள் வடநாட்டில் பிறந்த வளர்ந்த 'நாத சித்த மரபினை' (சம்பிரதாயத்தை) ஏற்றுக்கொண்டு ஒரு வகையான யோக நெறியினை முன்வைத்தனர். 'கோரக்க நாகர்' என்னும் சித்தரை இவர்கள் தங்கள் சம்பிரதாய முதல்வராக முன் நிறுத்தினர். அரசதிகாரத்திற்கு எதிராகத் துறவுச் சித்தர்களின் பள்ளிப்படையினைக் (சமாதியினை) கோயில் வழிபாட்டிற்கு எதிராக இவர்கள் வழிபடத் தொடங்கினர். சமணத் துறவிகளின் மலைக் குகைகள் 'அதிட்டானம்' எனக் கல்வெட்டுகளில் குறிக்கப்படுகின்றன. இவர்களோ துறவிகளின் சமாதிகளை 'அதிஷ்டானம்' என அழைக்கத் தொடங்கினர். அவற்றை வழிபடவும் செய்தனர்.

சோழர் ஆட்சியின் வீழ்ச்சிக்குப் பின் பிறந்த சைவப் பெருமடங்கள் நாத சம்பிரதாயத்தோடு பண்பாட்டுச் சமரசம் செய்துகொண்டன. சோழ அரசின் வீழ்ச்சியோடு கோயில்களில் வேள்வி செய்யும் ஸ்மார்த்தப் பிராமணர்களின் அதிகாரம் குறைந்து அர்ச்சனை செய்யும் சிவப்பிராமணர் அதிகாரம் கூடியது. வேறு வகையில் சொல்லுவதானால் சைவம் வேதத்தைப் பின்னுக்குத் தள்ளிவிட்டு ஆகமங்களை முன்னுக்கு நிறுத்தியது. இதன் வழி கோயில் ஆட்சியதிகாரத்தில் வைதீகப் பிராமணர்களின் அதிகாரக் கட்டமைப்பு தளர்ந்து வேளாளர்களின் அதிகாரம் பெருகியது. கோயில் நிலங்கள் அனைத்தும் வேளாளர்களால் மேற்பார்வை செய்யப்பட்டதே இதற்குக் காரணமாகும். வைதீகத்தைப் பிராமணர்கள் ஓர் அதிகாரமாகக் கட்டமைத்தது போல வேளாளர்கள் மெய்கண்டாரின் சித்தாந்தச் சைவத்தை முன்நிறுத்தி சைவம் என்ற அதிகாரத்தை உருவாக்கினர். ஆனால் சித்தாந்தச் சைவம் வேதத்தின் மேலாண்மையிலிருந்து வடமொழியின் செல்வாக்கிலிருந்தும் விடுபட இயலாமல் தத்தளித்தது. பதி, பசு, பாசம், தனு, கரணம், புவனம், போகம், என தத்துவக்கலைச் சொற்களெல்லாம் வட மொழியில்தான் அமைந்தன. சித்தாந்தச் சைவம் தன்னை ஒரு பிராமண எதிர்ப்பு மதமாகக் காட்டிக் கொள்ளும் முயற்சி பெரிய வெற்றியினைப் பெற்றுவிடவில்லை. (இக்காலச் சைவத்திலும் இதற்கு இரண்டு உதாரணங்களைக் காட்டலாம். பதினெட்டாம் நூற்றாண்டின் திராவிட மாபாடியம் எழுதிய சிவஞான முனிவர் சைவர்களை

'சத்சூத்திரர்' என ஏற்றுக் கொள்கிறார். அதாவது வருணக் கோட்பாட்டின்படி 'சூத்திரர்கள்', சாதி மேலாண்மை காரணமாக 'உயர்ந்த (சத்) சூத்திரர்' என்பதே இதன் பொருளாகும். பத்தொன்பதாம் நூற்றாண்டின் கடைசிப் பகுதியில் வந்த ஆறுமுக நாவலரும் சாதி அடுக்குமுறையில் நம்பிக்கை வைத்தவர். அவருக்குச் சற்று இளையவரான யாழ்ப்பாணத்தைச் சார்ந்த காசிவாசி செந்தில்நாத ஐயர் சைவ வேதாந்தம், தேவாரம் வேதசாரம் என்ற இரண்டு நூல்களை எழுதினார். ஆகமங்களின் வழியாக விடுபடத் துடித்த சைவத்தை மீண்டும் வேத அதிகாரத்தின் கீழ்க் கொண்டுவருவதே அவரது நோக்கமாக இருந்தது).

'பக்தி இயக்கம்' என்ற சொல்லாடல், இந்திய வரலாறும் குறிப்பாகத் தென்னிந்திய வரலாறும் கற்பிக்கின்ற ஆரியர்கட்கும் கற்கின்ற மாணவர்கட்கும் மிகப் பெரிய ஒரு வரலாற்றுப் 'பிரமை' (Illusion)யினைத் தோற்றுவிக்கக் கூடியதாகும். ஏனென்றால் பக்தி இயக்கம் என்பதன் தோற்றுவாய் தமிழ்நாடேயாகும். வேத அதிகாரத்தை முன்னிறுத்திய ஒரு பண்பாட்டுக்கு எதிராகவே வடநாட்டில் சமண, பௌத்த மதங்கள் தோன்றின. இவை இரண்டுக்குமான பொதுமைக்கூறு 'பிறப்பு வழிப்பட்ட மேலாண்மையினை' இந்த இரண்டு மதங்களும் நிராகரித்தன என்பதேயாகும். எனவே, இவை 'அவைதீக' மதங்கள் என்று பேசப்பட்டன.

இந்த இரண்டு மதங்களும் தமிழ்நாட்டிற்குள் நுழைந்தபோது இங்கு 'அரசு' என்னும் நிறுவனம் ஒரு வலிமையான அடிப்படையில் நிலைகொண்டிருக்கவில்லை. உற்பத்திச் சக்திகள் பெரிய அளவில் வளர்ச்சி பெற்றிருக்கவில்லை. பெரிய சந்தைக்கான உற்பத்திப் பொருளாக அன்று உப்பு மட்டுமே இருந்தது. மிகப் பெரிய வணிகப் பெருவழிகளும் (Trade routes) தமிழ்நாட்டில் உருவாகியிருக்கவில்லை. மூவேந்தர்கள் மட்டுமே அன்று நிலைப்படை (standing Army) வைத்திருந்தனர். சமண, பௌத்தத்தின் வருகையினை ஒட்டித் தமிழகத்தில் வணிகப் பெருவழிகள் உருவாகின. ஏனென்றால் அவை இரண்டும் வணிகர்களின் பேராதரவில் வளர்ந்த மதங்களாகும். சமண, பௌத்தத்தின் வருகையினைத் தொடர்ந்து வேள்விச் சடங்கினை மட்டுமே செய்யக்கூடிய பிராமணர்களும் தமிழகத்துக்குள் வருகை தந்தனர். அவர்களுக்கு அக்காலத்தில் உருவ வழிபாடு கிடையாது. அவர்களது வேள்விச் சடங்கினை ஏற்ற வருணன், இந்திரன் முதலிய தெய்வங்களுக்கும் உருவம் கிடையாது. பல தெய்வ வழிபாடு நெறிகளில் அக்காலத் தமிழ்நாட்டு மக்களின் தாய்த்தெய்வமும், மகன் தெய்வமும் கோட்டங்களில் (வட்ட வடிவக் கோயில்களில்) குடியிருந்தனர்.

சிவலிங்க வழிபாடும் பாகவதக் கதைகளை அடிப்படையாகக் கொண்ட திருமால் வழிபாடும் தமிழகத்தில் கால்கொண்டபோது அவை அரசதிகாரத்திற்கு உதவியாக இருந்தன. பல இனக்குழுக்களை வென்று, கரைத்து ஓர் அரசதிகாரம் மேலெழுவதுபோலச் சைவ, வைணவங்கள் ஒரு கடவுட் கோட்பாட்டை முன்வைத்தன.

'திருவுடை மன்னரைக் காணின் திருமாலைக் கண்டேனே' என்று திருமங்கையாழ்வார் பாசுரம், 'அரசனும் கடவுளும் சமம்' என்று பேசுகின்றது. வெல்ல முடியாத வரையறை இல்லாத ஓர் அதிகாரத்தை அரசனும், கடவுளும் தாமே ஒரு நாணயத்தின் இரு பக்கங்களாகப் பகிர்ந்துகொண்டனர்.

சைவ, வைணவ எழுச்சியின் முதற்கட்டமாக வழிபடு கோட்டங்கள் கோயில்களாக மாற்றப்பட்டன. அதாவது அரசதிகாரத் தின் 'நிழலதிகார மையங்களாகக்' கோயில்கள் செயல்பட்டன. வேள்விகளைக் கொண்டு அரசதிகாரம் பக்கம் நின்று கொண்டிருந்த பிராமணர்கள் அதிகார வேட்கையுடன் சிவப்பிராமணர், வைணவப் பிராமணர் என்ற போர்வையில் கோயிலின் கருவறைக்குள் நுழைந்தனர். வேதம், வேள்வி, வடமொழி ஆகியனவும் கோயிலுக்குள் உடன் நுழைந்தன. அக்காலகட்டத்தில் பிராமணர்களின் சாதி மேலாண்மையினை எதிர்த்து வைணவத்தில் தொண்டரடிப் பொடியாழ்வாரும் சைவத்தில் அப்பரும் தங்களின் மறுப்புக் குரலைப் பக்தி இயக்கத்தில் பதிவு செய்துள்ளனர் என்பதையும் நாம் கவனித்தாக வேண்டும்.

"குளித்து மூன்றனலை ஓம்பும்
குறிகொள் அந்தண்மை தன்மை
ஒழித்திட்டேன் என்கண் இல்லை" (திருமாலை:25)

என்று தொண்டரடிப் பொடியாழ்வார் சாதி மேலாண்மையினைத் துறந்துவிடத் தயாராகின்றார். அப்பரோ சிவநெறிக்குள் வந்த பின்னரும் பிராமணர்களின் 'சந்தியா வந்தனம்' செய்யும் வழக்கத்தினையும் கண்டிக்கின்றார்.

"அருக்கன் பாதம் வணங்குவர் அந்தியில்
அருக்கன் என்பவன் அரன் உரு அல்லனோ
இருக்கு நாண்மலர் ஈசனையே தொழும்
கருத்தினை நினையார்கல் மனவரே" (5:100:8)

என்பது அவர் பாட்டு.

ஒரு 'தமிழ்ச் சைவத்தை'க் கட்டமைக்க முயலும் அப்பர், பிராமணியத்தின் அடையாளத்தை அழிக்க முற்படுகின்றார். 'சந்தியா

வந்தனம்' என்பது சூரியன் எழுகின்ற நேரத்திலும் மறைகின்ற நேரத்திலும் சூரியனை நோக்கி பிராமண ஆண்கள் நீர்க்கரையில் செய்கின்ற வழிபாடாகும். அப்போது அவர்கள் சொல்லுகின்ற மந்திரம் 'காயத்ரி' மந்திரமாகும். (காயத்ரி என்பது அந்த மந்திரம் அமைந்த யாப்பின் பெயராகும்). பிராமணர்கள் செய்யும் 'உபநயனம்' என்னும் சடங்கு காயத்ரி மந்திரத்தைக் கற்றுக்கொடுக்கின்ற முறை யாகும். வேதகால நாகரிகத்தின் தொடர்ச்சியாக பிராமணர்களிடம் இன்றுவரை எஞ்சி நிற்பது இது ஒன்றே. இன்றுவரை காயத்ரி மந்திரத்தைப் பிராமணர் அல்லாதார் காதுபட ஓதக்கூடாது என்ற கட்டுப்பாட்டையும் பிராமணர்கள் கடுமையாகக் கடைப்பிடித்து வருகின்றனர். வைதீக மேலாண்மையினைக் காத்துவரும் இந்த மையப் புள்ளியினைக் கேள்விக்கு உட்படுத்துகின்றார் அப்பர். ஆனால் சைவத்திற்குள்ளாக லகுலீச பாசுபதமே வெற்றி பெற்றது. கோயில்களில் 'புலால் உணவு நீக்கம்' என்ற ஒன்றைத் தவிர, கோயிலின் உண்மையான ஆன்மீக அதிகாரம் வைதீகத்தின் கைகளிலேயே போய்ச் சேர்ந்தது. சைவ வைணவத் தத்துவ நெறிகளும் வழிபாட்டு நெறிகளும் வைதீகத்தால் அரசதிகாரத்தின் துணையோடு முடக்கப்பட்டன. பின்வந்த அரசவைகளில் வைதீகப் பிராமணியமே கோலோச்சியது. காலந்தோறும் நுண்அரசியல் தளத்தில் அரசதிகாரமே வைதீகப் பிராமணியத்தின் கைகளிலேயே சிக்கிக் கிடந்தது என்பதே வரலாற்று உண்மையாகும்.

சித்தர்களின் கலக மரபுக்கான வித்துகள் சோழராட்சியின் கடைசிக் கட்டத்தில் முளைவிடத் தொடங்கின. பேரரசு என்னும் தகுதியை அது இழந்துகொண்டு வந்தது. 12ஆம் நூற்றாண்டின் இறுதியில் சோழ நாட்டைப் பாண்டியர்கள் வசப்படுத்தினர். நாட்டின் பல பகுதிகளை அழித்தனர். பல விளைநிலங்களைக் 'கழுதை கொண்டு உழுது கவடி வித்தி' அழித்தனர். தோற்ற மன்னர் களின் வீட்டுப் பெண்களின் 'அழுத கண்ணீர்' ஆறு பரப்பினர். முதலாம் மாறவர்மன் சுந்தர பாண்டியனின் பொன்னமராவதிக் கல்வெட்டு இந்த அழிசெயல்களைப் பெருமிதத்தோடு விவரிக்கிறது. இத்தனையும் செய்த பாண்டியர்கள் கோயில்களை மட்டும் விட்டு வைத்தனர். அத்துடன் சிதம்பரம் கோயிலுக்குப் பொன் வேய்ந்தனர். அதாவது, மன்னர்கள் யாராக இருந்தாலும் வைதீகம் மட்டும் தன்னைக் காப்பாற்றிக் கொண்டது (இந்த இடத்தில் பௌத்தத்தை அழிப்பதில் வெற்றி கண்ட இசுலாம், பிராமணீய மதத்தை அழிக்க இயலாமல் போன வரலாற்றை அம்பேத்கர் எழுதியிருப்பதனை நினைவுகொள்ளலாம்).

14 ஆம் நூற்றாண்டின் தொடக்கப் பகுதியில் மாலிக்காபூரின் தென்னக ஊடுருவல் நடந்தது. தமிழக வரலாற்றில் இது ஒரு விபத் தாகும். மாலிக்காபூர் நாட்டைக் கைப்பற்றி ஆளும் நோக்குடனோ மதம் பரப்பும் நோக்குடனோ படை நடத்தி வரவில்லை. தங்கம், வைரம் என்ற பெயரில் கோயில்களில் கொட்டிக்கிடந்த செல்வங் களை ஒரு சூறாவளியைப்போல வந்து கொள்ளையடித்துச் செல்வதே அவரது நோக்கமாக இருந்தது.

மாலிக்காபூரின் படையெடுப்போடுதான் இசுலாம் தமிழ்நாட்டில் பரவியது என்பதே 'இந்து' வரலாற்று ஆசிரியர்களின் கருத்தாகும். அதாவது 'இசுலாம் வாளோடு வந்த மதம்' என்பதை நிறுவ அவர்கள் முற்படுகின்றனர். ஆனால், கி.பி. ஒன்பதாம் நூற்றாண்டு முதலாகவே (இன்றைய கேரளம் உள்ளிட்ட) தமிழ்நாட்டில் 'அஞ்சு வண்ணம்' என்ற இசுலாமிய வணிகக் குழுவும் இருந்ததற்கான கல்வெட்டுச் சான்றுகள் இருக்கின்றன. அராபியர்களைச் 'சோனகர்' என்ற பெயராலும் தமிழ்க் கல்வெட்டுகள் குறிப்பிடுகின்றன. அக்காலத்தில் நிலவிய சமூகப் பொருளாதார முரண்பாடுகளே சமய நிலையில் சித்தர்களின் கலக மரபாக வெளிப்பட்டது. நிறுவன எதிர்ப்பாளர்களாகச் (Anti Establishment) சித்தர்கள் இருந்ததினால் அந்த முரண்பாடுகள் உரிய காலத்தில் கூர்மைப்படவில்லை. அதற்கும் முன்னதாகவே மாலிக்காபூரின் ஊடுருவல் நிகழ்ந்து விட்டதனால் மரபுவழி அதிகாரக் கட்டமைப்பு தளர்வடையத் தொடங்கியது. சித்தர்களின் கலக உணர்வும் மங்கத் தொடங்கியது. ஆனால், கோயிலை மையமிட்ட வைதீக அதிகாரம் மட்டும் தன்னைத் தக்க வைத்துக்கொண்டது. மதுரை நகரைக் கைப்பற்றிக் குடியிருந்த சுல்தான்கள் *15* மைல் சுற்றளவிற்கு மேல் தங்களது பகுதியை விரிவுபடுத்த இயலவில்லை என்பதே வரலாற்று உண்மை யாகும். மேற்கூறிய காரணங்களில் அரசதிகார எதிர்ப்பியக்கம் ஒன்று தோன்றவும் வழியில்லாமல் போய்விட்டது.

கி.பி. *1378*இல் விசயநகர அரசின் பிரதிநிதியான குமாரகம் பண்ணர் மதுரையைக் கைப்பற்றினார். இசுலாமிய மதத்தை எதிர்த்துப் பிறந்த விசயநகர அரசின் ஆட்சியதிகாரம் வைதீகத்திற்குக் கிடைத்த மிகப் பெரிய வெற்றியாகும். பின்வந்த *400* ஆண்டுக் காலத்தில் சைவமும், வைணவமும் பின்னுக்குத் தள்ளப்பட்டன. வேதம், வேதப் பண்டிதர்கள், வேள்வி, வடமொழி ஆகியவை மட்டுமே அரசதிகாரத்தால் பேணப்பட்டன. அரசவைகளிலிருந்து தமிழ்மொழி முற்றிலுமாக அகற்றப்பட்டு அந்த இடத்தைத் தெலுங்கு மொழி பிடித்தது. விசயநகர அரசின் தொடர்ச்சியான நாயக்க மன்னர்களின் ஆட்சியிலும் இதே நிலைதான் நீடித்தது. கி.பி.

ஆறாம் நூற்றாண்டில் நிகழ்ந்த வைதீகப் பிராமணர்களின் பெரும் குடியேற்றம் (பிருகத் சரணம்) போலத் தெலுங்கைத் தாய்மொழியாகக் கொண்ட பிராமணர்கள் பெருமளவில் தமிழ்நாட்டின் தென்கோடி வரை குடியேறினர். இந்தக் காலப் பகுதியில்தான் புதிதாக எழுப்பப்பட்ட வைணவக் கோயில்கள் 'வெங்கடாசலபதி' கோயில் களாகவும் பிறந்தன.

விசயநகர ஆட்சிக் காலத்தில் சித்தர் மரபும் நகர எல்லைகளைத் தொடாமல் எளிய மக்களோடு கலந்தது. அது மருத்துவம் சார்ந்த மரபாகவும் மாறியது. யோக நெறியின் தாக்கம் அம்மரபின் மீது கணிசமாக இருந்ததினால் ஓர் எதிர்ப்பு இயக்கமாகவும் நிறுவன மாகவும் உருத்திரள இயலாமல் அது கரைந்து போயிற்று.

இதே காலத்தில்தான் (பதினாறாம் நூற்றாண்டின் தொடக்க காலத்தில்) தென் தமிழ்நாட்டின் கடற்கரைப் பகுதிகளில் கத்தோ லிக்கக் கிறித்துவம் கால் கொண்டது. முத்துக்குளித் தொழிலுக்கு மதுரையிலிருந்து அரசதிகாரம் விட்டலநாயக்கர் காலத்தில் தந்த நெருக்கடி ஒருபுறம், மலையாளக் கரையிலிருந்து வந்த கடற் கொள்ளைக்காரர்களின் தொல்லை மறுபுறம், யாழ்ப்பாணக் குடா நாட்டைக் கைப்பற்றியிருந்த போர்ச்சுக்கீசியப் படையின் தாக்குதல் இன்னொருபுறம். இந்த மும்முனைத் தாக்குதலில் சிக்குண்டுவிட்ட 'பரதவர்' என்னும் தமிழ் தொல்குடியினர் வேறு வழியின்றிப் போர்ச்சுக்கீசியரிடம் சரணடைந்தனர். தோராயமாக கி.பி. 1520க்குள் 'பரதவர்' என அறியப்பட்ட மீனவ மக்கள் நூற்றுக்கு நூறு கிறித்தவர்களாக மதம் மாறினர். நாஞ்சில் நாட்டுக் கோட்டாற்றில் (இன்றைய நாகர்கோவில்) தங்கியிருந்த துறவி சவேரியார் (பிரான்சிஸ் சேவியர்) இந்த மதமாற்றச் சடங்குகளை முன்னின்று செய்தார். தங்களின் வாழ்நிலங்களான கடற்கரைக்கும் கடல் மடிக்கும் பாதுகாப்பைத் தேடிக்கொண்ட பரதவர்கள் தங்களின் புதிய சமய வாழ்வில் அக்கறை காட்டவில்லை. ஆன்மீகத்தைவிட வாழ்நிலைச் சிக்கல்களே அவர்களுக்கு முதன்மையானவையாக இருந்தன. போர்ச்சுக்கீசியருக்கும் முத்துக்குளித் துறையிலிருந்து கிடைக்கும் வருமானமே பெருந்தேவையாக இருந்தது. கடற்கரையில் வாழ்ந்த ஒரே சாதி மக்களே மதம் மாறியதால் சாதிச் சிக்கல் எதுவும் எழுவதற்கும் வாய்ப்பில்லாமல் போயிற்று. கிறித்துவம் அம்மக்களின் சாதி ஆசாரங்கள் (வீட்டுச் சடங்குகள், மணவுறவுகள்) எவற்றிலும் குறுக்கிடத் தயாராக இல்லை. மதம் மாறுவதற்கு முன்னர் சிறிய மேடைகளாக (பீடங்களாக) இருந்த அவர்களது வழிபடு இடங்களில் சிலுவை மட்டும் நடப்பட்டு அவை 'குருசடிகள்' (CRUZ) என்னும் போர்ச்சுக்கீசியச் சொல்லின் மருவிய தமிழ் வடிவமாகும். கோயிலில்

பூசை செய்யும்போது பெண்கள் முக்காடிட்டுக் கொள்ளுதல், ஞாயிற்றுக்கிழமையினை ஓய்வு நாளாக ஏற்றுக்கொள்ளுதல் எனச் சில சமூக அசைவுகள் தவிர, அம்மக்களின் பண்பாட்டு அசைவுகளுக்குள் கிறித்துவம் தலையிடவில்லை. பெரும்பாலும் எழுத்தறிவு பெற்றிராத அந்த மக்களுக்காகச் சில வழிபாட்டு மந்திரங்களை எளிய பேச்சுத் தமிழில் அவர்கள் ஆக்கிக் கொடுத்தார்கள். எல்லாவற்றிலும் மேலாகத் திராவிட மரபுவழித் தாய்த்தெய்வ வழிபாட்டினை 'தேவமாதா' என்ற பெயரில் 'புதுப்பித்துக் கொடுத்தனர். அன்னம்மாள் (st. Anne) பப்பரத்தியார் (st. Barbara) ஆகிய பெண் புனிதர்களின் வரலாறுகள் அம்மானை யாகப் பாடப்பட்டன. குறைந்தபட்சமாக அவர்களுக்குத் தரப்பட்ட சமயக் கல்வி இதுவேயாகும்.

விசயநகர ஆட்சிக் காலத்தின் தொடக்க காலத்தில் நலிவடைந் திருந்த சித்தர் மரபின் வலிமையான அம்சங்களைத் தமிழ்நாட்டில் சூஃபிகள் எனப்படும் இசுலாமிய ஞானிகள் ஏற்றுக்கொண்டு தொடர்ந்தனர். அதாவது மருத்துவம், மந்திரம், யோக நெறி ஆகியன சூஃபிசத்திற்குள் செல்வாக்குப் பெறத் தொடங்கின. அராபியர்களின் 'யுனானி' மருத்துவமனை தமிழகத்திற்குச் சூஃபிகள் தந்த கொடையாகும். தமிழ்நாட்டின் பெரும்பாலான இசுலாமியர்கள் சன்னி (sunni) என்னும் மதப்பிரிவிற்குள் கொண்டு வரப்பட்டனர். ஆனால், அப்பிரிவினர் ஏற்றுக்கொள்ளாத தரீகா (தர்க்கா) வழி பாட்டில் மதம் மாறிய மக்கள் ஈடுபாடு கொண்டனர். ஏனென்றால் வீர வழிபாட்டிலும் தாய்த் தெய்வ வழிபாட்டிலும் ஊறிக்கிடந்த மக்கள் திரளின் சமூக உளவியலைத் 'தடால்' என ஒன்றிரண்டு ஆண்டுகளுக்குள் மாற்ற இயலாது. அதுவும் தமிழகம், கிரேக்கம், சீனம் போன்ற தொல்நாகரிகச் சமூகங்களுக்குள் இந்த வகையான மாறுதல்கள் ஆழ்ந்த சிந்தனைக்கும் செயற்பாட்டுக்கும் ஒத்துவர வேண்டும். இவற்றையெல்லாம் மனத்திற்கொண்டே இந்த மாற்றங்களை நாம் கணித்தறிய வேண்டும். பழைய சித்தர் மரபில் காணப்படாத ஒரு பண்பினை சூஃபிய நெறியில் நம்மால் பார்க்க இயலுகின்றது. 18, 19ஆம் நூற்றாண்டைச் சார்ந்த சூஃபிய ஞானிகள் 'கீர்த்தனைகள்' என்னும் தமிழிசைப் பாடல்களை இயற்றித் தந்தனர். 'ஃபக்கீர்ஷா' எனப்படும் 'இரவலர்கள்' 'டேப்' என்னும் இசைக் கருவியைக் கொண்டு இசுலாமிய வரலாற்றுக் கதைகளை இசைப்பாடல்களாக எளிய மக்களிடத்தில் கொண்டு சேர்த்தனர். கிஸ்ஸா (கதை), நாமா (பெயர்போற்றல்), முனாசாத் (புகழ்மாலை) என்ற பெயரில் எழுத்தறிவு பெறாத மக்களுக்கு அவர்கள் தொடக்க காலத்தில் சமயக் கல்வி தந்தனர்.

தொடக்க காலக் கிறித்துவத்தைப் போலல்லாது இசுலாம் தமிழ்ச் சமூகக் கூட்டமைப்பின் மீது பலமான அதிர்வுகளை உண்டாக்கியது. பொருளாதார ரீதியாகவும், சாதி ரீதியாகவும் உள்நாட்டுப் பகுதிகளில் வாழ்ந்த ஒடுக்கப்பட்ட மக்களில் பெரும்பாலோர் இசுலாமியத்திற்கு மாறினர். இசுலாமிய மதமாற்றம் என்பது சாதிய ஒடுக்குமுறையின் அடையாளத்தைக் கூர்மையாகத் தாக்கிக் கரைத்தது. கிறித்தவர்களைப் போலல்லாமல் இசுலாத்திற்கு மாறியவர்கள் தங்கள் சாதியத் தளைகளிலிருந்து விடுபட்டார்கள்.

பெண்களின் நெற்றிப் பொட்டினையும், தாலியையும் இசுலாம் நிராகரித்தது. மணமுறிவினையும், மறுமணத்தினையும் எவ்வித மனத்தடையுமின்றி அது பெண்களுக்கு அனுமதித்தது. இவையெல்லாம் அன்றிருந்த சமூகச் சூழலில் அதிர்ச்சியினை உண்டாக்கின. மதம் மாறிய மக்களை இயன்றவரை அவர்களது பாரம்பரியத் தொழிலிருந்து இடம் மாற்றியது.

சிறுவகை உலோகத் தொழில்கள், விலங்குகளின் தோல் சார்ந்த தொழில்கள், சிறுவகை வணிகம், தரகு உறவுகள் ஆகியவற்றின் வழியாக இசுலாம் அவர்களுக்குப் 'புதுவெளி'யினை ஏற்படுத்தியது. வேறு வகையில் சொல்வதானால், மதம் மாறிய மக்களை நிலமானிய உறவுகளிலிருந்தும், மதிப்பீடுகளிலிருந்தும் இசுலாம் வெளியேற்றியது.

ஆனாலும் சமூகத்தின் சரிபாதியான பெண்களின் நிலையினைப் பொருத்தமட்டில் சில தவறான அம்சங்களை அது முன்னிறுத்தியது. குறிப்பாக இசுலாமிய சமயம் தந்த கல்வி ஆர்வத்தை அது பெண்களுக்குப் புகட்டவில்லை. அதுபோலவே சமய நெறிகள் அனுமதித்த பின்னரும் பொது வழிபாட்டிற்குப் பெண்களை அனுமதிக்கவில்லை. ஆனால், இசுலாமியப் பெண் சமூகம் 'தர்க்கா' வழிபாட்டின் மூலம் தனது ஆன்மீகத் தேவையினை நிறைவு செய்து கொண்டது.

இசுலாமும் கிறித்தவமும் தமிழ்நாட்டில் நிலைகொண்ட பிறகே சீர்திருத்தத் திருச்சபை (protestantism) தமிழகத்தின் தென்கோடியில் கால் கொண்டது. ஒரு சுவையான வரலாற்றுக் குறிப்பு என்னவென்றால் 'திராவிட மாபாடியம்' எழுதிய நெல்லை மாவட்டத்தைச் சார்ந்த மாதவச் சிவஞான முனிவர் மறைந்த அதே ஆண்டில்தான் (கி.பி. 1788) திருநெல்வேலி மாநகர எல்லைக்குட்பட்ட பாளையங்கோட்டையில் 'தென்னிந்திய திருச்சபையின் தாய்' எனப் போற்றப்படும் 'கிளாரிந்தா'வும் வந்திறங்கினர். திருச்செந்தூரிலிருந்து தெற்காக நாகர்கோவில் வரை நீண்டு கிடக்கும் 'தேரிக்காடு' எனப்படும் செம்மண் நிலப்பகுதியில் பனைமரங்களே மிகுதியும் வளரும். பல்வேறு வகையான தொழில்களுக்கு வித்திட்ட

பனைமரத்தினை நம்பி வாழ்ந்த நாடார் இனமக்கள் அன்று எல்லாவகையிலும் ஒடுக்கப்பட்டிருந்தனர். காலனிய ஆட்சி தொடங்கும்வரை பனைமரம் சார்ந்த பொருளாதார அசைவுகள் (குறிப்பாகக் கள் இறக்குதல்) பண்பாட்டு ரீதியில் இழிவானதாகக் கருதப்பட்டன. இன்றளவும் பிராமணர்கள் பனை சார்ந்த உணவுப் பொருட்களைப் (பனங்கிழங்கு, பதனீர், கருப்பட்டி) பயன்படுத்துவ தில்லை என்பது வரலாற்று ஆய்வாளர்களுக்கு அதிர்ச்சி தரும் ஓர் உண்மையாகும். (பண்பாட்டு ஆய்வாளர்களுக்கும் வரலாற்று ஆய்வாளர்களுக்கும் எழுந்துள்ள முதன்மையான முரண்பாடு வாழ்காலத்திய கள ஆய்வுகளே ஆகும்).

கிளாரிந்தாவும் அவரைத் தொடர்ந்து ரேனியல் ஐயரும் ஒடுக்கப்பட்ட இம்மக்களைக் கிறித்துவத்துக்குத் திருப்பியபோது சமூக முரண்பாடு ஒரு திசை திருப்பலுக்கு உள்ளாயிற்று. இந்தத் தேரிக்காட்டுப் பகுதியில் பாசன வசதி கிடையாது என்பதால் பெருங்கோயில்களும் வைதீக அதிகாரமும் நிலைபெற்றிருக்கவில்லை. மாறாக, இந்நிலப்பகுதியில் சிறு நிலக்கிழார்களாக இருந்த உயர்சாதி வேளாளர்கள் இம்மதமாற்றத்திற்கு எதிர்ப்புத் தெரிவித்தனர். ஆனால், கும்பினி அரசாங்கத்தின் மறைமுகமான ஆதரவு மதப்பரப்புநர்களுக்கு இருந்த காரணத்தாலும் மதம் மாறிய மக்கள் பெருந்தொகையினராக இருந்த காரணத்தாலும் இந்த எதிர்ப்புணர்வு பயனற்றுப் போயிற்று. பொருளாதார ரீதியில் நாடார்கள் தங்கள் உற்பத்திப் பொருட்களுக்கு சந்தைப் பொருளாதாரத்தையே சார்ந்திருந்தனர். எனவே, மதம் மாறிய மக்கள் மீது வேளாளர்களின் சமூக ஒடுக்குமுறை மட்டுமே நிலவியது. பொருளாதார ஒடுக்குமுறை நிலவவில்லை.

இந்தச் சமூக ஒடுக்குமுறையின் விளைவாகக் கிறித்தவத்துக்கு மாறிய புதிதில் இம்மக்கள் தாசன், அடியான், பேறுபெற்றான் என்ற பின்னொட்டுக்களோடுதான் தங்கள் புதிய பெயர்களை இட்டுக்கொண்டனர். அவர்களின் சமூக உளவியல் அதுவரை அவ்வாறு வடிவமைக்கப்பட்டிருந்தது.

கிறித்துவ மதம் சேர்ந்த மக்கள் முதல் முறையாக ‘வேதம்’ என்ற சொல்லைக் கேட்டனர். மதம் மாறாத அடித்தளச் சாதி மக்களும் அதுவரை வேதத்தையும் அதைத் தாங்கள் தாய்மொழியில் பேசமுடியும் என்று அறியாதவர்களே. ஏனென்றால் வடமொழி வேதங்கள் அவர்கள் காதுபட ஓதப்படக் கூடாது என்ற வைதீக அதிகாரத்தை அவர்கள் உணர்ந்ததில்லை. அவர்களின் ஆன்மீக வாழ்க்கையோடு வேதம் எந்த வகையிலும் உறவு கொண்டதில்லை. அவர்களின் காதுபட ஓதப்பட்டவையெல்லாம் வடமொழி

மந்திரங்களே. எனவே, மதம் மாறியவர்கள் தேவாலயங்களில் மந்திரம் சொல்லி வணங்குவதைக் கண்டு கிறித்தவர்களை 'வேதக்காரர்கள்' என்று அழைத்தனர். நாடார் இனமக்களில் கிறித்தவர்கள் கிறித்தவரல்லாத தங்கள் உறவினர் வீடுகளில் பெண் எடுக்கத் தடையில்லை. பெண் புகுந்த வீட்டில் கிறித்தவத்துக்கு மாற்றப்பட்டாள். அதை இரு தரப்பினருமே ஒரு செய்தியாக எடுத்துக்கொள்வதில்லை. சாதியே எளிய மக்களின் நடைமுறை வாழ்வில் முதன்மைப்படுத்தப்படுகிறது. எனவேதான் மதம் மாறாத அடித்தளச் சாதி மக்கள், மதமாற்றத்தை எதிர்க்கவோ வெறுக்கவோ செய்வதில்லை என்பதே இன்றுவரை உண்மையாகும்.

பதினெட்டாம் நூற்றாண்டின் இறுதிப்பகுதிக்கு முன்னரே கும்பினி அரசாங்கத்தின் அதிகாரச் சின்னங்களாகத் தாளும், மையும் அச்சியந்திரமும் மக்களுக்கு அறிமுகமாகிவிட்டன. தமிழ்நாட்டிற்குள் வந்த ஐரோப்பிய மிஷனரிமார்கள் இந்த நாட்டு மரபு வழியான எழுத்தறிவுத் தொகுதிகளைத் தேடித் திரிந்தனர். அவர்களுக்குக் கிடைத்ததெல்லாம் சமயம் சார்ந்த சாத்திரங்களும் தோத்திர நூல்களும்தான். மற்றவற்றை நிராகரித்தல் என்பது அவற்றின் பொதுப் பண்பாக இருந்தது. ஓரளவு சனநாயக உணர்வும் உலகியல் வாழ்க்கைக்கு நெருங்கியதுமான சமயச் சார்பற்ற ஒரு நூலைத் தேடிய அவர்களின் முயற்சி திருக்குறளைக் கண்டடைந்ததும் நிறைவு பெற்றது. 18 ஆம் நூற்றாண்டில் வீரமாமுனிவர் திருக்குறளுக்கு ஓர் உரை எழுதியிருந்தது அவர்களுக்குத் தெரியாது. 19 ஆம் நூற்றாண்டின் தொடக்கப் பகுதியில் 'கிண்டர்ஸ்லீ' என்பவர் திருக்குறளின் சில பகுதிகளை ஆங்கிலத்தில் மொழிபெயர்த்து வெளியிட்டார்.

பத்தொன்பதாம் நூற்றாண்டின் தொடக்கப் பகுதி தமிழ்ச் சமூக அசைவுகளுக்கான முன்திட்டங்கள் பலவற்றைத் தன்னுள் பொதிந்து வைத்திருந்தது. தென்தமிழ் நாட்டின் 'கலகக்காரர்களான' புலி (பூலி)த் தேவரும் வீரபாண்டியக் கட்டபொம்மனும் மருதுசகோதரர்களும் கொங்கு மண்டலத்தில் தீரன் சின்னமலையும் ஒடுக்கப்பட்டுவிட்டனர். 1802 அல்லது 1803 க்குள் தமிழ்நாட்டின் மொத்த நிலப்பகுதியும் கும்பினியின் அதிகாரத்தின் கீழ்க்கொண்டு வரப்பட்டுவிட்டது. அதற்கும் சில ஆண்டுகளுக்கு முன்னரே ஐரோப்பிய மிஷினரிமார்கள் (கிறித்தவ மதப் பரப்புநர்கள்) தமிழகத்தில் காலூன்றிவிட்டனர். கும்பினிப் படைகளின் அதிகாரம் ஆழமும், விரிவும் பெறுகின்ற காலகட்டத்தில் சீர்திருத்தத் திருச்சபையின் உட்பிரிவுகளுக்குள் முரண்பாடுகள் தோன்றிவிட்டன. குறிப்பாக ஆங்கிலேய (English) திருச்சபைக்கும் செருமானியத்

திருச்சபைக்கும் (SPG - society for the propagation of Gospel) முரண்பாடுகள் தோன்ற ஆரம்பித்தன. ஆங்கிலேய அரசு மறைமுகமாக செருமானிய மிஷினரிகளுக்கு எதிராக ஆங்கிலேய மிஷினரிகளுக்கு ஆதரவளித்தது. எடுத்துக்காட்டாக, 'சீர்திருத்தச் திருச்சபையினர் தமிழ்நாட்டுச் சாதிய முறையினை ஏற்றுக்கொள்ளக் கூடாது' என்று போராடிய பாளையங்கோட்டையிலிருந்த இரேனியஸ் ஐயர் 'சீர்தூக்கல்' என்ற சிறு வெளியீட்டினை (Track) வெளியிட்டார். அதற்காக அவர் திருச்சபையிலிருந்து நீக்கம் செய்யப்பட்டார்.

அதே நேரத்தில் 'இந்து' சமயத்திற்குள் சில தற்காப்பு அசைவுகள் தோன்றின. தங்கள் கையில் முழு அதிகாரம் இருந்தாலும் கூட கோயில்கள், மடங்கள் ஆகியவற்றின் சொத்துக்களிலும் நடவடிக்கைகளிலும் 'ஒரு வகையான தலையிடாக் கொள்கை'யினைக் கும்பினி நிர்வாகம் கடைப்பிடித்து வந்தது. மிஷனரிமார்கள் இந்தத் தலையிடாக் கொள்கையினைக் கடுமையாக எதிர்த்து வந்தனர். அவர்களின் மறைமுக வற்புறுத்தலுக்குப் பணிந்த அரசாங்கம் கி.பி. 1817இல் 'இந்து அறநிலையங்களின் சட்டம்' ஒன்றைப் பிறப்பித்தது. இக்காலகட்டத்தில்தான் மிஷனரிமார்கள் இந்து மதத்து சடங்காசாரங்களையும் பிராமணிய மேலாண்மையினையும் தங்கள் பேச்சிலும், எழுத்திலும் கடுமையாகத் தாக்கி வந்தனர். கி.பி. 1825 இல் இரேனியஸ் ஐயர் தமிழிலக்கண நூல் ஒன்றினை எழுதினார். அந்த நூலில் ஓர் உதாரண வாக்கியம் பின்வருமாறு அமைந்திருக்கிறது."பிராமணர்கள் பொய்க் கதைகளைக் கூறி ஜனங்களை ஏமாற்றுகிறார்கள்" என்பதே அந்த வாக்கியமாகும். அக்காலத்தில் மிஷனரிமார்களுக்குத் தமிழாசிரியர்களாக வாய்த்தவர்கள் பிராமண உணர்வும் சைவப்பற்றும் உடைய, "கவிராயர்" எனப் பட்டமிட்டுக் கொண்ட வேளாளர்களாக இருந்தனர். முகவை இராமானுசக் கவிராயர், திருநெல்வேலி (வண்ணாரப்பேட்டை) திருப்பாற்கடல் நாதன் கவிராயர் ஆகிய இருவரும் அவர்களில் குறிப்பிடத்தக்கவர்கள். மிஷனரிமார்களைப் போலவே ஆங்கில அரசின் அதிகாரிகள் சிலரும் நாட்டு மக்களின் மொழியான தமிழின் மீது ஆர்வம் காட்டினர். அவர்களில் சென்னை இராசதானியின் (presidency) தலைமைக் கருவூல அதிகாரியாக இருந்த எல்லீஸ், தன் பெயரை, 'எல்லீசன்' என்று கூறிக்கொண்டதோடு, திருவள்ளுவர் உருவம் பதித்த தங்க நாணயங்களையும் வெளியிட்டார். ஆங்கில மிஷனரிகள், அதிகாரிகளின் தமிழார்வமே அக்காலத்தில் திருக்குறளைத் தமிழர்களின் 'தேசிய அடையாளமாக' முன்நிறுத்தியது. இந்தப் பின்னணியில் 1817 அறநிலையச் சட்டத்தைச் சென்னையிலிருந்து

பெருவணிக உயர் சாதியினர் எதிர்த்தனர். அதுவரை அவர்களுக்கும் ஆங்கிலேய அரசுக்கும் வணிக ரீதியிலான நல்ல உறவு நீடித்திருந்தது. இந்த எதிர்ப்பினைக் கண்டதும் கும்பினிய அரசு தன் நடவடிக்கைகளில் சற்றுப் பின்வாங்கியது. இந்தப் பெருவணிக உயர் சாதியினர் நாட்டுக்கோட்டைச் செட்டியார், கோமுட்டிச் செட்டியார் போன்ற சாதியினராவர்.

தஞ்சை மாவட்ட ஆட்சியாளர் திருவாரூர்க் கோயிலில் நடைபெற்ற ஊழலை அரசின் கவனத்திற்குக் கொண்டுசென்றார். அப்போதிருந்த வருவாய் ஆணையம் (Board of Revenue) 'பொது மக்களிடமிருந்து புகார் வந்தால் மட்டுமே நடவடிக்கை எடுக்க வேண்டுமென' அவரை அறிவுறுத்தியது.

1830களில் இந்தப் பெருவணிக உயர்சாதியினர் கும்பினி அரசாங்கத்திற்கு மற்றுமொரு நெருக்கடியினைத் தந்தனர். அதாவது கிறித்துவ மதத்திற்கு மாறிய பின்னரும் ஒடுக்கப்பட்ட மக்களை 'இந்து'க் கோயில் திருவிழாக்களில் "வெட்டிவேலை" (உடனடிக் கூலி பெறாத சாதி மரபு வழியிலான உடலுழைப்பு) செய்வதைக் கும்பினி அரசாங்கம் ஏற்றுக்கொண்டது. இதனை மிஷனரிமார்கள் கடுமையாக எதிர்த்தனர். (இதே சிக்கல் பின்னாளில் திருவாங்கூர் அரசாங்கத்திலும் உருவானது) அரசாங்கம் மிஷனரிகளின் கோரிக்கையை ஏற்றுக்கொண்டபோது பெருவணிக உயர்சாதியினர் மத விவகாரங்களில் அரசாங்கம் தலையிடுவதாகக் குற்றம் சாட்டினர்.

பெருவணிக உயர் சாதியினரின் உணர்வுகளும், போக்குகளும் நகர்ப்புறம் சார்ந்ததாகவே (குறிப்பாகச் சென்னை நகர் சார்ந்ததாக) இருந்தன. தமிழ்நாட்டின் பெருவாரியான மக்கள் திரள் இவர்களது கோரிக்கையினை ஏற்கவுமில்லை, எதிர்க்கவுமில்லை. தங்களின் குரலினை வெளிப்படுத்த அம்மக்களுக்கு எவ்வித ஊடகங்களும் அக்காலத்தில் இல்லை.

கோயில் விவகாரங்களில் தொடங்கிய நெருக்கடி அடுத்துக் கல்வித் திட்டத்தை ஏற்றுக்கொண்ட கும்பினி அரசு 1830 களில் நடுப்பகுதியில் பள்ளிக்கூடங்கள் என்ற பெயரில் அமைந்த மிகச் சிறிய நிறுவனங்களுக்கும் 'கல்வி மானியம்' அளிக்க முன்வந்தது. இதனைப் பயன்படுத்தி உயர்சாதியினரும் கிறித்தவ மிஷனரிமார்களும் ஏராளமான பள்ளிக்கூடங்களைத் தொடங்கினர். மிஷனரிமார்களின் பள்ளிக் கூடத்தில் மட்டுமே சாதிவேறுபாடு இல்லாமல் மாணவர்கள் சேர்க்கப்பட்டனர். ஏனையோர் நடத்திய பள்ளிக்கூடங்களில் ஒடுக்கப்பட்டோருக்கான சேர்க்கை மறுக்கப்பட்டது. மிஷனரிமார்கள் நடத்திய பள்ளிக்கூடங்களிலும் சாதியச் சிக்கல் தலைகாட்டாமல் இல்லை. நெல்லை மாவட்டத்தில் ஏராளமான பள்ளிகளைத்

தொடங்கிய இரேனியஸ் ஐயர் பாளையங்கோட்டையில் ஓர் ஆசிரியர் பயிற்சிப் பள்ளியினைத் தொடங்கினார். இந்தப் பள்ளியில் வேளாள சாதி மாணவர்கள் பிற சாதியைச் சேர்ந்த மாணவர்களுடன் ஒன்றாக அமர்ந்து படிக்க மறுத்தனர். சமரசம் செய்துகொள்ள விருப்பமில்லாத இரேனியஸ் சிலகாலம் அந்தப் பள்ளியை மூடிவிட்டார். பெருகி வரும் கல்வித் தேவையினை உணர்ந்த ஆங்கிலேய அரசாங்கம், 'பல்கலை ஆணையம்' (University Board) என்ற ஒன்றை 1840 இல் தொடங்கியது. 1845 இல் அரசாங்கம் ஓர் உயர்நிலைப் பள்ளியைத் தொடங்கியது. குறைந்த செலவில் காலத்திற்குத் தேவையான ஒரு கல்வியை அரசாங்கம் தர முன்வந்தபோது மேல்சாதிக்காரர்களே முந்திக் கொண்டனர். 1851 இல் முதன் முறையாக ஓர் அரிசன மாணவன் இந்த உயர்நிலைப் பள்ளியில் சேர்க்கப்பட்டபோது மேல்சாதி மாணவர்கள் சிலர் வெளியேறியதாகவும் ஆணைய உறுப்பினர் ஒருவர் எதிர்ப்புத் தெரிவித்து பதவி விலகியதாகவும் இது குறித்து நுட்பமாக ஆராய்ந்த ஆர்.சுந்தரலிங்கம் குறிப்பிடுகின்றார். இந்தப் பள்ளியில் பயின்று முதன் முறையாக 1858 இல் தகுதிப்பட்டம் பெற்ற 36 மாணவர்களில் இருபதுபேர் பிராமணர்கள். பன்னிரெண்டு பேர் பிராமணர் அல்லாதார், மூவர் யுரேசியர், ஒருவர் இந்தியக் கிறித்தவர் என்ற புள்ளி விவரத்தை ஆர்.சுந்தரலிங்கமே தருகின்றார்.

இதற்கிடையில் நெல்லை மாவட்டத்தில் வேகமாகப் பரவிவந்த கிறித்துவத்தை எதிர்ப்பதற்காக 'சதுர்வேத சித்தாந்த சபை' என்று ஓர் அமைப்பு திருநெல்வேலியில் தொடங்கப்பட்டது. 'சதுர்வேத' என்ற இதன் பெயரிலிருந்தே வைதீகத்தை முன்னெடுக்கும் பிராமணர்களால் இது தொடங்கப்பட்டிருக்க வேண்டும் என்று தெரிகிறது. மக்கள் வழக்கில் இதற்கு 'விபூதி சங்கம்' என்று பெயர்.

தமிழ்நாட்டில் திராவிட இயக்கத்திற்கும், தேசிய இயக்கத்திற்கும் மூலமாக, 'சென்னை மகாசனசபை' (MNA - Madras Native Association) 1852 இல் தொடங்கப்பட்டது. 1850க்குப் பின்னர் நடந்த அரசியல் நிகழ்வுகள் மிக முக்கியமானது. இந்தச் சட்டத்தின் மூலம் ஒரு மனிதனின் முறையான வளர்ச்சிக்குப் பிறப்பினால் வருகின்ற சாதி தடையாக நிற்கின்றது என்பதனை அரசாங்கம் முதன் முறையாக எழுத்தின் வழியாக ஒப்புக்கொண்டது. 1860க்கும், 1900க்கும் இடைப்பட்ட காலத்தில் பல்வேறு வகையான சக்திகள் சமயத் துறையில் முளைவிட்டன. மாறிவரும் புறநிலைச் சூழல்களைக் கண்டுணர்ந்த வைதீகமானது ஆரியசமாஜம், பிரம்மசமாஜம் ஆகிய அமைப்புகளுக்குள் புகுந்துகொண்டது.

இவற்றைத் தாராள உணர்வுடைய (Liberal) வைதீகம் என்றே கணக்கிடலாம். கேசவ சந்திரசேனர் (சென்) என்ற வங்காளியின்

தமிழ்நாட்டுச் சுற்றுப் பயணம் வைதீக அறிஞர்களை 'வேதாந்தம்' என்னும் எல்லைக்குள் கொண்டுசேர்த்தது. அதாவது, வேதத்தின் தலைமையினை எல்லாச் சிந்தனை மரபுகளும் ஏற்றுக்கொண்டாக வேண்டும் என்பதே அவர்களது நோக்கம்.

The Ramples of Vedanda என்ற பெயரில் நூலொன்றை பி.ஆர். இராஜம் ஐயர் எழுதினார். 'பிரம்ம வித்யா ஞானம்', 'ஆரிய தேசம்', 'ஆரிய ஜனங்கள்' ஆகிய சொல்லாடல்களுடன் வைதீக மதம், இந்து மதம் என்ற போர்வையை இக்காலப் பகுதியில் போர்த்திக் கொண்டது. பிரம்ம ஞானம் பற்றிய 'விசாரங்கள்' பெருகப் பெருக வடமொழி வேதப் பெருமை கைவிடப்பட்டது. காலத்திற்கேற்ற வகையில் 'பகவத் கீதை' முன்னெடுக்கப்பட்டது. அதாவது பகவத் கீதை வைதீகத்தின் 'பைபிள்' ஆக்கப்பட்டது.

இந்த முயற்சிகளின் ஊடான காலத்தில் தமிழகத்தின் தென்கோடி முனையில் பேராயர் கால்டுவெல் ஏறத்தாழ பன்னிரண்டாயிரம் மக்களைக் கிறித்துவத்திற்கு மாறச் செய்தார். தமிழகத்தின் வேறெந்தப் பகுதியிலும் இத்தகைய பெரும் நிகழ்வு அறியப்படவில்லை. அதே நிலப்பகுதியில் வாழ்ந்த, சிலகாலம் பிரம்ம சமாஜியாகவும் இருந்த பேராசிரியர் சுந்தரம்பிள்ளை தமது வேர்களை வேதாந்தத்திற்கு மாற்றான வேறொரு இடத்தில் தேடினார். தொடக்க காலத்தில் பிரம்ம சமாஜத்தில் ஈடுபாடு கொண்டிருந்த அயோத்திதாசர் தமிழர் சமூகத்தின் சமய வேர்களை பௌத்த மதத்திற்குள் தேடினார்.

இக்காலப் பகுதியில், வைதீகத்திற்கு மேற்கிலிருந்து கிடைத்த 'பெரும் வரமாக' கர்னல் ஆல்காட், பிளாவட்ஸ்கி அம்மையார், அன்னிபெசன்ட் ஆகியோர் வந்தனர். பிரம்மஞானத்தைத் தேடியவர்கள் அனைவரும் நகர்ப்புறம் சார்ந்த அரசதிகாரத்திற்கு நெருக்கமானவர்களாகவே இருந்தனர். பெருந்திரளான மக்களைச் சென்றடையும் நோக்கமும், திட்டமும் இவர்களிடம் இல்லை. அக்காலத்தில் பேராசிரியர் சுந்தரம்பிள்ளை அறிஞர்களால் மட்டுமே அறியப்பட்டவராக இருந்தனர். அயோத்திதாசர் தமிழகத்தில் வடபகுதியில் மட்டுமே பணி செய்தாலும் அக்காலத்தில் எழுத வாசிக்கத் தெரிந்த மிகச் சிலர் மட்டுமே அவரை அறிந்தவராக இருந்தார்கள்.

இக்காலப் பகுதியில் சீர்திருத்தக் கிறித்துவமே கிராமப்புறங்களில் வாழ்ந்த எளிய மக்களைச் சென்றடைந்தது. தனது செயல்பாடுகளில் வெற்றி பெற்றது. குறிப்பாக ஒடுக்கப்பட்ட மக்கள் திரள்களிலிருந்து முதல் முறையாகக் கல்வி பெற்ற பெண்களும், கற்பிக்கும் பெண்களும் (பெண் ஆசிரியைகள்) உருவாகி இருந்தனர். இதே காலப் பகுதியில்

ஆறுமுக நாவலர் போன்ற சைவ அறிஞர்களும் காசிவாசி செந்தில்நாத ஐயர் போன்ற சைவ வேதாந்திகளும் கிறித்தவர்களுக்கு எதிரான ஒரு தத்துவச் சண்டையினை உருவாக்கினர். *19* ஆம் நூற்றாண்டின் தொடக்கத்தில் மிஷனரிமார்கள் உள்நாட்டுப் புராணச் செய்திகளைக் கேலி செய்தது போல காசிவாசி செந்தில்நாத ஐயர் குழுவினர் பைபிளில் உள்ள (குறிப்பாகப் பழைய ஏற்பாட்டில்) உள்ள கதைகளைக் கேலியாக விமர்சனம் செய்தனர். விவிலிய குத்சிதம், விவிலிய குத்சித கண்டனம், விவிலிய குத்சித கண்டனதிகாரம், சைவர் ஆட்சேபம், சைவர் ஆட்சேப சமாதானம் என்ற பெயரில் இவர்களுடைய சண்டை சிறு வெளியீடுகளாகப் (Tracks) பரவலாக விற்பனையாயின. இந்தச் சண்டையின் குறிப்பிடத்தக்க அம்சம், சாதிய அடுக்கமைப்பை எப்படியாவது கிறித்தவமும் பாதுகாக்க வேண்டும் என்பதே 'கிறித்தவம் சாதிப் பாகுபாட்டை ஏற்றுக்கொள்கிறதா, இல்லையா?' என்ற நேரடியான கேள்விக்குப் பதில் சொல்ல இயலாமல் கிறித்தவம் திண்டாடியது. கிறித்துவத் துறவியும் தமிழறிஞருமான நல்லூர் ஞானப்பிரகாச அடிகளார், 'கிறித்தவம் உண்மையான சாதிப் பாகுபாட்டை ஏற்றுக்கொள்கிறது', என வெளிப்படையாகப் பதில் எழுத வேண்டிய கட்டாயம் ஏற்பட்டது. இந்த வகையான தத்துவச் சண்டை தமிழ்நாடு முழுவதும் பரவவில்லை. அதற்கான காரணம் என்னவென்றால் இது ஈழத்தில் உருவான சைவ, கிறித்தவ மோதலின் தொடர்ச்சியே ஆகும். இதன் தொடர்ச்சியாகத் தமிழகத்தில் ஹென்றி ஆல்பிரட் கிருஷ்ணப்பிள்ளை மட்டும் 'இரட்சணிய சமய நிர்ணயம்' என்ற நூலை அறிவார்ந்த விவாதங்களுடன் எழுதினார். இந்தச் சிறு வெளியீடுகள் வழியாகத் தொடர்ந்த சைவ மோதல் *1916* இல் வெளிவந்த பிராமணர் அல்லாதார் அறிக்கையோடு (Non -Brahmin Manifesto) முடிந்துபோனது. சமய எல்லைக்கு வெளியில் 'ஒரு பொது எதிரியை' இவர்கள் அடையாளம் கண்டுகொண்டனர் என்பதே இதற்கான காரணமாகும்.

இது ஒருபுறமாக, வைதீகமோ தனது மேலாண்மை உணர்வினைத் தமிழகத்தின் எல்லைதாண்டி இந்தியத் தேசியத்தோடு இணைத்துக் கொண்டது. திலகர், பண்டித மதன்மோகன் மாளவியா போன்ற சனாதனவாதிகள் இந்து சமய எல்லைக்குள்ளிருந்து இந்திய தேசிய அரசியலைக் கட்டமைக்க முயன்றனர்.

தாராளவாத இந்துக்களான காந்தியடிகளும், தேஜ்பகதூர் சாப்ருவும், எம்.ஆர். ஜெயகரும் வந்த பின்னரும்கூட இந்திய தேசியத்தின் இந்துத்துவப் பண்பினை மாற்றிவிட இயலவில்லை.

1919 இல் 'சாரதா திருமண மசோதா' அறிமுகப்படுத்தப் பட்டபோது தேசிய இயக்கத்துச் சனாதனின் (திலகர் உட்பட)

அதனைக் கடுமையாக எதிர்த்தனர். ‘பெண்களின் திருமண வயது பன்னிரண்டு என இம்மசோதா கூறியதே இதற்குக் காரணம். மீண்டும் தமிழ்நாட்டில் 1923 இல் இந்து ஆலயப் பாதுகாப்பு மசோதா அறிமுகப்படுத்தப்பட்டது. அந்நாளில் சட்டக் கல்லூரிப் பேராசிரியரும் சைவ அறிஞருமாக விளங்கிய கா.சு. பிள்ளை ‘இந்து’ என்கிற சொல்லுக்குள் பொதிந்து கிடக்கின்ற ‘அபாயத்தை’த் தீர்க்கதரிசன உணர்வுடன் எடுத்துக்காட்டினார். 1924இல் ‘செந்தமிழ்ச் செல்வி’ இதழில் இது குறித்துக் கட்டுரைகள் எழுதினார். ‘இந்த மசோதாவின் விளைவாகக் கோயில் நிர்வாகத்தில் ஸ்மார்த்தப் பிராமணர்களின் ஆதிக்கமே ஏற்படும்’ என்று எடுத்துக்காட்டினார். ஆனாலும் அவருடைய கருத்து எந்தவித மதிப்பும் பெறாமலேயே போய்விட்டது. 1927 இல் இந்து அறநிலையப் பாதுகாப்புச் சட்டம் இந்த நோக்குடன் கூடிய எதிர்ப்பு இல்லாமலேயே நிறைவேறியது. ஆனாலும் தனியார் ஆதிக்கத்திலும், மேல்சாதி ஆதிக்கத்திலும் சிக்கிக் கிடந்த கோயில் நிர்வாகங்களை இச்சட்டம் பெருவாரியாக மீட்டெடுத்தது என்பது உண்மை.

தேசிய இயக்க அரசியலில் வைதீகம் தன்னை வெளிப்படையாகக் காட்டிக்கொண்ட மற்றொரு நிகழ்வு சேரன்மாதேவி குருகுலச் சிக்கலாகும். வ.வே.சு. ஐயர் நடத்திய இக்குருகுலத்தில் மாணவர்கள் உணவருந்தும்போது பிராமண மாணவர்களைத் தனியே அமர்த்தி உணவு பரிமாறினர். ஐயர், இக்குருகுலத்திற்காகத் தமிழ்நாட்டு காங்கிரஸ் கமிட்டியிடமிருந்து ரூபாய் ஐயாயிரம் நன்கொடை பெற்றிருந்தார். இதனை எதிர்த்து வரதராஜுலு நாயுடு, எஸ். இராமநாதன், பெரியார் மூவரும் கலகக் குரலெழுப்பினர். 1925 ஏப்ரலில் திருச்சியில் கூடிய காங்கிரஸ் செயற்குழுவில் எஸ். இராமநாதன் ‘தேசிய இயக்கத்தில் பங்கெடுக்கும் எந்த அமைப்பும் தன்னுடைய செயல்பாடுகளில் சாதி வேறுபாடுகள் காட்டக்கூடாது’ என்ற தீர்மானத்தைக் கொண்டு வந்தார். 26 உறுப்பினர்கள் கொண்ட செயற்குழுவில் ஏழுபேர் இந்தத் தீர்மானத்தை எதிர்த்து வாக்களித்தனர். இராஜாஜி, டி.எஸ். இராஜன், விசயராகவாச்சாரியார், சுவாமிநாத சாஸ்திரி, என்.எஸ். வரதாச்சாரி ஆகிய பிராமணர்கள் அனைவரும் தீர்மானத்தை எதிர்த்தபோது தமிழ்நாடு காங்கிரஸ் இயக்கத்திற்குள் வைதீகம் தன் முகத்தை வெளிப்படையாகக் காட்டிக்கொண்டது போலாயிற்று. அதாவது, காந்தியடிகள் முன்வைத்த ‘இந்து சமயம்’ (வருணாசிரமத் தர்மம்) சாதிய அடுக்குகளைப் பேணும் தந்திரமே என்பதனை அது உணர்த்தியது. தேசிய இயக்கத்தார் கையில் எடுத்துக்கொண்ட அடுத்த ‘கருவி’ தாழ்த்தப்பட்டோர் ஆலய நுழைவு என்பதாகும். இதற்காக மத்திய சட்டமன்றத்தில் சி.எஸ். ரெங்கையரால் கொண்டு வரப்படுவதாகச்

சொல்லப்பட்ட மசோதா 1949இல்தான் சட்டமாயிற்று. ஆனால், தாழ்த்தப்பட்டவர்களின் தலைவராகத் தேர்ந்தெடுக்கப்பட்ட அம்பேத்கர் தாழ்த்தப்பட்டவர்களின் வாழ்க்கைச் சிக்கலுக்கு ஆலய நுழைவு தீர்வாகாது என்பதில் உறுதியாக இருந்தார். அப்பொழுதும் கூட தேசிய இயக்கத் தலைவர்களில் பலர் ஆலய நுழைவினை வெளிப்படையாகவே எதிர்த்தனர். 1932 இல் சென்னை சட்டமன்றத்தில் டாக்டர் முத்துலெட்சுமி ரெட்டி 'தேவதாசி முறை ஒழிப்புத்' தீர்மானத்தைக் கொண்டுவந்தபோது காங்கிரஸ் தலைவர் சத்தியமூர்த்தி வெளிப்படையாகவே அதனை எதிர்த்தார். தேவதாசி வகுப்பின் சிலரைக் கொண்டு தேசிய இயக்கத்தார் 'நாகபாசத்தார்' சங்கம் என்ற அமைப்பு ஒன்றினை உருவாக்கி 'தேவதாசி முறை தொடர வேண்டுமென' அறிக்கைவிடச் செய்தனர். இந்த எல்லா நடவடிக்கைகளும் வைதீகம், சனாதனம், முன்னோர் வழக்கம் என்ற பெயரில் இந்து மதம் சாதிய மேல்கீழ் அடுக்கினைக் காப்பாற்றிக் கொள்ளப் போராடியது என்பதற்கான அடையாளங்களாகும். வருணாசிரமம் என்ற கருத்தியலைக் காப்பாற்றப் பருண்மையான நிறுவனமாகவே இந்து மதம் கோயிலை வைத்திருந்தது.

1930களில் கத்தோலிக்கக் கிறித்துவம் 'நாத்திக எதிர்ப்பு' என்ற பெயரில் வைதீகத்தின் மேல் 'நேசம்' கொண்டிருந்தது என்பதும் ஒரு வரலாற்று உண்மைதான். 1932இல் லால்குடி தாலுகா தாழ்த்தப் பட்டோர் கிறித்தவர் மாநாட்டிற்கு கத்தோலிக்க மேல்சாதியினர் (வேளாளர்கள்) எதிர்ப்புத் தெரிவித்தனர். அந்த மாநாட்டில் பெரியார் கலந்துகொண்டு பேசினார் என்பது குறிப்பிடத்தக்கது. எனவே, கத்தோலிக்க மேல்சாதியினர் பெரியாரியக்கத்தைத் தடைசெய்ய வேண்டுமெனத் தீர்மானம் போட்டனர். 1960களின் பிற்பகுதிவரை கத்தோலிக்கக் கல்வி நிறுவனங்களில் இந்தியுடன் சமஸ்கிருதமும் விருப்பப் பாடமாயிருந்தது.

நாட்டு விடுதலைக்குப் பிறகும் வைதீகம் களத்திலிருந்து விலகிவிடவில்லை. இட ஒதுக்கீட்டுக் கொள்கைக்கு எதிர்ப்பு, தமிழ்வழிக் கல்விக்கு எதிராக ஆங்கில வழிக் கல்வியை உயர்த்திப் பிடித்தல், அனைத்துச் சாதியினரும் அர்ச்சகராகலாம் என்ற கொள் கையை எதிர்த்தல், மாநில அளவிலேனும் மதமாற்றத் தடைச் சட்டத்தையும் உயிர்ப்பலி தடைச் சட்டத்தையும் கொண்டுவருதல் என்ற வாறு வைதீகத்தின் முயற்சிகள் தொடர்ந்து கொண்டுதான் இருக்கின்றன.

சனநாயக சக்திகளின் எதிர்ப்பினாலும் சமூக மாற்றங்களினாலும் அவ்வப்போது வைதீகம் சிறு சறுக்கல்களைச் சந்தித்துக் கொண்டிருந்தது என்பது உண்மைதான். 'ஆகமக்கல்வி பயின்றால் அனைத்துச் சாதியினரும் அர்ச்சகராகலாம்' என்று கேரள மாநில

அறநிலையத் துறைக்கு எதிராக 2004ஆம் ஆண்டு உச்சநீதிமன்றம் தீர்ப்பளித்திருப்பது குறிப்பிடத்தகுந்த நிகழ்வாகும். தமிழக அரசு உயிர்ப்பலித் தடைச் சட்டத்தை ஓராண்டிற்குள் திரும்பப் பெற்றுக் கொண்டது மற்றொரு நிகழ்வாகும்.

ஒட்டு மொத்தமாக இந்தச் சிறிய நூல் சொல்ல வருவதெல்லாம் இதுதான். இந்து மதம் என்றொரு மதமோ, கொள்கையோ, ஒரு தத்துவமோ அந்த மதத்திற்கென்று தத்துவ நூலோ கிடையாது. வடமொழி வேதத்தினை மட்டும் ஏற்றுக்கொண்டு சாதி அடுக்கினைச் சரிந்து விடாமல் பேணிக்கொண்டு தங்கள் சாதி மேலாண்மையினைக் காப்பாற்றிக் கொள்ளத் துடிப்பதே வைதீகமாகும். கி.பி. ஏழாம் நூற்றாண்டு முதல் தனி ஒரு தத்துவ நூலும் ஆகமங்களும் உடைய சைவ, வைணவ மதங்களை விழுங்கிச் செரித்துக்கொண்டு அரசதிகாரத்தின் துணையோடு வைதீகம் தன்னை மீண்டும் நிலைநிறுத்திக் கொண்டுள்ளது. எழுதா எழுத்தான வேதம், புராணங்கள், வடமொழி மந்திரங்கள், அச்சு ஊடகங்கள், மின்னியல் ஊடகங்கள் ஆகியவற்றை இதற்கான கருவிகளாகக் காலந்தோறும் பயன்படுத்திக்கொண்டு வைதீகம் தன்னை மறு உயிர்ப்புச் செய்து கொள்கின்றது. இதுவே நேற்றைய வரலாறும் இன்றைய நிகழ்வுமாகும்.

●

சமயம் ஓர் உரையாடல்

சுந்தர் காளி
எழுத்து வடிவம் சித்தானை

சமயம் குறித்து நண்பர் சுந்தர் காளியோடு இப்படி ஓர் உரையாடல் நிகழ்த்த வாய்ப்புக் கிடைத்ததில் எனக்கு மகிழ்ச்சியே. அவரது வாசிப்புத்தளம் மிக விரிவானது.

அதன் காரணமாகவே இந்த உரையாடலில் இதுவரை பேசப்படாத செய்திகளும், நிகழ்வுகளும் பேசப்பட்டுள்ளன. தமிழ்ச் சமூகத்தில் ஆழ வேரோடிக் கிடக்கும் தாய்த்தெய்வ உணர்வுகள் மென்மையானவை. ஆனால், வலிமை வாய்ந்தவை. சமயம் (Religion) என்ற பொருள் உயர்த்தும் வாழ்வியல் அசைவுகள் எளிய தமிழ் மக்களுடன் இசைந்து செல்லாதவை.

மக்கள் தொகையில் செம்பாதியான பெண் மக்களிடத்தில் தமிழ்நாட்டில் மத அடிப்படை வாதம் செல்லுபடியாகவில்லை. மரபுவழி வழிபாட்டு நெறிகளின் – குறிப்பாகத் தாய்த்தெய்வ வழிபாட்டின் – 'மற்றதை' நிராகரிக்காத சனநாயகத் தன்மைதான் அதற்குக் காரணமாகும். இதன் மீதான என்னுடைய நம்பிக்கையும் ஆழமானதாகும்.

தாய்த்தெய்வ வழிபாட்டு நெறிகள், சமயங்கள் முன்னிறுத்தும் ஞான (அறிவு) நெறியல்ல. அவை பிரேம (அன்பு) நெறிகளாகும். இந்த அடிப்படைத் தன்மையே ஐரோப்பிய அல்லது மேற்குலக அளவுகோல்கள் தமிழர் சமய வரலாற்றிற்குப் பொருந்தி வரவில்லை என்பதற்கான காரணமாகும். அதனால்தான் கோபுரங்களோடும் பெரிய மதிற் சுவர்களோடும் அரசுகள் உருவாக்கிய தெய்வங்கள் மூச்சற்றுப் போக, நடைபாதைத் தாய்த்தெய்வங்கள் வாழ்ந்து காட்டுகின்றன.

இவற்றை விரித்துப் பேசும் வகையில் கூர்மையான வினாக்களை முன்வைத்த நண்பர் சுந்தர் காளிக்கு என் நன்றி.

– தொ. பரமசிவன்

சுந்தர் காளி: கடவுளும் சமயமும் இல்லாத உலகைக் கற்பனை செய்ய முடியுமா?

தொ.ப.: கடவுள் என்னும் சொல் குறிக்கும் பொருள் வேறு; சமயம் என்னும் சொல் குறிக்கும் பொருள் வேறு. ஆனால், மனித நம்பிக்கை இல்லாமல் மனித சமூகம் இயங்க முடியுமா என்பதுதான் உங்கள் கேள்வியின் பொருளாக இருக்க முடியுமென்று நான் நினைக்கின்றேன். அதற்குக் காரணமென்ன? இயற்கை எனும் பேராற்றலின் வடிவமைக்கப்படாத ஒழுங்குமுறை அல்லது ஒழுங்கு முறை இல்லாத வடிவமைப்பு இவை குறித்த மனிதனின் வியப்பு, ஈர்ப்பு, அச்சம் இந்த மூன்றும் கலந்த இடத்திலிருந்துதான் தெய்வ நம்பிக்கை என்பது பிறந்தது. கடவுள் என்ற சொல் குறிக்கும் பொருள் வேறு; தெய்வம் என்ற சொல்தான் சரியாக இருக்கும்.

சுந்தர் காளி: இன்னொரு திசையிலிருந்து பார்த்தால் நவீன சமூகவியல் அறிஞரான எமில் துர்க்கீம் சமூகம்தான் கடவுள் என்கிறார். தனிமனிதன் என்ற எல்லையைத் தாண்டி மனிதர்கள் ஒன்று கூடுகிற நேரத்தில் அவர்களுடைய கூட்டுணர்வின் பிம்பமாகத்தான் கடவுள் என்பதையும் தெய்வம் என்பதையும் சமூகம் பார்த்துள்ளது. எல்லாச் சமுதாயங்களிலும் தனிப்பட்ட மனிதன் ஒருவனின் மனதுக்குள் நடக்கின்ற விஷயம் என்பதைத் தாண்டி, தனிமனிதனின் ஓர்மை தாண்டி, ஒரு கூட்டாக மக்கள் இணையும் நேரத்தில் வெளிப்படும் ஒன்றாகத்தான் 'கடவுள்' என்பது இருந்துள்ளது. அவ்வாறு இருக்கும்போது கடவுள் இல்லாமல்போவது என்பது சமூகமே இல்லாமல் போவது மாதிரிதான். மேற்கத்திய நாடுகளில் 17 ஆம் நூற்றாண்டிற்குப் பிறகு நடந்துள்ள அறிவுமயமாதல் விளைவாக, கடவுள் மூலைக்குத் தள்ளப்பட்டு 'கடவுள் இறந்து போய்விட்டார்' என்று கூறப்படும் அளவுக்குக் கடவுள் என்ற கருத்தாக்கம் இல்லாமல் போய்விட்டது. அதனால் சமூகம் என்பதும் இல்லாமல் போய்விட்டது. இதன் காரணமாக மனிதர்கள் சிறிய அணுக்களாக, தனித்தனி அணுக்களாக மாறிவிடுகிறார்கள். கூட்டு அடையாளம் என்பது சிதைந்து விடுகிறது. இம்மாதிரியான ஒரு நிகழ்வு நம் நாட்டில் நடக்க வாய்ப்புள்ளதா? பெரியார் இதைத்தான் நினைத்தாரா? பெரியார் கண்ட கடவுளற்ற உலகு என்பது இதுதானா? பெரியாரைப் பொறுத்தவரை அவர் கண்ட தேசம் என்பது எந்தவிதமான ஆதி அடையாளமுமின்றி உள்ளது. அவருடைய தேசம் மொழியையோ, சமயத்தையோ, பண்பாட்டையோ அடிப்படையாகக் கொண்டிருக்கவில்லை. இவ்வாறாக, பெரியார் கனவுகண்ட கடவுளற்ற தேசமோ அல்லது மேற்கத்திய நாடுகளில் உருவாகி வந்துள்ள கடவுளைச்

சாகடித்துவிட்ட அல்லது கடவுளை ஓரத்துக்குத் தள்ளிவிட்ட சமூகமோ தமிழ்ச் சூழலில் ஏற்பட வாய்ப்பு உள்ளதா? அப்படி நிகழ வாய்ப்பு இருந்தால் அது நல்லதுதானா?

தொ. ப.: "தனிமனித ஓர்மை" என்ற சொல்லை நீங்கள் Self என்னும் பொருளில் பயன்படுத்தினீர்கள். மனிதன் கூட்டு வாழ்க்கையுடைய மிருகம்தான். கூட்டுவாழ்க்கையிலிருந்து பிரிந்து சமயங்கள் உருவாகின்றபோதுதான் தனிமனித ஓர்மை வருகிறது. "நான் யார்? என் உள்ளமார்? என்னை யாரறிவார்?" என மாணிக்கவாசகர் பாடும்போது Self என்பதின் முழு வடிவத்தையும் பார்க்கிறோம். உயிர்களுக்கு இடையிலான இயைபு, மனித உயிர்களுக்கு இடையிலான இயைபு என்னும் இரண்டு விஷயங்கள் உள்ளன. எல்லா உயிர்களுக்கும் இடையிலான உறவு என்று சொல்லும்போது பூச்சியினங்கள் உட்பட உயிர்கள் அனைத்திற்கும் இயைபுகள் உள்ளன.

ஆட்காட்டிக் குருவி என்றொரு குருவி உள்ளது. மரத்தின் உச்சாணிக் கொம்பில்தான் அது உட்காரும். இரண்டு காலும் கையும் உடைய ஒரே மிருகம் மனிதன்தான். யானை தவிர, நான்கு கால்களால் நடக்கக்கூடிய மிருகங்கள் மத்தியில் இரண்டு கால்களால் நடந்துவரக்கூடிய மிருகமான மனிதனைப் பார்த்து உயிரினங்கள் அச்சப்படுகின்றன. அதைப் பார்த்து ஆட்காட்டிக் குருவி சத்தமிடு கின்றது. ஆட்காட்டிக் குருவியின் சத்தத்தைக் கேட்டு மற்ற உயிரினங்கள், அஞ்சத்தக்க உயிரினம் வருவதை அறிந்து தங்கள் இருப்பிடங்களுக்குத் திரும்பிவிடுகின்றன. இதுபோல ஓரின உயிர்களுக்கு இடையிலும் இயைபு உண்டு. ஜிம் கார்பெட் காட்டில் நடைபெற்ற சம்பவம் ஒன்றை விவரிக்கிறார். 100, 150 மீட்டர் சுற்றளவில் காட்டெருமைகள் மேய்ந்துகொண்டிருக்கின்றன. அந்தக் கூட்டத்தில் புலி ஒன்று வந்து விடுகிறது. உடனே எருமைகள் புலியைச் சுற்றி வட்டமமைத்துத் தங்கள் தலையைத் தாழ்த்திக் கொள்ளுகின்றன. ஒரு வேலி அப்போது உருவாக்கப்படுகிறது. அதாவது தலையைத் தாழ்த்தி அங்கு கொம்பினால் வட்டவடிவ வேலி உருவாகிவிடுகிறது. நடுவில் மாட்டிக்கொண்ட புலி எந்த எருமையையும் கொல்ல முடியாது. ஏனெனில், அது பாய்ந்து கழுத்தைப் பிடித்துக் கொல்லும்போது புலியின் வயிறோ தலையோ இன்னொரு எருமையின் கொம்பில்பட்டுக் கிழிபடும். அரைமணி நேரம் புலி சுற்றிச்சுற்றி வருகிறது. எருமைகள் வட்டத்தை விட வில்லை. புலி பின்வாங்கிவிடுகிறது. இது உண்மையில் நடந்த சம்பவம்.

எருமைகளுக்கு இதைக் கற்றுக்கொடுத்தது யார்? தினந்தோறும் புலியைப் பார்த்துத் தினந்தோறும் கொம்பினால் ஆன வேலியை எருமைகள் அமைத்தனவா? இல்லை. பல்லாயிரக் கணக்கான

ஆண்டுகள் பரிணாமத்தில் உயிர்சார்ந்த அச்சம் இதுபோன்ற உத்திகளை உருவாக்கிக்கொடுத்துள்ளது. இது ஓரின உயிர்களுக்கு இடையேயுள்ள இயைபு.

சுந்தர் காளி: எமில் துர்க்கீம், ஆதிசமூகங்களில் மனிதர்களுக்கு இடையேயான இயைபு என்பது யாந்திரிக வடிவிலான ஒன்றிணைவு என்கிறார். மனிதன் படிப்படியாக அறிவுமயமாகி வரவர தனிமனித நிலைக்குத் தள்ளப்படுகிறான். இதை எமில் துர்க்கீம் பரிணாம வளர்ச்சி என்கிறார். அவருடைய காலத்திய சமூக அறிவியல் என்பது பரிணாம வளர்ச்சியை அடிப்படையாகக் கொண்டது. அதனால், அவர் தனிமனிதநிலைக்கு வருவதை அறிவுமயமாதலாகக் காணுகின்றார். இப்போது மீண்டும் என் கேள்விக்கு வருகின்றேன். ஐரோப்பியச் சமூகங்களில் ஏற்பட்டதைப் போன்று தமிழ்ச்சூழலில் அறிவுமயமாதல் ஏற்பட்டுக் கடவுள் மூலைக்குத் தள்ளப்படுவது நடக்குமா? அப்படி நடப்பது விரும்பத் தக்கதா?

தொ. ப.: மனிதனும் மிருகமாகவே இருந்துதான் மனிதனாக மாறியுள்ளான். மனிதன் இயற்கையிடமிருந்து கற்றுக்கொண்ட விஷயங்கள் நிறைய. அடிக்கிற கருவி, குத்திக் கிழிக்கிற கருவி, வெட்டுகிற கருவி இம்மூன்று வகையான கருவிகளையும் தொல்மனிதன் தன் பல்வரிசையிலிருந்து கற்றுக்கொண்டான் என்று மானுடவியலாளர்கள் கூறுவார்கள். கடைவாய்ப்பல், குத்திக் கிழிக்கின்ற பல், வெட்டுப்பல் இம்மூன்று பற்களை அடிப்படையாக வைத்துத்தான் மேற்கண்ட கருவிகளை உருவாக்கினான். இது மட்டுமல்ல.

> "உள்ளூர்க் குரீஇத் துள்ளுநடைச் சேவல்
> சூல்முதிர் பேடைக்கு ஈன்இல் இழை இயர்
> தேம்பொதிக் கொண்ட தீங்கழைக் கரும்பின்
> நாறா வெண்பூக் கொழுதும்"   (குறுந்தொகை, 85)

இப்படியொரு பாடல் சங்க இலக்கியத்தில் இருக்கிறது. அதாவது தன்னுடைய பெண்குருவி முட்டையிடப்போகிறது என்பதைத் தெரிந்துகொண்ட ஆண்குருவி வசதியான இரட்டை அறைகளைக் கொண்ட கூட்டைக் கட்டுகிறது. தொடக்கக்கால மனித வாழ்விடங்கள் எல்லாம் குகைகளுக்கு அடுத்தாற்போல ஒற்றையறைகள்தான். தொடக்ககாலத் தெய்வங்களுக்கெல்லாம் ஒற்றையறைக் கோயில்கள் தான் இருந்தன. வீடு கட்டுவதற்கு முன்னால் குகைகளில் தங்கியிருந்த மனிதன் இதையெல்லாம் பார்த்துப் பார்த்துத்தான் அறிந்து கொள்கிறான். மனிதன் இயற்கையிடமிருந்து நிறைய விஷயங்களைக் கற்றுக்கொண்ட பிறகு,

மனித குலத்தின் மிகவும் பிற்கால வரலாற்றில் தான் 'கடவுள்' என்னும் விஷயமே வருகிறது. அதுகூட முதலில் மனிதனைப் போலக் கடவுளை ஆக்குதல் என்பது கிடையாது.

சங்க இலக்கியத்தில் பழமுதிர்ச்சோலையில் முருகன் அருள் செய்வதைப் பற்றி வரும். முருகன் நேரில் தோன்றி அருள் செய்யவில்லை. காட்டில் பெருமழை வருகிறது; வாழை மரங்கள் சாய்கின்றன; தேனடைகள் சரிகின்றன. எல்லா உயிரினங்களும் ஓடி ஒளிகின்றன. அப்படி மழைபெய்யும்போது எழுகின்ற ஆரவாரம் தான் முருகன். முருகன் வந்துவிட்டான் என்பதற்கு அது அடை யாளம். நாட்டார் மரபில் இதுதான்.

கடவுளுக்கு உருவம் கொடுப்பது என்பது மனிதகுல வரலாற்றின் பிற்காலத்தில் ஏற்பட்டது. புராதன சமூகத்தில் தனிமனித கடவுள் உறவே கிடையாது. அரசு உருவாக்கம் கொஞ்சம் கொஞ்சமாக நிகழும்போதுதான் மனிதர்களுக்கு இடையேயான சமத்தன்மை குலைந்து, பொது என்பது மாறி வரிசைப்படுத்துதல் நடக்கிறது. எல்லா மனிதர்களும் சமமல்ல என்னும்போதுதான் அரசு உருவாக்கம் நடக்கிறது. இதுதான் அரசு உருவாக்கத்தின் அடிப்படை.

"பொதுநோக்கான் வேந்தன் வரிசையா நோக்கின்
அதுநோக்கி வாழ்வார் பலர்"   (528)

என்பது திருக்குறள். மனிதனை வரிசைப்படுத்தும் இந்தமுறை பிற உயிரினங்களில் இல்லாதது. அரசு உருவாக்கத்தை மனதில் வைத்துக் கொண்டுதான் சமய உருவாக்கத்தைப் பார்க்க வேண்டும். தெய்வ நம்பிக்கை என்பது வேறு; அரசு உருவாக்கத்துடன் பிறந்த மதங்கள் என்பன முற்றிலும் வேறானவை.

சுந்தர் காளி: புராதனப் பொதுவுடைமைச் சமூகங்களில், கூட்டு வாழ்க்கை இருந்த ஆதிசமூகங்களில் சமயம் என்பது மனிதர்களின் கூட்டு அடையாளமாக இருந்தது என்பதைப் பற்றிப் பிரச்சனை இல்லை. அம்மாதிரியான கூட்டு அடையாளம் என்பது நவீன காலத்தில் எவ்வாறு சரியாக இருக்கும் என்பதே பிரச்சனை. உதாரணமாக ஒற்றைத்தன்மையுடைய இந்து மதம் அல்லது ஏதோவொரு மதம், பன்மைத்தன்மை இல்லாத அல்லது தொடர்ச்சியின்மையை மறுத்து ஒரே நேர்க்கோட்டில் அமைந்த, ஒற்றைப் பரிமாணம் கொண்ட மதம் நவீன காலத்தில் சிக்கலான விஷயம். மேற்கத்திய நாடுகளில் சமயத்தை மறுப்பதற்கு இவை யெல்லாம் காரணம். கூட்டு அடையாளம் சில நேரங்களில் மனித விரோதமான பாசிசத்தனமான செயற்பாடுகளுக்குச் சமுதாயத்தை இட்டுச் செல்லுகிறது.

தொ. ப.: கூட்டு அடையாளம் என்பது பாசிசத்திற்குச் செல்லும் என்பது எவ்வாறு?

சுந்தர் காளி: உதாரணமாக ஜெர்மனியில் யூதமக்களுக்கு எதிராக ஜெர்மானியர்கள் மத அடிப்படையிலும் இன அடிப்படையிலும் திரட்டப்பட்டதைப் பார்த்தோம். இஸ்ரேலிலும், இலங்கையிலும் மக்கள் மத அடிப்படையில் திரட்டப்படுகின்றனர். புராதனச் சமூகங்களில் சமயம் கூட்டு அடையாளமாக, சமூகத்தின் பிம்பமாக இருந்தது. ஆனால் இன்று அந்தக் கூட்டு அடையாளமே பிரச்சனைக்குரியதாக ஆகிவிடுகிறதே. அதனை நீங்கள் எப்படிப் பார்க்கின்றீர்கள்?

தொ. ப.: அதாவது ஒற்றைத்தன்மை, பாசிசம், பன்முகப்பட்ட தன்மை அழிவது என்பன போன்ற அச்சங்கள் எல்லாம் படித்த, நகர்ப்புறம் சார்ந்த, எழுத்துமரபு சார்ந்தவர்களுக்கு மட்டுமே ஏற்பட்டுள்ளன. என் வீட்டில் ஒரு நெல்லிமரம் இருந்தது, வெட்டி விட்டோம். மூன்று மாதம் கழித்துப் பார்த்தால் அதன் வேரிலிருந்து மீண்டும் துளிர்த்து எழுகிறது. அதாவது, வேர் கீழே உயிரோடு இருந்திருக்கிறது. நான் சென்னை நகரத்திற்குள் நூற்றுக்கும் மேலான அம்மன் கோயில்களைப் பார்க்கின்றேன். முண்டகக் கண்ணியம்மன், பட்டாளத்தம்மன், பெரியபாளையத்தம்மன் எனக் கூறிக்கொண்டே போகலாம். இந்த நகரத்தில்தான் மயிலாப்பூரும், திருவல்லிக் கேணியும் உள்ளன. சாந்தோம் சர்ச் இந்த நகரத்தில்தான் உள்ளது. ஆனால் நூற்றுக்கும் மேற்பட்ட அம்மன் கோயில்கள் இன்னமும் இருக்கின்றன. அம்மன் கோயில்களை வழிபடுகிறவர்கள்தான் எண்ணிக்கையில் பெருத்தவர்கள் என்பது ரொம்ப முக்கியம். இவர்களுக்கு இந்தக் கவலைகள் எதுவும் கிடையாது.

சுந்தர் காளி: நீங்கள் சொல்வது சரிதான். இந்தியச் சமுதாயத்தில் எப்போதும் மையத்தை நோக்கி இழுக்கிற சக்தி செயல்படுகிற அதே நேரத்தில் விளிம்பை நோக்கி இழுக்கிற சக்தியும் உண்டு. ஒன்றாக எல்லாவற்றையும் மாற்ற, ஒற்றைத்தன்மைக்குள் கொண்டு வர முயற்சிக்கும் நேரத்தில், பன்முகமாக்கும் சக்தியும் மாறிமாறிச் செயல்பட்டுக்கொண்டிருக்கிறது. பார்ப்பனர்களைப் பொறுத்தவரை இங்குள்ள எல்லாம் ஒரு புள்ளியில் இணைந்துவிட வேண்டும் என்று கருதுகிறார்களே ஒழிய, சாதிய அடிப்படையில் பக்கத்தில் இன்னமும் நெருங்கவிட மறுக்கிறார்கள். இருந்தாலும் ஏதோ ஒரு விதத்தில் பன்மைத்தன்மை காப்பாற்றப்பட்டே வந்திருக்கிறது. இதுதான் இந்தியச் சமூகத்தைக் காப்பாற்றிக்கொண்டு வருகிறது. ஆனால் உலகத்தில் வேறு நாடுகளின் அனுபவங்களையும் நாம்

கூர்ந்து நோக்க வேண்டும். நமது சூழலிலும் சமணத்தில் இயக்கி வழிபாட்டையும் இஸ்லாத்தில் தர்கா வழிபாட்டையும் நீக்க வேண்டும் என்பன போன்ற போக்குகள் தோன்றியுள்ளதைக் கவனிக்க வேண்டும்.

தொ. ப.: ஐரோப்பிய நாடுகளின் அனுபவத்தைப் பொறுத்த வரை கூட்டு அடையாளம் என்பது பிரச்சனைக்குரிய ஒன்றாக இருந்தது என்பதை ஒத்துக்கொள்கிறேன். ஆனால் அதே அளவு கோல்களைத் தெற்காசிய நாடுகளில் ஒன்றான இந்தியச் சமூகத்திற்குப் பொருத்திப் பார்க்கமுடியாது. தொழிற்புரட்சிக்குப் பின்னால் இயற்கையோடு உள்ள உறவை ஐரோப்பியச் சமூகம் கொஞ்சம்கொஞ்சமாக அறுத்துக்கொண்டு வந்திருக்கிறது. நம் நாட்டில் குரோட்டன் செடிகள் இல்லாத ஊரே கிடையாது. குரோட்டன் வெளிநாட்டி லிருந்து வந்த தாவரம். இந்த மண்ணிலே இருக்கிற எல்லாத் தாவரங் களின் மருத்துவப்பயனும் நமக்குத் தெரியும். குரோட்டன் ஒரு அழகான தாவரம் என்று நாம் சொல்வதெல்லாம் மருத்துவப்பயன் தெரியாததால்தான். மருத்துவப்பயன் இல்லாத தாவரம் உலகில் எங்கும் இருக்க முடியாது. குரோட்டன் செடிகள் பிறந்த மண்ணிலே அதற்கு ஒரு மருத்துவப்பயன் இருந்திருக்க வேண்டும். ஐரோப்பியர்கள் இயற்கையுடனான உறவை அறுத்துக் கொண்டபோது மனிதனின்மீது இருந்த நம்பிக்கையைக் கருவிகளின் மீது, கருவிகளின் ஆற்றலின்மீது வைத்தபோது தங்கள் வேர்களை இழந்தார்கள். வேர்களை இழந்தவர்களிடம்தான் குரூரம் அதிகமாக இருக்கும், ஒரு அறைக்குள் மனிதர்களை அடைத்துப் போட்டு விஷப்புகையைச் செலுத்துவது போன்ற குரூரங்கள் ஐரோப்பாவில் நடந்தன. தற்கொலை, தாய்க் கொலை, குழந்தைக்கொலை, தந்தைக்கொலை, இனப்படுகொலை முதலிய உயிரை எடுப்பது பற்றிய பல்வேறு சொற்களை ஆங்கிலத்தில் பார்க்கலாம். இந்தச் சொற்களைத் தமிழுக்கு மட்டுமல்ல, உலகில் வேறு பல மொழிகளுக்கும் மொழிபெயர்க்க முடியாது. ஏனென்றால் வேர்களை இழந்ததனாலே ஐரோப்பியர்கள் பெற்ற குரூரம் அவை. வேர்களை இழந்ததற்கான காரணம் எதுவென்றால் எதையும் சூத்திரப்படுத்திப் பார்க்கும் அறிவுதான்.

ஆனால் ஐரோப்பாவில் நவீனத்துவம் வரும்போது வேர்களை, மரபை மறுதலிப்பது என்பதுதான் மனித சுதந்திரம் என்று ஏன் முடிவு செய்தார்கள் என்றால் ஒருவிதத்தில் மரபு என்பது தடையாக இருந்தது. கத்தோலிக்க மதத்தின் குரூரமான தளைகளை அறுத்தெறிந்த பின்புதான் சீர்திருத்தக் கிறித்துவம் வந்தது. அதையும் தாண்டி மதத்தையே மறுதலிக்க வேண்டிய கட்டாயத்திற்கு

ஐரோப்பியச் சமூகம் நகர்ந்தது. ஐரோப்பாவில் நிலவிய முழுமையான நவீனத்துவம் நம் நாட்டிற்கு வரவில்லை. காலனியக் காலத்தில் வந்த நவீனத்துவம் நம் நாட்டிற்கு முழுமையாக வரவில்லை. ஆனாலும்கூட நம்மிடையே இருந்த கட்டுகளை அறுப்பதற்குக் காலனியக் காலத்தில் வந்த நவீனத்துவம் நமக்கு உதவியாக இருந்துள்ளது. இதை மறுக்க முடியாது.

நவீனத்துவத்தில் இருக்கும் பிரச்சனைகளையும் பாரம் பரியத்தில் இருக்கக்கூடிய சமயம் சார்ந்த பிரச்சனைகளையும் எவ்வாறு சமன்செய்து பார்க்கப் போகின்றோம்? முழுக்க ஒரு கூட்டு அடையாளம், தனிமனித சிந்தனைகளையெல்லாம் கடந்த சாராம்சமான, அருவமான கூட்டு அடையாளம் என்பதும் பழைய பாணியில் இனிமேல் இருக்கமுடியாது. ஐரோப்பிய மனிதன் அடைந்துள்ள தனிமனிதநிலை, முழுக்க முழுக்க லிபரல் பூர்ஷ்வா சப்ஜெக்டிவிட்டி நமக்கு ஏற்புடையதாக இருக்காது. இந்த இரண்டுக்கும் இடையில் எந்தவிதமான சமன்நிலையை ஏற்படுத்தப் போகின்றோம்? கூட்டு அடையாளமும் வேண்டும்; அதே நேரத்தில் அது தனி மனிதனின் செயலூக்கம், முனைப்பு, முயல்வு இதற்கெல் லாம் இடந்தரக் கூடியதாகவும் இருக்க வேண்டும்.

சுந்தர் காளி: அஷிஸ் நந்தி கூறுவதுபோல இதையெல்லாம் செய்து பார்ப்பதற்குரிய இடமாக இந்தியா இருக்கிறது. ஐரோப்பாவில் பழையவற்றின் எச்சங்களையெல்லாம் தேடிப் பார்த்தால் கூடக் கிடைக்காது. நம்முடைய கூட்டு அடையாளத்திற்கும், நவீனத் துவத்தின்மூலம் கிடைத்த சுதந்திரத்திற்கும் இடையில் எவ்விதமான சமன்நிலையை ஏற்படுத்தப் போகின்றோம்? கூட்டு அடையாளத் திற்குள் தனிமனித முனைவு, செயலூக்கம் இவற்றைக் காண்பது மிகப்பெரிய சவாலாக இருக்கிறது அல்லவா?

தொ. ப.: நவீனம், நவீனத்துவம் என்ற பெயரால் நாம் பேசுகிற எல்லா விஷயங்களையும் அதிகாரக் கட்டுமானத்தை நேரடி யாகவோ எதிர்மறையாகவோ நம் மனத்தில் இருத்திவைத்துக் கொண்டு பேசுகிறோம். எழுத்து என்பது அதிகாரம் சார்ந்த அடையாளம். பிரமாண்டம் என்பது ஓர் அடையாளம். இயற்கை யிலும் பிரமாண்டங்கள் உண்டு. அடையாறு ஆலமரம் இயற்கையில் பிரமாண்டமானது. மற்றவற்றின் இருப்பை நிராகரிக்கக்கூடிய பிரமாண்டம் இயற்கையில் கிடையாது. அந்தப் பிரமாண்டத்தில் நம்முடைய பிரமாண்டத்தைவிடப் பயன் தரக்கூடிய நூறு விஷயங்கள் உண்டு. ஆலமரத்தின் அடியில் இருக்கும் அதன் மேற்பகுதி ஆயிரம் பறவைகளின் வாழ்விடம். ஆனால், ஒரு அரண்மனை அப்படியல்ல. மனிதன் ஆக்கிய பிரமாண்டம் என்பதே

அதிகாரம் சார்ந்த விஷயம். அதிகாரம் என்பது பிரமாண்டங்களை உருவாக்குகிறது.

இந்தப் பிரமாண்டங்கள் எல்லாம் அடுத்த உயிரின் இருப்பையும் வாழ்வையும் கேள்விக்கு உள்ளாக்குகின்றன. எனவே, இதற்கு ஒரு எல்லையுண்டு. அந்தக் கொதிநிலையை நாம் எட்டவில்லை. கொதிநிலையை உணர்ந்த பெர்ட்ரண்ட் ரஸ்ஸல், "இந்த நவீன உலகத்திலே அமைதி என்பது சாத்தியமானதா? மகிழ்ச்சி என்பது சாத்தியமானதா" என்று கேட்டார். காந்தி இன்னொரு வகையில் "கிராமத்திற்குத் திரும்புங்கள்" என்பதை முன்வைத்தார். ஆனால், மரபின் சுமைகளோடு முன்வைத்தார். நம் மரபின் சுமைகளை நாம் எதிர்க்கின்றோம்.

சுந்தர் காளி: *அவருடைய 'இந்திய சுயராஜ்ஜியம்' என்னும் புத்தகம் நவீனத்துவத்தின் மீதான தீவிர விமர்சனத்திற்கு நல்ல சாட்சியாக இன்றுவரை உள்ளது.*

தொ. ப.: இப்போது நாம் இயற்கை வேளாண்மையை எடுத்துக் கொள்வோம். மசானபு புக்காகோ என்னும் ஜப்பானிய அறிஞரின் இயற்கை வேளாண்முறைகளைப் பார்க்கிறோம். இயற்கை என்று சொல்வது இலட்சக்கணக்கான ஆண்டுகளாகப் பரிணாமத்தில் வந்த விஷயம். அதை எதுவரைக்கும் உங்களால் நிராகரிக்க முடியும்? 150 நாள் நெல்வித்து நம்மிடையே இருந்தது. அது நோய் தாங்கும் சக்தியுடைய வித்து. நவீனம் என்னும் பெயரில் அதன் ஆயுளைக் குறைத்துக்கொண்டே வந்தார்கள். இந்தியாவில் பஞ்சம் வந்து மக்கள் மடிந்துவிடுவார்கள் எனக் கூறிக்கொண்டு ஐ.ஆர்.8 என்னும் 90 நாள் நெல்விதையைக் கொண்டுவந்தார்கள். இந்த 90 நாள் விதையைக் கொண்டுவரக் காரணமே புஞ்சைத் தாவரத்தின் பயன்பாட்டைக் குறைத்து, கேவலமாக மதிப்பிட்டு, இல்லாமல் ஆக்குவதற்குத்தான். இதனால் அரிசியின் தேவை அதிகமாகியது. இந்திய மக்கள் திடீரென்று அதிகமாகச் சாப்பிட ஆரம்பித்து விடவில்லை. புஞ்சைத் தானியங்களின் பயன்பாட்டைக் குறைத்த தால்தான் அரிசியின் பயன்பாடு அதிகமாகியது. அதனால் ஐ.ஆர்.8 –ஐக் கொண்டு வந்தார்கள்.

இங்கு நான் ஒரு கேள்வி எழுப்புகின்றேன். பாலூட்டிகள் கருக்கொள்ளும் காலத்தைக் குறைக்க முடியுமா? ஏனென்றால் கோடிக்கணக்கான ஆண்டுகளாக நிகழ்ந்த பரிணாமம் அது. அதனால் எதையும் அவநம்பிக்கையோடு பார்க்க வேண்டும். கொதிநிலை எட்டியவுடன் எல்லாம் மாறத்தான் செய்யும். இப்போது ஐரோப்பியச் சமூகம் மாறிவருகிறதல்லவா? அமெரிக்காவில்,

இப்போது கடைவீதிக்குப் போகும் போது துணிப்பையைப் பிடித்துக் கொண்டு போகிறார்கள்.

நவீனத்துவம் என்பதே மூலதனம் சார்ந்த, அதிகாரம் சார்ந்த, பிரமாண்டம் சார்ந்த விஷயம். எனவே, இதற்கு ஒரு எல்லை கட்டாயம் வந்தேதான் தீரும். வேறொன்றும் வேண்டாம்: 'பாலித்தீன் கப்' வரும்போதே மரபின் சுமைகளோடுதான் வந்து சேர்ந்தது. 'யூஸ் அன் த்ரோ கப்' என்பது வடநாட்டுக்காரன் கண்டுபிடிப்பு. இங்குள்ளவர்களின் கண்டுபிடிப்பல்ல.

பெரியார் பிறந்த மண்ணிலே 'யூஸ் அன் த்ரோ கப்'பைக் கண்டுபிடித்திருக்க முடியாது. ஏனென்றால், மேல்சாதிக்காரன் கீழ்ச்சாதிக்காரன் டம்ளரில் டீ குடிக்கக் கூடாது என்று வடஇந்தியாவில் மண் குவளைகள் வைத்திருப்பதை நம் கண்ணாலேயே பார்த்திருக்கின்றோம். இதற்கு என்ன அர்த்தம்? மேல்சாதிக்காரனும் கீழ்ச் சாதிக்காரனும் ஒரே கலத்தில் உண்ணக் கூடாது என்பதுதான்.

இதற்கு ஒரு மாற்றைக் கண்டுபிடிக்கிறான் அவன். ஓரிரண்டு ஆண்டுகளில் மண்குவளைகள் காணாமல்போய்விடுகின்றன. 'யூஸ் அன் த்ரோ கப்'பைக் கொண்டுவருகிறார்கள். நான் இப்போது டீக் கடைகளில் 'யூஸ் அன் த்ரோ கப்' பை வேண்டாம் என்று கூறி விடுகிறேன். கண்ணாடி டம்ளரில்தான் கேட்பேன். கடைக் காரருக்குப் புரியவில்லை. இப்போது பேப்பர் கப், கமுகுப் பட்டையில் செய்த கப்புகள் வந்துவிட்டன. ஆக நவீனத்துவத்தால் பெரிதும் பாதிக்கப்பட்டுவிட்டோம் என்ற உணர்வும் நமக்கு ஏற்பட்டு விட்டது. இதைவிட நல்ல எடுத்துக்காட்டு ஓமியோபதி மருத்துவ முறையின் பரவல். அலோபதி மருத்துவமுறையில் இருக்கக்கூடிய சுரண்டலை உள்ளார்ந்த உணர்ச்சியோடு அணுகியது ஓமியோபதி. ஏனென்றால், அது உடல் சார்ந்த விஷயம். தன் உடம்பு சார்ந்த விஷயம் என்பதால் மனிதர்களுக்குள் அசாதாரண விழிப்புணர்வு வந்துவிட்டது.

கெண்டகி சிக்கனில் 10 விழுக்காடு நஞ்சு இருக்கிறது என்று தெரிந்தவுடனே அந்தப் பெரிய நிறுவனம் ஒரு மாதத்திற்குள்ளாகவே தோற்றுப்போய்விட்டது. ஏனென்றால் மனிதன் உடல்சார்ந்த விஷயம் என்பதால் சுரண்டலுக்கு எதிராகத் தெளிவாக இருக்கிறான். அதுமாதிரி நான் நம்பிக்கையோடு இருக்கின்றேன். நவீனத்துவத்தின் துன்பங்களை அனுபவித்த பிறகு அதிலிருந்து ஐரோப்பியச் சமூகம் எப்படிப் பின்வாங்கியதோ அதற்கு முன்பே அதுபோன்று நாமும் பின்வாங்கிவிடுவோம் என்பது என் நம்பிக்கை.

அதிகாரம், பிரம்மாண்டம், நகர்ப்புறம் இவையெல்லாம் மதம் சார்ந்த விஷயங்களும்கூட. பிரம்மாண்டம் என்பதே இங்கு மதத்தின்

வெளிப்பாடுதான். அதிகாரமும் மதமும் நாணயத்தின் இரு பக்கங்களைப் போலப் பிரிக்க முடியாதவை. தெய்வ நம்பிக்கை என்பது வேறு; மதம் என்பது வேறு. தெய்வ நம்பிக்கை என்பது அதிகார மையமாக உருவாகும்போது எப்படி மதம் வருகிறதோ அப்போதுதான் அரசும் வருகிறது.

நம் பெண்கள் எப்போதும் சனநாயக உணர்வு மிக்கவர்கள். பேருந்தில் போகும்போது ஒரு குழந்தை சிரித்துவிட்டால் நம் பெண்கள் குழந்தையை வாங்கித் தம் மடியில் வைத்துக் கொள்வார்கள். குழந்தைகளின் சாதி, மதம் எதையும் பார்ப்பதில்லை. பெண் தெய்வங்கள் இன்னும் ஆயுதம் ஏந்தித்தான் இருக்கிறார்கள். அம்மன் கோயில்களைப் பார்க்கும்போது ஏற்படும் மகிழ்ச்சி எனக்குக் கபாலீசுவரர் கோயிலையோ, பார்த்தசாரதிப் பெருமாள் கோயிலையோ பார்க்கும்போது ஏற்படுவதில்லை. ஏனென்றால், அம்மன் கோயில்களில்தான் உயிர்களுக்கு இடையேயான ஒத்திசைவு இருக்கிறது. இது பெரும்பாலும் பெண்களால் காப்பாற்றப்பட்டு வருகின்றது. அம்மன் கோயில்களில்தான் பெண்கள் சாமியாட முடியும். அருள்வாக்குத் தரமுடியும். அம்மன் கோயில்களில்தான் பெண்களின் ஆன்மீகத்தை உறுதிப்படுத்துகின்றோம்.

இன்னும் சொன்னால் பெண்கள் போராட்ட உணர்வோடு தங்கள் ஆன்மீகத்தைக் காப்பாற்றிவருகின்றனர். சங்க இலக்கியத்தில் ஊருக்குப் புறத்தே இருக்கக்கூடிய நடுகல்லுக்குப் பெண்தான் வழிபாடு செய்கின்றாள். நெல்லும் மலரும் தூவி இல்லுறை தெய்வத்தை வணங்குகின்றாள். இன்றைக்கும் பிற கலாசாரங்களால் பாதிக்கப்படாத நெல்லை, குமரி மாவட்டப் பகுதிகளிலே நாள்தோறும் வீட்டில் விளக்கேற்றுவார்கள். இந்த விளக்கேற்றும் அதிகாரத்தைப் பெண் ஆணுக்குத் தர மறுக்கிறாள். இதில் இரண்டு வகையான பார்வைகள் உண்டு. பெண் அதிகாரத்தைத் தக்க வைத்துக்கொள்வது என்பது ஒன்று. சமையல் அறைக்குள் பெண்கள் ஆண்களை நுழையவிட மாட்டார்கள். 'இங்கே என்ன உங்களுக்கு வேலை?' என்று விரட்டி விடுவார்கள். அதைப்போய் நாம் வலியப் பற்றிக்கொள்வது என்பது அன்றைக்கும் நிகழ்ந்ததுதான்; இன்றைக்கும் நிகழ்வதுதான். பெரும் சமையலுக்கு நளபாகம், பீமபாகம் என்று பெயர். சாதாரணச் சமையல் என்றால் அது பெண்ணினுடைய சமையல். திருவிழா வீடுகளில் பெரிய சமையல் ஆக்க வேண்டுமென்றால் ஆண்கள் வந்துவிடுவார்கள். பிரமாண்டம் என்பதே அதிகாரம்தான்.

விளக்கு என்பது உருவமற்றது; அருஉருவமானது. சிவலிங்கம் ஆண்; ஆனால் அருஉருவம். குத்துவிளக்கு பெண். அதுவும் அருஉருவம். இந்த விளக்கு ஏற்றும் உரிமையை மட்டும் பெண் ஆணுக்கு விட்டுக்கொடுக்க மறுக்கிறாள்.

சுந்தர் காளி: இந்து முன்னணி, ஆர்.எஸ்.எஸ். முதலிய இயக்கங்கள் இந்த விளக்குப் பூஜையைக் கையில் எடுத்துக்கொண்டுவிட்டன. கோயில்களில் ஓரிருவர் திருவிளக்கேற்றுவது என்பது வேறு. ஆனால் நூறு பெண்கள், ஐந்நூறு பெண்கள் என அணிதிரட்டி விளக்குப் பூஜை நடத்துகின்றனர். இது பழைய விஷயமல்ல. ஒரு சடங்கை நவீனப்படுத்தியிருக்கிறார்கள். ஒரு சனநாயகமான விஷயத்தைக் கூடப் பாசிசம் தனதாக்கிக்கொள்கிறது. அதை ஒரு அதிகாரமாக மாற்ற முடிகிறது. ஆரம்பத்திலிருந்தே நான் கேட்கிற கேள்வி இதுதான். தெய்வம் என்பது அன்றைக்கும் சரி, இன்றைக்கும் சரி சமூகம்தான். சமயம் என்பதும் கூட்டு அடையாளம் என்பதும் ஒன்றாக இருப்பவை.

தொ. ப.: நம் இருவருக்கிடையில் உள்ள முரண்பாடு இதுதான். நான் தெய்வநம்பிக்கை என்பதை முதலில் சொன்னேன். அதனுடைய வளர்ந்த கட்டம்தான் சமயம். இப்படிப் பிரித்துப் பார்க்க வேண்டும்.

திருவிளக்குப் பூஜையை வைத்துக் கோயில்களில் ஆர்.எஸ். எஸ். காரர்களின் ஊடுருவலை அச்சத்தோடு பார்த்திருக்கிறேன். அந்த விழாக்கள் ஏற்பட்டு 10, 15 ஆண்டுகளாகிவிட்டன. ஆனால், ஒரு விழுக்காடு பெண்களைக்கூட அவர்களால் மீட்டெடுக்க முடியவில்லை. ஐயப்பன் வழிபாட்டை எடுத்துக்கொள்ளுங்கள்; நான் சிறுவனாக இருந்தபோது எங்கள் ஊரில் இரண்டு பேர் போவார்கள். இது ஆணின் இன்னொரு வகையான அதிகாரம்.

ஐயப்பன் மாலை போட்டவர்களை முப்பது நாளைக்குச் சாமி என்று மற்றவர்கள் கூற வேண்டும். இன்னும் சொல்லப் போனால் பெற்ற தாயே அவனைச் சாமி என்று கூறவேண்டும். நான் ஆசிரியர் ஆன பிறகு ஊருக்கு ஊர் இருபது பேருந்துகள் சபரிமலைக்குச் சென்றன. அதிலும் சாதி வந்துவிட்டது. 'அவன் கீழ்ச்சாதிக்காரன். பத்துமுறை மலைக்குப் போய் வந்து விட்டதால் அவன் எனக்குக் குருசாமியாக ஆகிவிடுவானா? என் சாதியிலேயே ஒரு குருசாமியைத் தேட வேண்டும்' என்று ஒருவர் கூறினார். இரண்டு பேர் மட்டுமே மலைக்குப் போன எங்கள் ஊரில் ஐயாயிரம் பேர் சபரிமலைக்குப் போனதைப் பார்த்தேன். இப்போது ஐந்நூறு பேர் மட்டுமே செல்வதைப் பார்க்கிறேன். Cult ஒன்றின் தோற்றம், எழுச்சி, சரிவு எல்லாவற்றையும் கண்ணாலேயே பார்க்கின்றோம்.

இந்து முன்னணி சார்பில் திருவிளக்குப் பூஜையைத் திட்டமிட்டுத்தான் தொடங்கினார்கள். அவர்களால் ஒரு விழுக்காடு பெண்களைக்கூட இதில் இழுக்க முடியவில்லை. அவர்களுக்கு வேண்டியது கூட்டம்தான். திருவிளக்குப் பூஜைக்குப் போன பெண்கள் எல்லாம் அவர்கள் கட்சிக்கு வாக்களிப்பார்களா என்றால் அதுவும் கிடையாது.

இந்தப் பூஜையும் இப்போது தளர்நிலையை எட்டிவிட்டது. ஏனென்றால், அந்தப் பூஜை எந்தவிதமான அதிகாரத்தையும் பெண்களுக்குத் தரவில்லை. மேல்மருவத்தூர் ஆதிபராசக்தி அடிகளார் பெண்களுக்கு ஆன்மீக அதிகாரத்தை அளித்தபோது பெருந்திரளான மக்கள் அங்கே திரண்டார்கள். எந்தத் தீட்டுக் கோட்பாட்டைக் கூறிப் பெண்களை ஒதுக்கிவைத்தார்களோ அதை மேல்மருவத்தூர் உடைத்தபோது அலை அலையாகப் பெண்கள் அங்கே போனார்கள். இதுவும் இப்போது தளர்நிலையை எட்டியுள்ளது. காரணம், அளவுக்கு அதிகமான சொத்துடைமைதான். ஒரு அதிகாரத்தை உடைத்த ஆதிபராசக்தி வழிபாட்டு மன்றம் இன்னொரு அதிகாரத்தை உருவாக்குகிறது.

ஒரு ஆதிபராசக்தி வழிபாட்டு மன்றத்தில் இருபதுபேர் இருந்தார்கள் என்றால் அவர்கள் இருபது பேருக்கும் பொறுப்புகள் தரப்படுகின்றன. வழிபாட்டு மன்றத்து மகளிர் அணிச் செயலாளராக நான் இருக்கிறேன் என்று மகிழ்ச்சியோடு சொல்லக்கூடிய பெண்களைப் பார்த்திருக்கின்றேன். அதாவது உறுப்பினர் என்பதைத் தாண்டி இருபது பேருக்கும் சிறு அளவிலான அதிகாரம் தரப்பட்டது. மொத்தம் உள்ள இருபது பேரில் பத்துப் பேர்தான் பெண்கள். அதற்கு மகளிர் அணிச்செயலர், மற்றொரு பெண் துணைச்செயலர் இப்படிப் பொறுப்புகள். ஆனாலும் இப்போது ஆதிபராசக்தி மன்றங்கள் தளர்நிலையை எட்டியுள்ளன. இப்படிக் காலந்தோறும் வந்துகொண்டே இருக்கின்றன.

நவீனம் வந்த பின்புதான் மரபுச்சுமைகள் அகன்றன என்பதை நான் முழுமையாக ஏற்றுக்கொள்ளவில்லை. சித்தர்கள் மரபுச் சுமையை உடைக்கவில்லையா? கபிலர் அகவல் நம்மிடையேதானே பிறந்தது? மரபு சுமையாகும்போது உடைக்கிற முயற்சிதானே இது?

சுந்தர் காளி : நம்மிடையே உடைப்புகள் இல்லாமல் இல்லை. ஐரோப்பியச் சமூகத்தில் மரபை முழுமையாக நிராகரிப்பது என்பது நவீனத்துவம் வந்த பின்புதான் நடக்கிறது.

தொ. ப.: கருவி வளர்ச்சி என்பதைத்தான் 'அறிவு வளர்ச்சி' என்று அவர்கள் கருதினார்கள். தொழிற்புரட்சி பற்றிப் பள்ளியில்

நமக்குக் கற்றுக்கொடுக்கும்போதே "நூற்கும் ஜென்னி வந்தது", "தையல் எந்திரம் வந்தது" என்று அவர்கள் கண்டுபிடித்த கருவிகளைப் பற்றிச் சொல்லிக்கொடுப்பார்கள். 16ஆம் நூற்றாண்டு வரை ஐரோப்பாவில் கைத்தறி நெய்ய இரண்டு பேர் வேண்டுமாம். தமிழ்நாட்டில் ஒற்றைத்தறி போட்டுக்கொண்டிருக்கிறார்கள். நம் தறிக்கு ஒரு ஆள் போதும்.

ஐரோப்பாவில் தொழிற்புரட்சி இயற்கையுடனான உறவைச் சிதைத்து, மரபுரீதியான வேர்களை அறுத்து, எல்லா விஷயங் களிலும் பிரமாண்டங்களைக் கட்டி அமைக்க முயற்சி பண்ணியது. திரும்பத் திரும்ப நவீனம், ஐரோப்பிய அனுபவம் என்று வார்த்தை களை உதிர்ப்பது, பெரும் மூலதனம் குறித்த அச்சம்தான். ஏன் சீனாவையோ, ஜப்பானையோ நீங்கள் பேசக் கூடாது?

பாரதி எழுதினார் "சீனா பெரும் பூதம் போன்றது. நான் நல்ல அர்த்தத்தில் சொல்லுகின்றேன். சீனா விழித்துக் கொண்டால் கீழ்த்திசை உலகம் எல்லாம் விழித்துக்கொள்ளும்" என்று. பாரதிக்கே ஐரோப்பாவின் பிரமாண்டம் பற்றிக் கருத்து இருந்திருக்கிறது. அதே நேரத்தில் சீனாவின் வளம், மக்கள்தொகை பற்றிய நம்பிக்கையும் இருந்திருக்கிறது. நீங்கள் மேற்குலகு பற்றி மட்டுமே அதிகம் அக்கறைப்படுகிறீர்கள். கிழக்கு உலகம் ஒன்று இருக்கிறதே?

சுந்தர் காளி: ஐரோப்பாவில் உருவானது நவீனத்துவம் என்று வைத்துக் கொண்டாலும் அறிவை முதன்மைப்படுத்தக்கூடிய விஷயம் எல்லா நாடுகளுக்கும் வந்துள்ளது. ஒவ்வொரு நாட்டிலும் நவீனத்துவத்தைச் சார்ந்த அனுபவம் என்பது ஒவ்வொரு விதமாய் இருக்கிறது. இந்தியாவில் ஒரு மாதிரியாகவும், ஜப்பானில் வேறொரு விதமாகவும், சீனாவில் மற்றொரு விதமாகவும் உள்ளது. ஆனால், நாம் எதற்காக ஐரோப்பாவை முன்னிறுத்துகிறோம் என்றால் நவீனத்துவத்தின் மூலமாக உயர்ந்த சில விஷயங்களை எட்டியது என்பதால். அதேபோன்று மிக மோசமான அழிவுகளைச் சந்தித்ததும் ஐரோப்பாதான். அதிலிருந்து சில நேரங்களில் பாடம் கற்றுக்கொள்ள முடிகின்றது. பாசிசம் மாதிரியான விஷயம் ஐரோப்பாவில் வந்ததுபோன்று வேறெங்கும் வரவில்லை.

இலட்சக்கணக்கான மக்களைக் கொடூரமாகக் கொன்று குவிக்கக்கூடிய நிகழ்வு வேறெங்கும் நடக்கவில்லை. இந்தியாவில் இதுபோன்ற சம்பவம் நடக்கமுடியுமா என்பது சந்தேகம்தான். பாபர் மசூதியை இடித்த நேரத்தில் கூடப் பேரழிவு எதுவும் ஏற்படவில்லை. சமயம் என்ற பொருளைப் பற்றிப் பேசும்போது நவீனத்துவத்தைத் தவிர்த்துவிட்டுப் பேச முடியாது. சமயம்

என்பது நவீனத்துவத்துடன் இந்தியச் சூழலில் ஏதோ ஒரு வகையில் சம்பந்தப்பட்டுள்ளது. சமயம் வேண்டும் அல்லது வேண்டாம் என்ற வகைப்பாடெல்லாம் நமக்கு வந்துவிட்டது. ஐரோப்பிய நவீனத்துவத்தின் வாயிலாகச் சமயத்தையும், தெய்வ நம்பிக்கையையும் தாக்கிய பெரியாருடைய இயக்கம் இருந்த இடம் நம்முடைய இடம். அதனால் சமயம் என்ற அடையாளம் இல்லாத உலகத்தைப் பற்றி நாம் யோசிக்க முடியுமா என்பதிலிருந்து நாம் ஆரம்பித்தோம். அப்படியொரு உலகம் இருக்க முடியாது என்று நீங்கள் கூறினீர்கள். கடவுளற்ற உலகம் இருக்க முடியாது என்பதை உங்கள் பேச்சு தெளிவுப்படுத்தியது.

தொ. ப.: கடவுளற்ற உலகம் அன்று; தெய்வமற்ற உலகம் என்று கூற வேண்டும். நான் அந்த வார்த்தையில் தெளிவாக இருக்கிறேன்.

சுந்தர் காளி: தெய்வமற்ற உலகம் என்பது இருக்க முடியாது. தெய்வம் இருக்கிற உலகமே ஒரு உலகம் இல்லை. அதிலே பலவிதமான உலகங்கள் உள்ளன.

தொ. ப.: பல்வேறு வகையான உலகங்கள் இருக்கலாம். ஆனால் எந்தவொரு உலகமும் மற்றொரு உலகத்தைச் சுரண்டுவ தில்லை. அதனுடைய இடத்திலே அது அது இருக்கிறது. மீண்டும் சொல்கிறேன். இயற்கையிலிருந்து அதிகம் பாடம் கற்றுக் கொண்டவர்கள் எல்லாம் பூமியின் தென்பகுதியில் வசித்தவர்கள், உயிர்க்கூட்டமும் பயிர்க்கூட்டமும் இந்தத் தென்மண்டலப் பகுதியில் தான் அதிகம். இதிலிருந்து பாடம் கற்றுக்கொண்டதனாலே இன்னொரு உயிரின் இருப்பை ஏற்றுக்கொள்வது உணர்விலே அமைந்துவிட்ட ஒன்று. திரும்பத்திரும்ப நான் தாவரங்கள், வேர்கள் என்று பேசுவதை எவ்வாறு எடுத்துக் கொள்கிறீர்கள் என்று தெரியவில்லை. ஆனால், அப்படி நாம் பேசுவதற்கான காரணம், தாவரங்களும் வேர்களும் அதிகமாக இருக்கும் நம் மண்ணிலே பிறந்த விஷயங்கள் என்பதால்.

இந்த விவாதத்தில் அடிக்கடி வரும் சொல் 'அறிவு'. அறிவு வாதம் என்பது இங்கேயும் இருந்தது. 'சுத்த அறிவே சிவம்' என்று சைவம் சொல்லும். சைவம் ஒரு வகையில் பாசிசமானது. அதற்குக் காரணம் அங்கே எந்தவிதமான ('அன்பே சிவம்' என்று கூறினாலும்) சித்தாந்தத்தை நோக்கினாலும் திரும்பத் திரும்ப அந்த விவாதங்கள் கூர்மையான, இன்னும் கூர்மையான அறிவை நோக்கி நகர்வதாக இருக்கும். கடைசியாக இப்படி முடிப்பார்கள்: 'சுத்த அறிவே சிவம்' என்று. கண்ணப்பர் பற்றிச் சிவபெருமான் சிவகோசரியாரிடம் கனவில் வந்து கூறுவார், "அவனுடைய அறிவெல்லாம் நம் பக்கல்

அறிவு" என்று. அதாவது என்னை நோக்கிய அறிவு என்று. அதாவது என்னை நோக்கிய அறிவு என்கிறார் சிவபெருமான். ஆக, கடவுளை அறிவது மட்டுமே உண்மையான அறிவு என்று சைவம் கூறுகிறது. அறிவு என்பதைப் பற்றி மட்டுமே நாம் நிறைய யோசிக்க வேண்டியுள்ளது.

இங்கு ஒரு விஷயத்தை நினைவில் கொள்ள வேண்டும். "ஞானம் வேறு; பிரேமை வேறு." ஞானத்தைப் பற்றி மட்டுமே நாம் பேசிக் கொண்டிருக்கிறோம். பிரேமை இல்லாமல் மனித உயிர்க் கூட்டம் எப்படியிருக்கும்? உங்கள் வீட்டுச் செடியில் அன்றைக்கு மலர்ந்த மலரைத் தனியாக நின்று பாருங்கள். உங்கள் மனதில் மகிழ்ச்சி நிறையும். அது இன்னொரு உயிரின் வாழ்வை, இருப்பை ஏற்றுக்கொள்ளுகிற மனப்பக்குவம்தானே? எந்த வீட்டுக் குழந்தையாக இருந்தாலும் குழந்தையின் சிரிப்பை ஏற்றுக் கொள்கிறோம். இன்னுமொரு உயிரின் வாழ்வை, இருப்பை ஏற்றுக்கொள்கிற இந்த மனப்பாங்கு இருக்கிறதே அதுதான் பிரேமை. உயிர்க்கூட்டங்களுக்கு இடையேயான இயைபு எனச் சொல்வது இதுதான்.

அறிவுவாதமும் அன்புவாதமும் இரண்டும் சமமாகப் பிரிக்க முடியாதபடி ஒரு நாணயத்தின் இரண்டு பக்கம் போல இருக்க வேண்டும். பிரேமையும் ஞானமும் பிரிக்கமுடியாதபடி இருக்க வேண்டும். நாணயத்தின் ஒரு பக்கம் தேய்ந்துபோனாலும் செல்லாத நாணயம்தான். எனவே அறிவுவாதம் மட்டுமே மனித சமூகத்தை வளர்க்காது. அன்புவாதம் மட்டுமே சமூகத்தின் அடுத்த கட்ட வளர்ச்சிக்கு இட்டுச்செல்லாது.

பாரம்பரியமான மருத்துவ அறிவியல், பாரம்பரியமான பொறியியல் நுணுக்கங்கள் இவையெல்லாம் அறிவுவாதத்தில்தானே வந்திருக்கின்றன? எழுத்து மரபு இல்லை என்பதால் சிலவற்றை நாம் அறிவாகக் காண்பதில்லை. தூத்துக்குடியில் எண்பது இலட்சம் ரூபாய் மதிப்புள்ள தோணியைக் கட்டுகிற ஆசாரிக்கு எழுதப் படிக்கத் தெரியாது என்று பேராசிரியர் சிவசுப்பிரமணியன் என்னிடம் ஒருமுறை கூறினார். மனிதகுலத்தின் அடிப்படையான அறிவு என்பதே எண் சார்ந்தது; எழுத்துச் சார்ந்த விஷயமல்ல. மனித குலத்தின் பெரிய கண்டுபிடிப்பெல்லாம் எண்ணிலிருந்து பிறந்தன; எழுத்திலிருந்து பிறக்கவில்லை. அதை உணர்ந்ததால் தான் "எண்ணும் எழுத்தும் கண்ணெனத் தகும்" என்றனர். "எண்ணென்ப ஏனை எழுத்தென்ப" என்று குறள் கூறும். ஏனென் றால், பள்ளிக்கூடத்தில் மழைக்குக் கூட ஒதுங்கி அறியாத எழுதப் படிக்கத் தெரியாத மக்களுக்கெல்லாம் எண்ணிக்கை தெரியும்.

சுந்தர் காளி: எண்ணை முதன்மைப்படுத்தினால் அதிலும் சிக்கல்கள் இருக்கின்றன. காலனி ஆதிக்கத்தின் முக்கியமான பணிகளில் ஒன்று எல்லாவற்றையும் எண்ணிக்கைப்படுத்துவது. சாதிகளைப் பட்டியல் இடுவதில் ஆரம்பித்து, ஆவணங்கள் எல்லா வற்றையும் தொகுப்பது, வரிசைப்படுத்துவது போன்ற செயல்கள் வரை காலனி ஆதிக்கத்தின் முக்கிய ஆடுமுறைகளுள் ஒன்று எண்ணிக்கைப்படுத்துவது.

தொ. ப.: பட்டியலிடுவது, தொகுப்பது அறிவு வளர்ச்சிக்குரிய விஷயம்.

சுந்தர் காளி: பட்டியல் இடுவதன் வாயிலாக மனித சமுதாயத்தையே காலனி ஆதிக்கம் மாற்றியமைக்கிறது. சென்சஸ் எடுப்பிற்கு முன்னிருந்த சாதி எண்ணிக்கை வேறு; சென்சஸ் எடுப்பிற்குப் பின்னிருந்த சாதி எண்ணிக்கை வேறு என்பது அனைவரும் அறிந்த விஷயம்தான். ஆக முழுக்க எண்கள் அடிப்படையில் இந்தியச் சமுதாயத்தையே மாற்றி அமைக்கிறது காலனிய ஆட்சி.

தொ. ப.: நான் எழுத்து மரபிற்கு அதிக முக்கியத்துவம் தராதீர்கள் என்று கூறுகிறேன். எழுத்து என்பதே அதிகாரத்தின் பிறப்பிடமாகத்தான் இருந்துவந்திருக்கிறது என்று நினைக்கிறேன்.

சுந்தர் காளி : பின் நவீனத்துவத்தால் எழுத்து என்பதைத் தாண்டிய சிந்தனைகள் எல்லாம் வந்துகொண்டிருக்கின்றன.

தொ. ப.: நான் என்ன சொல்லவருகிறேன் என்றால் எழுத்து மரபு, நகர்ப்புறம், பிரமாண்டம் இவையெல்லாம் அதிகாரத்தின் பல்வேறு வடிவங்கள். இவற்றுக்கு எதிரான சிந்தனைகள் எல்லாம் அரசுக்கு எதிரான சிந்தனைகள். அதனாலே கிராமப்புறத்தில் ஒற்றையறைக் கோயில்களாக இருக்கக்கூடிய நாட்டார் தெய்வங்களின் கோயில்கள், குறிப்பாக வடக்கு நோக்கி இருக்கும் அம்மன் கோயில் கள் நம் கலாச்சாரத்தின் சொத்து என்று கூறுகிறேன். அவற்றை ஒருபோதும் அழித்துவிட முடியாது. ஏனென்றால், அழிந்துபட்ட அம்மன் கோயில்களை என் கள ஆய்வில் இதுவரை பார்த்ததில்லை. ஆனால் பிரமாண்டமாக அரசன் கட்டிய கோயில்கள் எல்லாம் அழிந்து சிதைந்து போயிருக்கின்றன. கோவில் நகரமான சேரன்மா தேவிக்குப் போய்ப் பாருங்கள்.

மற்றவற்றின் இருப்பை ஏற்றுக்கொள்ளும் மனப்பக்குவம் சமயத்திற்குக் கிடையாது. நவராத்திரிக்குப் பாளையங்கோட்டையில் எட்டுச் சாமிகள் ஒன்றாக வரும். அதில் மூத்த சாமி ஆயிரத்தம்மன்.

சூரனின் தலையை அக்கா சாமிதான் வெட்டும். மற்ற சாமிகள் கூட வரும். எல்லாச் சாமிகளும் கடைசியில் அக்காவை வீட்டுக்குக் கொண்டுவந்து விட்டுவிடும். ஆயிரத்தம்மன் சாமியாடிக்கும் உச்சி மாகாளியம்மன் சாமியாடிக்கும் எந்த முரண்பாடும் கிடையாது. இவன் அந்தச் சப்பரத்தை வணங்க, அவன் இந்தச் சப்பரத்தை வணங்க ரொம்ப இயல்பாக இருக்கும். சப்பரங்கள் ஊர்வலம் வரும்போது ஐந்து சப்பரம், ஏழு சப்பரம் என்று தேங்காய் உடைப்பார்கள். அப்படிச் சப்பரங்கள் ஒன்றன் பின் ஒன்றாக வரும்போது படித்த பெண்கள் கூட 'முத்தாலம்மன் வந்துட்டாளா? பேராச்சியம்மன் வந்துட்டாளா?' என்று ஒருவருக்கொருவர் விசாரித்துக் கொள்வார்கள். இந்த அன்னியோன்னியம் எந்த விதமான அதிகாரமும் இல்லாத சூழல். அங்குள்ள ஒரே அதிகாரம் ஆயிரத்தம்மன் மட்டும் சூரன் தலையை வெட்டுவாள். அதையும் எந்த அம்மன் சாமியும் கேட்பதில்லை. எல்லோரும் ஒன்றாக வருகிறார்கள். ஒரு தர்கா ஊர்வலம், ஒரு சர்ச் ஊர்வலம், ஒரு சிவன் கோயில் ஊர்வலம் முதலியவற்றைச் சேர்த்து நடத்துவதைக் கற்பனை செய்ய முடியுமா? மற்றவற்றின் இருப்பை நிராகரிக்காதது என்பது மட்டுமல்ல; மற்றவற்றின் இருப்பை மனதார ஏற்றுக் கொள்ளுகின்ற ஒரு கலாசார வேர் இன்னமும் உயிரோடு இருக்கிறது. அது இருக்கிறவரைக்கும் பாசிசம் குறித்தோ, நவீனத்துவம் குறித்தோ உங்களுக்குள்ள அச்சம் எனக்கு இல்லை.

நீங்கள் அச்சப்படுவது நியாயம்தான். ஒருவித மனிதநேய உணர்வோடுதான் நீங்கள் அச்சப்படுகிறீர்கள். நானும் வருத்தப் படுகிறேன். ஆனால் அச்சப்படவில்லை. ஏனென்றால் கொதி நிலையை எட்டிய பிறகு நாம் மீண்டும் வருவோம். திரும்பவும் இந்தப் பெருங்கோயில்கள் எல்லாம் பாழடையும். இப்போது இந்து சமய அறநிலையத்துறையால் மட்டும் இந்தப் பெருங்கோயில்கள் தாக்குப்பிடித்துக்கொண்டிருக்கின்றன.

சுந்தர் காளி: ஐரோப்பாவிலும் அமெரிக்காவிலும் பெரிய பெரிய தேவாலயங்கள் வேறு நோக்கங்களுக்குப் பயன்படுத்தப்பட்டு வருகின்றன. ஒரு ஆய்வு மாநாட்டுக்கு நியூயார்க் போயிருந்த போது ஒரு தேவாலயத்தில்தான் மாநாடே நடந்தது. அதன் கீழ்ப் பகுதியில் உணவு விடுதி ஒன்று இயங்கிவருகிறது. தமிழக வரலாற்றில் இடைக்காலத்தில் கோயில்கள், வழிபாடு சம்பந்தப்பட்ட விஷயமாக மட்டும் பார்க்கப்படவில்லை. கல்வி, கலைகள் சம்பந்தப்பட்ட நிறுவனங்களாக, வங்கியாகக்கூட செயல்பட்டிருக் கின்றன.

தொ. ப.: இந்தப் பெருங்கோயில்கள் எல்லா மக்களுக்கும் உரிய கோயில்கள் என்று சொல்ல முடியாது. நூற்றுக்கு இருபது விழுக்காடு உள்ள ஒடுக்கப்பட்ட மக்கள் கோயிலின் எல்லா நல்ல அசைவுகளிலும் புறந்தள்ளப்பட்டவர்கள். மிகப்பெரிய அரசு அதிகாரத்தின் மறுபதிப்பாகத்தானே கோயில் இருந்தது? திருப்புவனத்தில் ஒரு கோயில் இருந்ததென்றால் திருப்புவன ஆட்சியருக்கு என்ன அதிகாரம் இருந்ததோ அந்த அதிகாரம் அந்தக் கோயிலுக்கும் இருந்தது. அது அரசைப் பிரதிநிதித்துவப் படுத்தும் விஷயம். தஞ்சாவூர்க் கோயில், அங்கிருந்த அரண்மனையைப் பிரதிநிதித்துவப்படுத்தும் விஷயம். சமதளம் அதிகார மையங்கள் உருவாகும்போது பிரமிடுகளாக மாறுகிறது. எல்லாப் பிரமிடுகளும் ஒரு கட்டத்தில் சரியும். பிரமிடுகள் சரிவது என்றால் அதிகார மையங்கள் சரிவது என்று அர்த்தம். எனக்கு அதிகமான ஆர்வமும் ஈடுபாடும் கல்வியும் வேர்களைப் பற்றியதுதான். வேர்களைப் பற்றி எனக்கு அதிக நம்பிக்கை இருக்கிறது. வேரோடு எடுக்கப்பட்டுவிட்டது என்று கருதுகின்ற இடத்திலிருந்து ஒரு மரம் முளைக்கும்.

சுந்தர் காளி: எனக்கும் இந்த நம்பிக்கையுண்டு. உங்களைப் போன்று அஷிஸ் நந்தி போன்றவர்களும் இந்திய மக்களின் மீது நம்பிக்கை வைத்திருக்கிறார்கள். ஆனாலும் கூடுதலான எச்சரிக்கை யுணர்வு காரணமாகத்தான் சில விஷயங்களை வலியுறுத்த வேண்டியிருக்கிறது.

'கல்குதிரை' இதழ் மார்க்வெஸ் சிறப்பிதழை வித்தியாசமாக வெளியிட்டது. கமுதிக்கு அருகில் உள்ள வழிவிட்ட ஐயனார் கோயிலில் கடாவெட்டு, புரவியெடுப்பு நிகழ்ச்சியுடன் அந்த வெளியீட்டு நிகழ்ச்சி நடந்தது. அந்த நிகழ்வுக்கு வந்திருந்தவர்கள் அனைவரும் ஒரே மாதிரி சமய நம்பிக்கையுடைய நபர்கள் கிடையாது. நண்பர் ஒருவர் அவருடைய மகளுக்கு மொட்டை அடிக்கும் சடங்கைக்கூட அங்கு நடத்தினார். வந்திருந்தவர்கள் பலரும் பலவிதமான தளங்களில் இருப்பவர்கள். தெய்வ நம்பிக்கையே இல்லாதவர்களும் இருந்தார்கள். இலக்கிய நண்பர்கள் அனைவரும் சேர்ந்து நடத்திய அந்த நிகழ்வு ஒரு கூட்டு அடையாளமாக வெளிப்பட்டது.

யோசித்துப் பார்த்தால் கூட்டு அடையாளம் என்பது எல்லாக் காலங்களிலும் ஏதோ ஒருவிதத்தில் இருக்கத்தான் செய்கிறது. ஆனால், அது பழைய காலத்தில் இருந்தது போன்று ஒரு யாத்திரீக வடிவிலான, நம்மைக் கடந்த, அருவமான அடையாளமாக

இருக்காது. நம்முடைய செயல்களையும் யோசனைகளையும் அறிவையும் செயல் முனைப்பையும் கடந்ததாக இருக்காது.

அறிவுக்கு இடங்கொடுக்கக் கூடிய, தனிமனித முயற்சிகளுக்கு இடம் கொடுக்கக்கூடிய ஒரு கூட்டு அடையாளமாகத்தான் இருக்க முடியும். அது பழைய மாதிரியாக இருக்கமுடியாது. ஆனால் அதைப் பழைய மாதிரியானதாக உருவாக்குவதற்குத்தான் பாசிச இயக்கங்கள் முயற்சி பண்ணிக் கொண்டிருக்கின்றன. ஏழாம் நூற்றாண்டில் நடந்த 'சமணக் கழுவேற்றம்' போன்ற நிகழ்ச்சிகள் நடக்க வேண்டும் என்று பாசிச இயக்கங்கள் நினைக்கின்றன. அதுதான் என்னுடைய பயம். ஆனால் உங்களைப் போன்று இந்தியச் சமுதாயத்தின்மீதும் அதனுடைய தனிப்பட்ட ஆற்றல் மீதும் எனக்கும் நம்பிக்கை இருக்கிறது.

தொ. ப.: அதாவது சமயம் என்ற எல்லைக்குள் தொழிற்படுகின்ற அதிகாரம் தெளிவாக வரையறுக்கப்பட்டுள்ள அதிகாரம். ஒரு பிஷப்போ, ஒரு மௌல்வியோ, ஒரு அர்ச்சகரோ இவர்களின் அதிகாரம் வரையறுக்கப்பட்ட, ஒழுங்கமைக்கப்பட்ட விஷயம்.

ஆனால், பெருந்திரளான மக்களின் ஆன்மீகம் பல தளங்களில் இயங்குகின்றது. பல தளங்களில் இயங்குவதனாலேயே அவை ஒன்றையொன்று அங்கீகரிக்கின்றன. நாம் எதிர்க்கலாச்சார நடவடிக் கைகளை எடுப்பதற்கு முன்வர வேண்டும். எதிர்க் கலாச்சாரம் என்றால் இப்போது நாம் எதைக் கலாச்சாரம் என்று சொல்கிறோமோ அதற்கு எதிரானது. சில நாட்களுக்கு முன்பு என் நண்பருக்குச் சிலுவை விளக்கு வாங்கிக் கொடுத்தேன். திருக்கார்த்திகை அன்று காலையில் கொடுத்து இதை உங்கள் வீட்டில் ஏற்றுங்கள் என்று கூறினேன். அவருடைய மனைவி கிறித்துவப் பெண். அந்த விளக்கை அவர்கள் வீட்டில் ஏற்றினார்கள். அப்போது என்னிடம் கேட்டார் கள். "கார்த்திகை விழா இந்துக்களின் விழா அல்லவா?" என்றார்கள். "இல்லை. அது மழையை வழியனுப்பத் தமிழர்கள் எடுத்த பண்பாட்டு விழா" என்று கூறினேன். மழை இந்துக்களுக்கும் கிறித்துவர்களுக்கும் பொதுவானதுதானே? மழையை வழியனுப்ப ஆகாயத்தை நோக்கி நெருப்பைக் காட்டுகிற இந்த விழாவை எல்லாரும் கொண்டாட வேண்டும்.

இந்த மாதிரியான எதிர்க்கலாச்சார நடவடிக்கை எடுக்க முன்வர வேண்டும். ஆனால், இவ்வாறு எதிர்க்கலாச்சார நடவடிக்கை களை எடுத்து முன்னேறி, சாணேறி முழம் சறுக்கிய அனுபவங்கள் நமக்கு உண்டு. சாதி மதம் கடந்து, பொங்கல் வாழ்த்துக்கள்

தமிழகத்தில் ஒவ்வோர் ஆண்டும் இலட்சக்கணக்கில் அனுப்பப்படும். இந்துக்கள் மட்டுமின்றிக் கிறித்துவர்கள், முஸ்லீம்கள் எல்லோரும் மாறி மாறி ஒருவருக்கொருவர் அனுப்புவார்கள். பொங்கல் விழாவைத் தமிழ் அடையாளமாகத் திராவிட இயக்கத்தவர்கள் காட்டினர். அதற்குத் 'தமிழர் பண்பாட்டுத் திருவிழா' என்று மாவட்டம்தோறும் நடத்துகின்றார்கள். இது சாதி மத அடையாளத்திற்கு எதிரான ஒரு அடையாளம். சாதி அடையாளமோ, மத அடையாளமோ இல்லாத வள்ளுவரை எல்லோரும் மேற்கோள் காட்டுகிறார்கள். கிறித்துவர் வீடுகளிலும், இஸ்லாமியர் வீடுகளிலும் திருக்குறள் இருக்கிறது. இது நிச்சயம் ஒரு எதிர்க்கலாச்சாரம்தான். மாற்று நாடகம், இசை என்பனபோல மாற்றுக் கலாச்சாரத்திற்கான பகுதிகளாக அவற்றைச் சேர்க்க வேண்டும்.

கிறித்துவத்தில் சேர்ந்து படித்துவிட்டு, ரொம்ப நாகரிகமாகி, ஆசிரியர் பணியில் தங்களை வளப்படுத்திக்கொண்ட ஒடுக்கப் பட்ட மக்கள் நிறைய இருக்கிறார்கள். ஆனால், கிறித்துவத்திற்குப் போனாலும் பெண்களுக்கு அங்கே ஆன்மீக அதிகாரம் எதுவும் கிடையாது. நாட்டார் கோயிலில் பெண் சாமியாடுகிறார். கிறித்துவப் பெண் டீச்சராக இருந்தாலும் தேவாலயத்தில் எல்லோரையும் போலப் பின்னால் இருந்து விட்டுத்தான் வரவேண்டும். தமிழ்நாட்டில் பெண்களுக்கான ஆன்மீக அதிகாரம் பற்றி எதுவும் கேள்வி எழுப்பப்படவில்லை. பெண்ணுரிமை பேசுகிற இயக்கங்கள் எதுவும் பெண்ணின் ஆன்மீக அதிகாரம் பற்றிப் பேசுவதில்லை. தமிழ்நாட்டுப் பெண்ணிய இயக்கங்கள் கூட மேல்மருவத்தூர் பற்றி நல்ல அபிப்பிராயம் ஒன்றையோ அல்லது கெட்ட அபிப்பிராயம் ஒன்றையோ இதுவரை கூறவில்லை.

சுந்தர் காளி: சமீபத்தில் நாடகம் ஒன்றைப் பார்த்தேன். வ.கீதா எழுதிய நாடகம் அது. 19ஆம் நூற்றாண்டின் பிற்பகுதியிலும் 20ஆம் நூற்றாண்டின் முற்பகுதியிலும் தென்மாவட்டங்களில் பணியாற்றிய பெண் மிஷனரிகள், உபதேசிமார்கள் பற்றிய குறிப்புகள் சில அதில் இருந்தன. நீங்கள் சொல்வது போன்று நம் மரபில் பேசப்படாத விஷயங்கள் பல உள்ளன. அவற்றைத் தொகுப்பதும் படிப்பதும் வெளிப்படுத்த வேண்டியதும் ரொம்ப அவசியம்தான்.

தொ. ப.: கிறித்துவத்தில் பெண்கள் பூசைவைக்க வேண்டும் என்று கிறித்துவப் பெண் இயக்கங்கள் போராட வேண்டும். ஓரிரு இடங்களில் மட்டும் பெண்பாதிரியார்கள் இருக்கிறார்கள். மக்களிடம் அந்தச் செய்தி இன்னும் பரவலாக எட்டவில்லை. கிறித்துவப் பெண் எப்படிக் கேள்வி கேட்க வேண்டும்? "நாங்கள் கிறித்துவத்துக்குள் வரும்போது கோயிலில் சாமியாடினோம் அல்லவா? இப்போது ஏன் நாங்கள் தேவாலயத்தில் பூசைவைக்கக் கூடாது" என்று கேட்க வேண்டும்.

நம்முடைய பார்வைகள் இன்னும் முழுமையடையவில்லை. இதுகூட ஒற்றைப் போக்குடைய சிந்தனை என்றுதான் நினைக்கிறேன். நவீனம், ஐரோப்பிய மூலதனத்தின் அசைவுகள், கிழக்கு நாடுகளில் சுரண்டுகிறமுறை பற்றிய நம் பார்வைகள் கூட ஒற்றைப் பரிமாணம் உடையவைதான் என்று நினைக்கிறேன். தேசிய இனப் பிரச்சனையைப் பேசுகின்ற நம்மவர்கள் ஆஸ்திரேலியாவில் பழங்குடி மக்கள் வெள்ளையர்களால் இன்னும் சுரண்டப்பட்டுக் கொண் டிருக்கின்ற நிலையைப் பற்றிப் பேசவில்லை. காலையில் தொலை பேசியில் ஆஸ்திரேலியா போய்விட்டு வந்த நண்பர் சொன்னார்: "வெள்ளையர்கள் அவர்களை எவ்வளவோ நாகரிகம் உடையவர் களாக ஆக்கப் பார்க்கிறார்கள். ஆனால், அந்தப் பழங்குடி மக்கள் அந்த நாகரிகம் வேண்டாமென்று கலாட்டா செய்கிறார்கள்" என்றார். அவர்களுடைய தாதுவளங்கள் அனைத்தையும் கொள்ளை யடித்துவிட்டு ஆங்கிலம் பேசவும் பேண்ட் போடவும் அவர்களுக்குக் கற்றுக்கொடுக்கிறார்களாம். அவர்கள் அதை மறுக்கிறார்களாம். நம்முடைய உணவு, வீடு, ஒப்பனை வரைக்கும் நம்முடைய எல்லா விஷயங்களையும் மறுபரிசீலனை செய்ய வேண்டும். ஒரு மறுவாசிப்புக்கு உட்படுத்த வேண்டும்.

மஞ்சளுக்கும் பவுடருக்கும் உள்ள வித்தியாசத்தை நாம் பேச வேண்டும். மஞ்சள் Antiseptic என்பது நமக்கு அனுபவ பூர்வமாகவே தெரியும். சின்ன வயதில் காலில் அடிபட்டால் மஞ்சளையும் வெங்காயத்தையும் அரைத்துக் காலில் கட்டி விடுவார்கள். அதே மஞ்சளை முகத்தில் பயன்படுத்தும்போது என்ன நடக்கிறது? பவுடரை முகத்தில் பயன்படுத்தும்போது என்ன நடக்கிறது? பவுடர் பெரும் மூலதனத்தின் வெளிப்பாடு.

சுந்தர் காளி: அது சரிதான். மஞ்சள் வேண்டாமென்று பெண்கள் முடிவெடுத்துவிட்டால் நாம் ஒன்றும் செய்ய முடியாது.

தொ. ப.: பெண்கள் அப்படி முடிவெடுக்கவில்லை. அப்படி முடிவெடுக்குமாறு வைக்கப்பட்டார்கள். பெண்களை அப்படி

மூளைச்சலவை செய்தார்கள். நம் கையில் இருக்கும் ஊடகம் என்பதே பெரும் மூலதனத்துக்காகப் பெருவாரியான மக்களை மூளைச்சலவை செய்யும் சாதனம்தான். அதற்கு என்ன காரணம்? எதிர்க்கலாச்சார நடவடிக்கைகளில் படித்தவர்கள் போதுமான அளவுக்கு இறங்கவில்லை என்பதுதான். எதிர்க்கலாச்சார நடவடிக் கைகளில் திட்டமிட்டு இறங்க வேண்டும். என் வீட்டை வாடகைக்கு விடும்போது சொன்னேன் – என் வீட்டுத் தோட்டத்தில் ஒரு சொட்டு ரசாயன உரம்கூட விழக்கூடாது. அந்த விஷயத்தில் ரொம்பக் கண்டிப்பாக இருப்பேன் என்று. அதற்குப் பிறகுதான் அதன் பாதிப்பு அவர்களுக்குப் புரிந்தது.

இன்றைக்குப் பெரிய மனிதனின் சிந்தனையை எட்டுகிற வரையில் ஊடகம் வந்துவிட்டது. அதனால் எதிர்க்கலாச்சாரத்தைப் பரப்புவதற்காகப் படங்கள் எடுக்கலாம்.

சுந்தர் காளி: வைதீகத்தின் நுழைவு, அதன் தாக்கங்கள் பற்றிய அறிமுகம் ஒன்றைத் தாருங்கள்.

தொ. ப.: வைதீகம் என்னும் சொல் வேதம் என்பதிலிருந்து பிறந்தது. வேதம் என்ற சொல்லின் வேர் 'வித்' என்பதாகும். வித்யை, வித்யாசாலை என்பவையெல்லாம் அதிலிருந்து பிறந்தவையாகும். கற்பதற்கு உரியது என்பது அதன் பொருள். வேதத்தை நிறுவன மயமாக்கிய பிறகுதான் தமிழ்நாட்டிற்குள் பார்ப்பனர்கள் வந்தார்கள். பழங்கால வழிபாட்டுப் பாடல்கள், இசைப்பாடல்களின் தொகுப்புத் தான் வேதம். கி.மு.ஏழாம் நூற்றாண்டு அளவிலேயே அவை தொகுக்கப்பட்டு ஒரு எல்லைக்குள் வந்துவிட்டன.

இருக்கு வேதத்தில் உள்ளவை தெய்வங்கள் பலவற்றை வணங்கும் பாடல்கள். சாம வேதத்தில் உள்ளவை இசைப் பாடல்கள். நான்கு வேதம், நான்கு வேதம் என்கிறார்களே அதிலும் ஒரு சிக்கல் இருக்கிறது. பழைய உரையாசிரியர்கள் தலவகார வேதம், பவிழியம் (பவிஷ்யம்) முதலியவற்றை நான்கு வேதங்கள் என்னும் பகுப்பில் அடக்குகிறார்கள். அதில் யஜுரும் அதர்வணமும் கிடையாது. வேறு சிலர் மூன்று வேதங்களை மட்டுமே சொல்லுவர். நெல்லை மாவட்டம் தென் திருப்பேரையில் 'தலவகார பிராமணர்கள்' என்னும் பார்ப்பனர்கள் இருக்கின்றார்கள். 'எங்களிடம் தலவகார வேதம் என்னும் வேதம் இருந்தது. இப்போது தொலைந்துவிட்டது' என்கிறார்கள். எனவே, இன்னும் நான்கு வேதங்கள் எவை என்பதில் சிக்கல் உண்டு. ஆகையால் வேதங்களை நிறுவனப்படுத்திய பின்தான் பார்ப்பனர்கள் தமிழ்நாட்டிற்குள் வந்தார்கள். இன்று வேதங்கள் பார்ப்பனர்களின் சொந்தச் சொத்தாக ஆக்கப்பட்டுவிட்டன.

வேதம் என்னும் சொல்லுக்கு நேர்தமிழ்ச் சொல்லாக 'மறை' என்னும் சொல்லைப் பயன்படுத்துகின்றார்கள். கிறித்துவ வேதத்தையும் திருமறை என்கிறார்கள்; இசுலாமிய வேதத்தையும் திருமறை என்கிறார்கள். 'மறை' என்ற சொல் எவ்வாறு புனித நூலுக்கு ஏற்பட்டது? மறை என்றால் மறைக்கப்பட்டது என்பது பொருள். பார்ப்பனர்கள் அல்லாத மற்றவர்களின் காதுகளுக்குக் கேட்காதபடி எழுத்து வடிவில் கண்களுக்குப் படாதபடி மறைத்து ஓத வேண்டும் என்பதால் அதற்கு 'மறை' என்ற பெயர் ஏற்பட்டது.

பார்ப்பனர்களுக்கு 'மறையவர்' என்பது பெயர். பார்ப்பனர்கள் வேதத்தையும் மற்றவர்கள் கண்ணிலிருந்து மறைத்தார்கள்; தாங்கள் உண்ணுகின்ற சோற்றையும் மற்றவர் கண்ணிலிருந்து மறைப்பார்கள். எனவே, மறைப்பதற்கு உரியது வேதம். ஆனால் பைபிளோ, குரானோ மறைப்பதற்கு உரியதன்று. எனவே திருமறை என்பதை விடத் 'திருமுறை' என்று அவற்றை அழைப்பதே பொருந்தும். மறையோர், பார்ப்பான் என்ற சொல்வழக்குகள்தான் சங்க இலக்கியத்தில் பயின்று வருகின்றன. கையைத் தூக்கி ஆசீர்வாதம் செய்யும் வழக்கத்தைச் சங்க இலக்கியத்தில் பிராமணர்களிடம் மட்டும்தான் பார்க்கின்றோம். ஏனென்றால், வேள்வி செய்துசெய்து அவர்களின் கைகள் புனிதமானவையாக மாறி விட்டனவாம். "நான்மறை முனிவர் ஏந்துகை எதிரே" என்று பார்ப்பனன் கையைத் தூக்கி ஆசீர்வதிக்கும்போது அரசனின் சென்னி தாழ்கின்றது. எனவே, இந்த அதிகாரத்தோடுதான் தமிழ்நாட்டிற்குள் வருகிறார்கள். அவர்கள் பாடுவதை மறைப்பதற்கு அவர்களுக்கு அதிகாரம் இருக்கிறது. அது எதுவரையென்றால் அரசன்வரை மறைப்பதற்கு அதிகாரம் இருக்கிறது.

வேதங்கள் தருகின்ற அதிகாரம்தான் பின்னால் கோயிலைக் கட்டிய அரசன் கோயில் கருவறைக்குள் நுழையத் தடை செய்கின்றது. வேதத்தை முன்னிறுத்திப் பக்தி இயக்கம் தொடங்கப்பட்டது. பக்தி இயக்கத்தினுள் வேதம், கடவுள் என்ற இரு குரல்களைக் கேட்டுக்கொண்டே வரலாம். இதில் எது பெரியது என்றால் கடவுளே வேதமாக இருக்கிறான். 'விண்ணாளும் தேவருக்கும் மேலான வேதியர் சிவனே' என்பார் அப்பர். 'வேதம் வேறு; கடவுள் வேறு' என்பார் சம்பந்தர். வேதங்கள் எல்லாம் இறைவனைத் தொழுவதால் இறைவனே வேதவடிவமாக இருக்கிறான்; வேதம் தனியாக இல்லை என்பது அப்பர் கருத்து. சம்பந்தர் அப்படிக் கூறமாட்டார். "வேதமும் வேண்டும்; வேள்வியும் வேண்டும்" என்பார் சம்பந்தர். சிவனே வேதமும் வேள்வியுமாக இருக்கின்றான் என்று அப்பர் பாடுவார்.

"வேத வேள்வியை நிந்தனை செய்துழல் ஆதமிலி அமண்தேரர்" என்று பாடுவார் சம்பந்தர். "ஒருவன் கடவுள் இல்லையென்று கூறிக்கொண்டு நாத்திகனாகக்கூட இருக்கலாம்; ஆனால், அவன் வேதத்தை ஏற்றுக்கொள்ள வேண்டும்" என்று மறைந்த சங்கராச்சாரியார் கூறுவார். கடவுள் நிராகரிப்பு இருக்கலாம்; ஆனால், வேத நிராகரிப்புக் கூடாது என்பது இதன் கருத்து. ஞானசம்பந்தர் கூறுவதும் இதுதான். அவருக்குப் பெரிய ஆதர்சம் வேதம்தான். 'ஸ்ருதி' என்பதற்குச் 'சொல்லக்கூடிய' என்பது பொருள். வேதத்தை நாம் சொல்ல முடியாது. பார்ப்பனர்கள் மட்டுமே சொல்லமுடியும். வேதம் என்பது விவாதத்திற்கு அப்பாற்பட்டது; கேள்விக்கு அப்பாற்பட்டது. சாதாரண வழக்கில் மக்கள் நீ சொல்வது என்ன வேதமா? என்பார்கள். வேதம் என்பது கேள்விக்கு அப்பாற்பட்டது என்பதுதானே இதன் பொருள்? அதை அனைவரும் பணிந்து ஏற்றுக்கொள்ள வேண்டும். இவ்வாறான ஒரு அதிகாரத்தோடு உள்ளே நுழைந்தார்கள். கோயிலின் கருவறைக்குள் வேதம் கிடையாது. ஏனெனில், வேதக்கடவுள்கள் யாரும் கோயிலுக்குள் வரவில்லை. இந்திரன், வருணன், அக்னி, மருந்து ஆகிய வேதக் கடவுள்கள் எல்லோரும் செத்துப்போய் விட்டார்கள். வேறு கடவுள்கள் கோயிலுக்குள் வந்தபின் வேதம் பாடவேண்டு மென்று கோயிலுக்குள் பார்ப்பனர்கள் வந்து விட்டார்கள். ஆனால், இதுவரை கருவறைக்குள் வேதம் ஓத முடியாது; இடைகழியில் நின்றுகொண்டுதான் ஓத வேண்டும். ஆனால், தேவாரத்தை இடைகழியில் நின்றுகூடப் பாடமுடியாது. அதற்கும் தள்ளிப் பக்தர்கள் நின்று வணங்கும் இடத்தில்தான் பாடமுடியும்.

சுந்தர் காளி: கருவறைக்குள் நுழையத் தகுதி பெற்றவர்கள் சிவப் பிராமணர்கள் மட்டும்தானே?

தொ. ப.: ஆமாம். பிராமணர்களுக்குத் தாய்மொழியாகத் தமிழை ஏற்றுக்கொள்வதற்கு மனம் இல்லை என்பது அனைவரும் அறிந்ததே. ஆனால் அவர்களுக்குத் தமிழ் தவிர, வேறு மொழி எதுவும் தெரியாது என்பதும் நமக்குத் தெரியும். அவர்களின் வீட்டு மொழி தமிழ்தான். அதனால்தான் பெரியார், தமிழன் என்றால் தமிழ்மொழி பேசுகின்ற பார்ப்பனர்கள் உள்ளிட்ட எல்லோரும் வந்துவிடுவார்கள். அதனால்தான் பார்ப்பனர் அல்லாதோர் என்ற அடையாளத்தை உருவாக்கினேன் என்கிறார்.

பல்லவ அரசின் தொடக்கக் காலத்தில் நிறையப் பார்ப்பனர்கள் தமிழகத்திற்கு வந்தார்கள். ஏனென்றால் குறைந்தபட்ச வேதம் படித்தவர்களுக்குக்கூட நிலங்களைத் தானமாகத் தந்தார்கள்.

வேதப்படிப்பில் 'க்ரமம்' வரைக்குப் படித்தவர்களுக்குக்கூட நிலம் தந்தார்கள். அதுதான் 'கிராமம்' ஆயிற்று. அவ்வாறு வந்தவர்கள் தமிழ்நாட்டில் பெண் எடுத்துத் திருமணம் செய்துகொண்டார்கள். இதை நான் மட்டும் சொல்லவில்லை; மீனாட்சி, என்.சுப்பிர மணியம் முதலிய பிராமண ஆய்வாளர்களே எழுதியுள்ளார்கள். அவர்கள் தமிழ்ப் பெண்களைத் திருமணம் செய்துகொண்டதால் அவர்களின் பிள்ளைகள் தந்தை மொழியை மறந்து இயல்பாகவே தாய்மொழியான தமிழைப் பற்றிக்கொண்டார்கள். ஆனால் அவர்களின் தந்தை மொழி சமஸ்கிருதம் என்பதை மறந்து விடவில்லை. இயல்பாகத் தாயின் மொழிதான் குழந்தைகளுக்கு வரும். அதனால்தான் 'தாய்மொழி' என அழைக்கின்றோம். இங்கு வந்த பார்ப்பனர்களின் தாய்மொழியான சமஸ்கிருதம் செத்துப்போய் விட்டது. இன்னும் அவர்களின் அடிமனதில் 'தமிழ்' தங்கள் மொழி அன்று என்ற உணர்வு இருக்கிறது. இந்தப் பார்ப்பனர்கள் தமிழ்நாட்டில் பெண்கொண்டவர்கள். வந்தேறி இனம் ஒன்று உலகின் இன்னொரு பக்கத்தில் குடியேறி வேறொரு சமூகத்திடம் பெண்கொண்ட வரலாறு உலகில் உண்டு. மாப்பிள்ளை முஸ்லீம்கள், சிரியன் கிறித்துவர்கள் கேரளாவில் உண்டு. இவர்கள் அயல்நாடு களிலிருந்து வந்து மலையாளப் பெண்களை மணந்து கொண்டவர்கள். மாப்பிள்ளை முஸ்லீம்கள் என்றால், மாப்பிள்ளைகளாக வந்தவர்கள் என்பது பொருள். அதுபோலத் தமிழ்நாட்டில் கீழக்கரை இசுலாமியர்கள். இவர்கள் அரபுநாட்டிலிருந்து வந்து தமிழகத்தில் இனக்கலப்புச்செய்தவர்கள். கீழக்கரை இசுலாமியர் சாமந்தப் பண்டசாலிகளாகத் தமிழகத்திற்கு வந்தவர்கள். இங்கேயே தங்கித் தமிழகத்தில் பெண் எடுத்தார்கள். பார்ப்பனர்கள் தங்கள் பெண்களுக்குக்கூட இருபதாம் நூற்றாண்டின் தொடக்கம்வரை சமஸ்கிருதம் கற்றுத்தரவில்லை. சென்னைப் பல்கலைக்கழகத்தில் சமஸ்கிருதம் வந்தபோதுகூடப் பெண்களுக்குக் கற்றுத்தர மறுத்து விட்டார்கள். இதற்கு ஆதாரங்கள் இருக்கின்றன. பெண் சமஸ்கிருதம் கற்கத் தகுதியற்றவள் என்பது அவர்கள் வாதம். 'சமஸ்கிருதத்தைப் பெண்ணுக்கும் சொல்லமுடியாது; பேதைக்கும் சொல்லமுடியாது' எனப் பார்ப்பனர்கள் அப்போது எழுதினார்கள். அதுபோலக் கீழக்கரை முஸ்லீம்களும் அரபுமொழியை இழந்துவிட்டார்கள். அவர்களுக்குத் தமிழ்தான் தாய்மொழி. எனவே வந்தேறிகள் தங்கள் மொழியை இழந்து தங்கள் குழந்தைகளின் மொழியைத் தாய்மொழி யாக ஏற்றுக்கொள்வது என்பது உலக இயல்பு. பார்ப்பனர்கள் தமிழகத்தில் வந்திறங்கிப் பெண்கொண்டவர்கள். அதனால்தான் வடநாட்டுப் பார்ப்பனர்களுக்கும் தென்னாட்டுப் பார்ப்பனர்களுக்கும் குறிப்பிடத்தகுந்த வேறுபாடு உண்டு. தமிழ்நாட்டுப் பார்ப்பனர்கள்

நம்மைப்போல முறைப்பெண், முறை மாப்பிள்ளை உறவுடையவர்கள். வடநாட்டுப் பார்ப்பனர்களிடம் இம்முறை கிடையாது.

சுந்தர் காளி: சிவப்பிராமணர் என்று கூறப்படுவோர் மற்ற பார்ப்பனர்களிடமிருந்து எவ்வாறு வேறுபடுகின்றனர்?

தொ. ப.: பார்ப்பனர்கள் என்போரே கலப்புச்சாதியினர் என்னும் போது சிவப்பிராமணர்களும், வைணவப் பார்ப்பனர்களும் கலப்புச் சாதிதான். இதுபற்றி விரிவான கள ஆய்வை மேற்கொள்ள வேண்டும்.

சுந்தர் காளி: ஆனால் சிவப்பிராமணர்களுக்கு மட்டும் கோயில் பூசைகளில் முன்னுரிமை இருக்கிறதே?

தொ. ப.: முன்னுரிமை என்பது பாரம்பரியம் சம்பந்தப்பட்ட விஷயம். தொடக்கக்காலத்தில் அவர்கள் சமஸ்கிருத அர்ச்சனையை ஏற்றுக்கொண்டு கோயிலின் கருவறைக்கு உள்ளே போனவர்கள். பின்னர் தனியான ஒரு திருமண உட்குழுவாக ஆகிவிட்டார்கள். கோயிலின் இடைகழியில் நின்று வேதம் ஓதுகிற பிராமணர்கள் ஸ்மார்த்தர்கள். இவர்களும் கோயிலில் வேலை செய்வார்கள்; சிவப்பிராமணர்களும் கோயிலில் வேலை செய்வார்கள். ஆனால், இருவரும் திருமண உறவு வைத்துக்கொள்ளமாட்டார்கள். இவர்கள் வேறு; அவர்கள் வேறு. இதேதான் பெருமாள் கோயிலிலும்.

சுந்தர் காளி: சிவப்பிராமணர்கள் என்று கூறக்கூடிய ஆதிசைவர்கள் தமிழ்நாட்டின் ஆதிகுடிகளுடன் கலந்தவர்களா? அதனால்தான் கோயிலில் முன்னுரிமை அவர்களுக்குக் கிடைத்ததா?

தொ. ப.: இருந்திருக்கலாம்; அல்லது ஸ்மார்த்தர்கள் வேத மொழியை விட்டுவிட்டுத் தமிழில் அர்ச்சனைசெய்ய மறுத் திருக்கலாம்.

சுந்தர் காளி: தமிழ் மக்களின் பூர்வ சமய வாழ்க்கை எவ்வாறு இருந்தது? சிவன்தான் தமிழர்களின் கடவுள். திருமால்தான் தமிழர்களின் கடவுள் என்றெல்லாம் கூறிய காலங்கள் இருந்தன. சமீபத்தில் ஆசீவகம்தான் தமிழர்களின் பூர்வீக சமயம் என்னும் குரல்களைக் கேட்கின்றோம். மதுரைக்காஞ்சியில் சமணப்பள்ளி, பௌத்தப் பள்ளி, அந்தணர் பள்ளி அனைத்தும் அருகருகே இருக்கின்றன. அதே நேரத்தில் அதற்கும் முற்பட்டதாக இருந்த நம்பிக்கைகள், வழிபாட்டு முறைகள், தெய்வங்கள் முதலியனவும் சங்க இலக்கியத்தில் இருக்கின்றன.

சங்ககாலச் சமயத்தைப் புரிந்துகொள்வது என்பது எதற்காக? நமக்கு இன்றைக்குள்ள தேவைக்காகத்தான் வரலாற்றைப் பார்க்கின்றோம். இன்றைக்குள்ள தேவைக்காகத் தமிழர்களின் பூர்வீக சமயத்தை எவ்வாறு புரிந்துகொள்வது? அதற்கான பழைய வழிமுறைகளிலிருந்து மாறுபட்ட புதிய வழிமுறைகள் என்ன?

தொ. ப.: இரண்டு விஷயங்கள். ஒரு விஷயத்தை நீங்கள் யூகம் பண்ணிக்கொள்கிறீர்கள். சங்ககாலச் சமுதாயம் என்பது ஒருகாலத்திய சமுதாயம் அன்று. அதில் பல்வேறு கால அடுக்குகள் உள்ளன. இதில் பிற்பட்டதும் இருக்கிறது. முற்பட்டதும் இருக்கிறது. இது பற்றிய முதல் பதிவு தொல்காப்பியத்தில் இருக்கிறது. "வழிபடு தெய்வம் நிற்புறங் காப்ப" என்பது அது. நீ கும்பிடுகின்ற சாமி எது? எதுவாகவும் இருக்கலாம். இந்த இடத்திலேயே தெய்வங்கள் பல என்ற கருத்தோட்டம் வந்துவிடுகிறது. நிற்புறங் காப்ப உன் பின்னால் வந்து அத்தெய்வம் காப்பாற்றிவிடும் என்பது பொருள்.

இவை போன்றவற்றைச் 'சடங்கு மதம்' என்று வைத்துக் கொள்ளலாம். மேற்கண்ட சடங்கு மதங்களிலே தெய்வங்கள் பின்னால் வந்துதான் காப்பாற்றும். ஆனால், பௌராணிக மரபு, சைவ, வைணவ மதங்களிலே தெய்வங்கள் முன்னால் வந்து நின்றுதான் வரம் கொடுக்கும். காப்புக்கு உரியதுதான் தெய்வம் என்பது பழைய நம்பிக்கை. வரம் கொடுப்பதுதான் தெய்வம் என்பது பிற்காலச் சமய நம்பிக்கை. சங்க காலத்தில் கிடையாது. இன்றைக்கும் சுடலைமாடன், காத்தவராயன் கதைகளைக் கேட்டால் சாமி பின்னால்தான் வரும். சாமியாடி வரம் கொடுக்கும்போது என்ன சொல்வார் என்றால், 'நீ போ உன் பின்னால் வாரேன்' என்றுதான் கூறுவார்.

தொடக்கக் காலத் தெய்வங்கள் எல்லாம் காட்டுக்குள் இருந்தன. இன்னும் குறிப்பாகச் சொன்னால் தெய்வங்கள் மரத்திலே இருந்தன. 'விருட்ச சைத்தியம்' என்று பௌத்தர்கள் கூறுவார்கள். மரத்தில்தான் தெய்வங்கள் இருக்கும். தரையில் மனிதர்களோடு கூடி வாழாது. தரைக்கு அத்தெய்வங்கள் வரும்போது தரையில் அவைகளின் கால் பாவாது. இவையெல்லாம் புராதன நம்பிக்கைகள். தெய்வங்கள் தரையில் இறங்கும்போது தரையில் கால் பாவக் கூடாது. அந்த நம்பிக்கையைக் கம்பனின் இராமாயணத்தில் கூடப் பார்க்கலாம். இராமனைச் சொல்லும்போது கம்பன் சொல்லுகிறான்: "மேலொரு பொருளுமில்லா மெய்ப்பொருள் வில்லும் தாங்கி, கால் தரை தோய வந்து கட்புலற்கு உற்றதம்மா." இராமனுடைய சௌலப்பியத்தைக் கூறும்போது "அதற்குமேல் ஒரு பொருளுமில்லாத தெய்வம் கால் தரையிலே படும்படி வந்தது. கண்ணுக்குத் தெரியும்படி வந்தது"

என்கிறான் கம்பன். தெய்வங்களுக்குக் கால் தரையிலே படக்கூடாது என்பதுதானே பழைய நம்பிக்கை? நம்முடைய வீட்டு வாசல்களில் தினமும் இடப்படும் கோலம் என்பது தெய்வங்கள் இறங்குவதற்காக இடப்பட்டதுதான். தெய்வங்கள் விண்ணிலிருந்து தரையில் இறங்கும்போது கால்படக்கூடாது அல்லவா? அதற்காக இடப்பட்ட களம் அல்லது தளம்தான் கோலம். பிற்காலத்தில் கவிழ்ந்த தாமரை வடிவில் இடப்பட்டன.

சங்க இலக்கியத்தில் 'களமிழைத்தல்' என்று கூறப்படும். வேலன் வெறியாட்டில் முருகன் மேலிருந்து கீழிறங்குவான், முருகன்தான் முதன் முதலில் மனித உருப்படுத்தப்பட்ட கடவுள். அவன் வருகிறபோது, வேலன் களமிழைப்பான். மலையாளத்தில் களமெழுதும் பழக்கம் இன்னும் இருக்கிறது. களமெழுதிப்பாட்டு இருக்கிறது. இன்னமும் வீடுகளில் களமெழுதுகிறார்கள். வண்ணப் பொடிகளைக் கொண்டு களமெழுதி, அதன்மீது தெய்வமுற்றவன் ஏறி ஆடுகிறான். நான் கோலம் என்று ஒரு கட்டுரை எழுதியிருக் கிறேன். ஆக கோலம் என்பது தெய்வங்கள் இறங்குவதற்காக இடப்பட்ட இருக்கை.

மனித உருப்படுத்தப்பட்ட முருகன் பெண்களை மயக்குகின்ற அழகனாகவும் இளையோனாகவும் இருக்கிறான். அரமகளிர் என்னும் தெய்வங்கள் சங்க காலத்திலே இருந்தன. பிற்காலத்தில் இவை மோகினிகள் என அழைக்கப்பட்டன. இவை தனித்தனியாக வரும். 'அரமகளிர்' சங்க காலத்தில் கூட்டம்கூட்டமாக வரும். அரமகளிரை 'அணங்கு' என்றும் அழைப்பர். அணங்கு என்ற சொல்லுக்கு 'தன் அழகாலே வருத்தம் செய்வது' என்று பொருள். வணங்குதல் என்ற சொல்லுக்கு எதிர்ப்பதம் அணங்குதல். இந்த நல்ல சொல்லை வழக்கிலிருந்து இழந்துவிட்டோம்.

'அணங்குடை முருகன் கோட்டம்' – இதுதான் நமக்குக் கிடைத்துள்ள முதல் பதிவு. இதில் கவனிக்க வேண்டிய விஷயம் என்னவென்றால் கோட்டம் என்பது வட்டவடிவமானது. இன்றைக்கும் பழங்குடி மக்களின் கோயில் வட்டவடிவமானது. கோயில் என்பது சதுரம் அல்லது செவ்வக வடிவமானது. முருகன் கோட்டத்தில் வேலன் களமெழுதி வேலனைக் கீழே கொண்டு வருகிறார்கள். நிகழ்கால மொழியில் சொல்லப் போனால் சாமி இறக்குகிறார்கள். அவனுக்கு ஆடியவள் புலைத்தி. "முருகு மெய்ப்பட்ட புலைத்தி போல" என்பது சங்க இலக்கிய உவமை. முருகன் புலைத்தி உடம்பில் இறங்கி விட்டான். புலைத்தி என்பது யாரைக் குறிக்கும்? அந்தச் சொல் இழிவாக இருக்கிறதே என்று

யோசித்தால் வேறொரு இடத்தில் இதே சொல் வருகிறது. "புலைத்தி கழீஇய தூவெள் அறுவை" என்று வருகிறது. வண்ணார்வீட்டுப் பெண்தான் புலைத்தி. வண்ணாரவீட்டுப் பெண் முருகன் கோயிலில் சாமியாடியிருக்கிறாள். வரங்கொடுக்கும் தெய்வங்கள்தான் உண்டு. முருகன் பெண்களைப் பற்றிக்கொள்கிறான் என்பதற்காக அவனுக்கு இரத்தப்பலியும் தினையரிசியும் கொடுக்கிறார்கள்.

சுந்தர் காளி : நீங்கள் இதுவரை சொன்னவற்றில் மூன்று விஷயங்கள் இருக்கின்றன. முருகன் பெண்களை வருத்துவான். அதற்கு வேலன் ஆடிப் பரிகாரம் செய்வான். வேலன் ஆடும் வெறியாட்டமும் இருக்கிறது. முருகன் புலைத்தி உடம்பில் இறங்குவதும் இருக்கிறது. கலைக்கோவன் ஒரு கட்டுரையில் மூன்றுவித வெறியாட்டங்களைக் கூறுகிறார். "வெறியயர் சிறப்பின் வெவ்வாய் வேலன் வெறியாட்டு அயர்ந்த காந்தள்." இது தொல்காப்பியம் புறத்திணையியலில் வருகிறது.

காம வேட்கை ஆற்றாத பெண் ஆடக்கூடிய 'வெறி' என்று ஒன்று தனியாக இருக்கிறது. அதை அகப்புறம் என்று உரையாசிரியர்கள் கூறுகிறார்கள். வெற்றிக்காகப் பெண்கள் ஆடுவது ஒன்றிருக்கிறது. முதலில் தொல்காப்பியர் வேலன் ஆடுவது என்று சொல்கிறார். பிற்காலத்தில் உரையாசிரியர்கள் உதாரணம் காண்பிப்பது எல்லாம் பெண்கள் ஆடுவதாகக் காண்பிக்கிறார்கள். மொத்தத்தில் சங்க இலக்கியத்தில் மூன்றுவித வெறியாடல்கள் காணக்கிடக்கின்றன. இது அல்லாமல் புலைத்தி ஆடக்கூடிய வெறி ஒன்றிருக்கிறது. இதை 'வெறி' என்று சொல்லவில்லை. ஆனால், புலைத்தியிடம் முருகன் இறங்கி ஆவேசப்பட்டு ஆடும் ஆட்டம் என்றுள்ளது. இவற்றையெல்லாம் எப்படிப் பிரித்தறிவது? காமவேட்கை ஆற்றாத பெண் ஆடக்கூடிய ஆட்டத்திலே தனியாக ஆடக்கூடிய பெண்ணும் இருக்கிறாள். குழுவாக ஆடக்கூடிய பெண்களும் இருக்கிறார்கள். சங்ககாலத்தில் பார்த்தால் தனிப்பெண்கள் ஆடுவது போலதான் வருகிறது. பிற்காலத்தில் புறப்பொருள் வெண்பாமாலையில் பார்த்தால், பெண்கள் கூட்டமாக ஆடுவதுபோல வருகிறது. கிட்டத்தட்டக் 'குரவை' மாதிரி. சங்ககாலத்தில் இருந்த 'வெறி' என்பதைப் பார்க்கும்போது அதைப் பிரித்துப் பார்த்துச் சற்று உள்ளே போய் ஆராய்ந்து பார்க்க வேண்டிய தேவை இருக்கிறதல்லவா?

தொ. ப.: காதலிக்கிற பெண்ணின் உடலசைவுகளிலும் மன அசைவுகளிலும் ஏற்படும் மாறுதல்களைத் தாய் உணர்ந்து கொள்கிறாள். இன்னமும் கிராமத்தில் பெண்களைக் கோடாங்கியிடம்

கூட்டிப்போகிறார்கள் அல்லவா? வெறித்துப் பார்த்தல், தனியாக இருத்தல், விளையாட்டுத் தன்மை இல்லாமை என்பன போன்ற வற்றை அடையாளமாக வைத்துத் தாய் வேலனைக் கூப்பிடுகிறாள். வேலன் என்பவன் முருகப்பூசாரி.

"கழங்கு மெய்ப்படுத்துக் கன்னந் தூக்கி" – இதுபற்றிப் பி.எல். சாமி விரிவாக எழுதியுள்ளார். ஏனெனில், இந்த 'கன்னந் தூக்குதல்' கேரளாவின் வட மலபார் பகுதிகளில் இன்னமும் இருக்கிறது. பற்றிக்கொண்டது முருகு. முருகன் இல்லை; முருகுதான். "கழங்கு மெய்ப்படுத்து கன்னந் தூக்கி முருகு; என மொழியுமாயின்" – இதற்கு அடுத்தாற்போலத் தாய் வெறியாட்டுக்கு ஏற்பாடு செய்கிறாள். வெறியாட்டிற்குக் கட்டாயமாகக் 'காராடு' வேண்டும். தினையரிசி பரப்பிக் காராட்டின் உதிரம் தோய்த்து வேலன் களனிழைத்து அந்தச் சடங்கின் இறுதியில் பெண்ணை நீராட்டுவர். "காராட்டு உதிரம் தூஇய் அன்னை களனிழைத்து நீராட்டி" என்பது முத்தொள் ளாயிரம். நீங்கு என்றால் நீங்குமோ? நீங்காது, ஏன்? இது வேறொரு முருகனால் வந்த நோய். இது பக்கத்துவீட்டுப் பையனால் வந்த நோய். புலைத்தி ஆடுவது விழாக்கால ஆட்டமாக இருக்கிறது. ஆண்டுக்கு ஒருமுறை தெய்வங்களை வழிபடுவது என்பது நம்முடைய மரபு.

இந்த விழாக்கள் பெரும்பாலும் வெப்பநாடு என்பதனாலேயே வளர்பிறை நாட்களில் நடந்திருக்கின்றன அல்லது முழுநிறை நாட்களில் நடந்திருக்கின்றன. தமிழர்களின் மாதப்பிறப்பு என்பதே அந்தந்த மாதத்தின் பௌர்ணமி நாட்களில்தான் தொடங்கும். "மார்கழித் திங்கள் மதிநிறைந்த நன்னாள்" என்று ஆண்டாள் பாடுகிறாள் அல்லவா? மதிநிறைந்த நன்னாள்தான் மாதத்தின் தொடக்கம். இதுபோல வளர்பிறை நாட்களில்தான் திருமணம் செய்திருக்கிறார்கள், திருமணத்தின்போது புனித நீராட்டு நடக்கும். இது உலகச் சமூகங்கள் எல்லாவற்றிலும் உண்டு. பட்டாபிஷேகம், வீராபிஷேகம், இவையெல்லாம் அரசர்கள் செய்து கொண்டவை. பூப்பு நீராட்டுப்போல முருகு பற்றிய பெண்ணை நீராட்டுவார்கள். புலைத்தி ஆடுவது திருவிழா ஆட்டம்.

சுந்தர் காளி: நீங்கள் கூறிய புறநானூற்று அடி எதில் வருகிறது? ஆநிரை கவர்ந்துகொண்டு வரும்போது மாடுகள் துள்ளிக்கொண்டு வருகின்றன. அவை எவ்வாறு வருகின்றன என்றால் புலைத்தி ஆடுவதுபோலத் துள்ளுகின்றன என்று உவமையாக வருகின்றது.

தொ. ப.: ஆம். புலைத்தி துள்ளித்துள்ளி ஆடியிருக்கிறாள். இதில் முக்கிய விஷயம் எதுவென்றால் முருகன் ஆண்மீது இறங்க வில்லை.

சுந்தர் காளி: வேலன் ஆடுவதும் சங்க இலக்கியத்தில் இருக்கிறது.

தொ. ப.: வேலன் முருகனைக் களமிறக்குவான்.

சுந்தர் காளி: அவன் ஆடமாட்டானா?

தொ. ப.: அவன் ஆடமாட்டான்.

சுந்தர் காளி: அயர்தல் என்றால் ஆடுதல்தானே?

தொ. ப.: விழா அயர்தல் என்றால் விழா எடுத்தல் என்று பொருள். வெறி அயர்தல் என்றால் வெறி எடுத்தல்; வெறி என்ற சடங்கினை நிகழ்த்துதல் என்று பொருள். அயர்தல் என்றால் ஆடுதல் அன்று.

சுந்தர் காளி: அயர்தல் என்றால் ஆடுதல் என்ற பொருள் இருக்கிறது.

தொ. ப.: இல்லை. விழா அயர்தல் என்றால் விழா எடுத்தல். அந்தச் சடங்கு நிகழ்ச்சி வேலனின் பொறுப்பிலே நடைபெறும்.

சுந்தர் காளி: அப்படியென்றால் வேலன் ஆடுவதே இல்லை என்கிறீர்களா?

தொ. ப.: வேலன் ஆடுவதே இல்லை. வெறியாட்டத்தில் ஆடுவது பெண். முருகு அவள்மீது இறங்கி ஆடுகிறான். ஆட வைப்பவன் வேலன்.

சுந்தர் காளி: வெற்றிக்காக ஆடுகிற ஆட்டத்திலும் வேலன் ஆடுவது இல்லையா?

தொ. ப.: வெற்றிக்காக ஆடுகிற ஆட்டம் எல்லாம் கூட்டாட்டம். புலைத்தியின் ஆட்டத்தில் 'முருகு' அவள் மெய்ப்படுகிறது. அவள் உடம்பிலே இறங்குகின்றது. பிற்காலத்தில் தமிழ் அகப்பொருள் மரபில் இதை எடுத்துக்கொண்டார்கள். பக்தி இலக்கியத்தில்கூட எடுத்துக்கொண்டார்கள். அங்கே முருகன்; இங்கே கண்ணன்.

சுந்தர் காளி: இதில் சிறிய தெய்வத்தை விட்டுவிட்டுப் பெரிய தெய்வத்தை எடுத்திருக்கிறார்கள்.

தொ. ப.: குறிப்பாகக் கண்ணன். "பட்டுடுக்கும்; அயர்த்து இறங்கும்; பாவை பேணாள்; பனிமலர்க்கண் நீர்ததும்பப் பள்ளி கொள்ளாள்... எம்பெருமான் திருவரங்கம் எங்கே என்னும் மட்டுவிக்க மணிவண்டு முரலும் கூந்தல் மடமானை இதுசெய்தார் யாரோ? கட்டுவிச்சி சொல்" என்று தாய் கேட்கிறாள்.

கட்டுவிச்சி "கடல் வண்ணர் இது செய்தார். காப்பாரே யாரே?" என்கிறாள். கடல்வண்ணன் செய்த வேலை இது. பின் செழும்புழுதிக் காப்பிடுகிறார்கள்.

காலடி மண்ணை எடுத்துச் சுற்றிப்போடுவது என்பது பழம் மரபு. இது புராதன நம்பிக்கைகளில் ஒன்று. அடுத்த இனக்குழுவை மந்திரக்காரர்கள், சூனியக்காரர்கள் என்று நம்புகின்ற மரபு ஒன்றிருந்தது. அந்தக் காலத்தில் கேரளாவிலிருந்து யாரும் வீடு கேட்டால் வீடு வாடகைக்குக் கொடுக்கமாட்டார்கள். கொடுத்தால் அவன் பில்லி, சூனியம், பகவதி என்று சொல்வான் என்று கொடுக்க மாட்டார்கள்.

பில்லி சூனியத்திற்கு அடுத்து அடிக்கின்ற, கொல்லுகின்ற மரபாக அல்லாமல் அந்நியப்படுத்துகின்ற, விலக்குகின்ற மரபு ஒன்று வருகின்றது. அதுதான் காலடி மண்ணை எடுத்துத் தலையைச் சுற்றிப் போடுகின்ற நிகழ்வு.

சுந்தர் காளி: அகமாக இருந்தாலும் புறமாக இருந்தாலும் இரண்டு வெறியும் வேலன் ஆடுவது கிடையாது; பெண்கள் ஆடுவதுதான் என்கிறீர்கள்.

தொ. ப.: புறத்தில் வேலன் ஆடுவது இல்லை. புறத்தில் முன்தேர்க் குரவை, பின்தேர்க் குரவை...

சுந்தர் காளி: வெளியென்றே வருகிறது. உரையாசிரியர் காண்பிப்பது உதாரணமாகச் சாலினி சிலப்பதிகாரத்தில் ஆடுவது வெற்றிக்காக ஆடிய வெறி.

தொ. ப.: வெற்றிக்காக ஆடுவதா? வெற்றி பெற்றதற்காக ஆடுவதா?

சுந்தர் காளி: வெற்றி பெற்றதற்காக ஆடுவது முன்தேர்க் குரவை, பின்தேர்க் குரவை. வெற்றிக்காக ஆடும் வெறி ஒன்று இருக்கிறது. அதைச் சாலினி ஆடுவதாக உரையாசிரியர் கூறுகிறார். ஆனால் தொல்காப்பியர் பெண்ணாகக் கூறவில்லை.

இதுதான் சிக்கலாக இருக்கிறது. புறத்திணையில் சொல்லக்கூடிய வெறி என்பது எது? அதற்கும் வேலனுக்கும் என்ன சம்பந்தம்? வேலன்தான் என்கிறார் அங்கேயும்.

தொ. ப.: புறத்திணைக்காக அவன் இதே மாதிரி வேறொரு விழா எடுத்திருக்கலாம். ஏனென்றால் முருகன் வீரன், அழகன். வேலேந்தியவன். இவன் மேலேயிருந்து நடத்தியிருக்கலாம்.

சுந்தர் காளி: முன்தேர்க் குரவை, பின்தேர்க் குரவை பற்றிக் கூறினீர்கள். இதில் உரையாசிரியர்கள் காண்பிக்கும் பல உதாரணங்கள் சங்க இலக்கியத்தில் இல்லையோ எனத் தோன்று கிறது. முன்தேர்க் குரவை என்பது அரசன் வீரர்களோடு கை பிணைந்து ஆடக்கூடிய ஆட்டம். தேருக்குமுன் நடக்கும் ஆட்டம் இது. பின்தேர்க் குரவை என்பது பேய்மகளிர் போரை வாழ்த்தி ஆடக்கூடிய ஆட்டம். முதலில் பேய்மகளிர் யார் என்பதே சிக்கலான விஷயமாக இருக்கிறது.

தொ. ப.: பேய் என்ற சொல்லே அதன் பொருளை உணர்த்திவிடும். 'பே' என்னும் சொல்லிற்கு அச்சம் என்று பொருள். பிணமும் இரத்தமும் இருக்கின்ற இடத்தில் ஆவியுலக நம்பிக்கை இருந்தபோது மிஞ்சிய பிணத்தையும் நிணத்தையும் பேய் சாப்பிட்டுவிடும் என்பது நம்பிக்கை.

ஓர் அரசன் போருக்குப் புறப்படுகின்றான் என்றால் பேய்களுக்குக் கொண்டாட்டம். அரசன் போர்முடித்துத் திரும்பும் போது நிறைய உணவு கிடைத்த மகிழ்ச்சியில் பின்னால் இருந்து துணங்கை ஆடும். பேய்கள் உண்ட மகிழ்ச்சியில் துணங்கைக் கூத்தாடி வரும். திருமுருகாற்றுப்படையில் வருகிறது.

சுந்தர் காளி: "பேய் மகளிர் என்பவர்கள் உண்மையான பெண்கள்தான். அவர்கள் பூசாரி மாதிரி இருந்திருக்க வேண்டும். போர் முடிந்த பின்பு அவர்கள் நரமாமிசம் சாப்பிட்டிருக்க வேண்டும். இது புராதன நரமாமிச உண்ணலின் தொடர்ச்சிதான்" என்கிறாரே கைலாசபதி?

தொ. ப.: அப்படியானால் 'அச்சம் தருகின்ற மகளிர்' என்று கூறியிருக்க மாட்டார்கள். நரமாமிசம் தின்ற காலம் ஒன்று இருந்திருக்கலாம்.

சுந்தர் காளி: உலகில் நரமாமிசம் எங்கும் எவரும் சாப்பிடுவது இல்லை.

தொ. ப.: ஆப்பிரிக்கப் பழங்குடிகள் சிலர் உண்ணுகிறார்களாமே?

நற்றிணை பதிப்பகம் ❖ 93

சுந்தர் காளி: நரபலி கொடுத்துவிட்டு, அதிலிருந்து சிறுபகுதி ஒன்றைச் சடங்கின் பொருட்டுச் சுவைப்பது என்ற அளவில்தான் உள்ளதே ஒழிய நரமாமிசத்தைப் பசியின்பொருட்டு உண்ணுவது உலகில் எங்கும் கிடையாது. நம் மரபில் சுடலைமாடன் மயானத்தில் எலும்பைக் கடிப்பதில்லையா? அது போலத்தான். வெள்ளைக்காரனின் காலனிய மானுடவியல் கற்பனைதான் நரமாமிசம் உண்ணல்.

தொ. ப.: பிணமும் நிணமும் பின்னால் ஏதேனும் ஆவியுலகக் கோட்பாட்டின்படி, தங்களை வருத்துமோ எனக் கருதிப் பேயைக் கற்பனை செய்திருக்கலாம். பேய் கற்பனைதான். கைலாசபதி கூறுவதுடன் நான் உடன்படவில்லை. 'பண்டைத் தமிழர் வாழ்வும் வழிபாடும்' என்ற அவருடைய நூலில் கைலாசபதி பேய்மகளிர் உண்மையான பெண்கள்தான் என்கிறார்.

சுந்தர் காளி: இன்னொன்றும் கூறுகிறார் கைலாசபதி. மறக்கள வேள்வி என்று வருகிறதல்லவா? மறக்கள வேள்வியைத் தொல்காப்பியர் கூறவில்லை. அந்தத் துறைகளுக்குரிய பாடல்களில் பேய்மகளிர் பற்றியெல்லாம் வருகிறது. புறநானூற்றுப் பாடல்களிலும், பதிற்றுப்பத்திலும்கூட வருகிறது. அதிலிருந்து சில விஷயங்களை எடுத்துக்கொள்கிறார். ஈனாத பெண் மகள் ஒருத்தி போரில் இறந்துவிட்ட வீரர்களின் உடல் உறுப்புகளை முன்னின்று சமைக்கிறாள். பின்னால் பரணியில் விரிவாக வரக்கூடிய சம்பவங்களின் தொடக்கம் இங்கே இருக்கிறது. உண்மையில் ஈனாத பெண் மகள் ஒருத்தி பூசாரியாக இருந்து அந்த நிகழ்வை நடத்துகிறாள் என்று நச்சினார்க்கினியர் உரையை முன்னிறுத்திக் கைலாசபதி கூறுகின்றார்.

தொ. ப.: நச்சினார்க்கினியர் மதுரை பாரத்வாஜ கோத்திரத்துப் பிராமணன். ஒரு மேற்கோளைக் காட்டுகிறோம் என்றால், அது யாருடைய மேற்கோள் என்று பார்க்க வேண்டுமல்லவா? ஆனால் இங்கு பிணம் பற்றிய நம்பிக்கைகள் புராதனமானவை. போரிலே விழுந்த பிணங்களை எடுத்துக்கொண்டு போவதற்கு முன் நரி வரும்; கழுகு வரும். இந்த இரண்டும் கட்டாயம் பிணத்தைத் தின்னுவதற்கு வரும். பேயும் வரும் என்பது நம்பிக்கை. பேய் வராமல் தடுக்க வெண்சிறுகடுகைப் புகைக்கிறார்கள். அப்போது பாணனைக் கூப்பிட்டுச் சாப்பண் பாடச் சொல்கிறார்கள். சாப்பண் என்பது விளரிப்பண். விளரிப்பண் எப்படி இருக்கும் என்றால், கருடத் தொனிபோல இருக்குமாம். விளரிப்பண்ணைப் பாடும்போது நரி

வராது. விளரிப்பண் கருடனைப் போல் வட்டமடிக்கும் பண். கருடன் இருக்குமிடத்திற்கு நரி வராது. கருடன் மேலிருந்து வட்டமடிக்கும்போது நரியின் பச்சைக்கண் அதற்குத் தெரியும். நரியின் கண்ணைக் கொத்திவிடும் கருடன். "யாணும் விளரிக் கொட்பின் வெள்நரி கடுகுவன்" விளரிப்பண்ணைப் பாடி நரி விரட்டுவேன் என்பது பொருள். பேய் மகளிர் பற்றிய வருணனை களில் முக்கியமாகச் சொல்வது நகத்தால் கண்ணைத் தோண்டி உண்பது பற்றியது. பேய் மகளிரின் காதுகளில் கூகையும், பாம்பும் இருக்கும். கூகை என்பது குருட்டுப் பறவை; கூகைக்குப் பகலில் கண் தெரியாது. கூகையின் கண் முண்டக்கண். அதனால் பேய் மகளிரின் காதுகளில் கூகையையும் பாம்பையும் தொங்கவிட்டிருக் கிறாள். அவளுடைய காது முலையளவுக்கு நீண்டு தொங்குகின்றது. அவளுடைய நகக்கண்களில் கண்ணைத் தோண்டியதால் இரத்தம் இருக்கிறது. அவளுடைய கண்கள் சுற்றிக்கொண்டே இருக்கும்; முடி பரட்டையாக இருக்கும். இடுப்புக்குக் கீழே உள்ள பகுதிகளில் வருணனைகள் இல்லை. இவை புராதன நம்பிக்கைகளின் அடிப் படையில் பிறந்தவை.

சுந்தர் காளி: பேரா.சு. வித்தியானந்தன் நம்பிக்கை என்றுதான் கூறுகிறார். ஆனால். கைலாசபதியும், சிவத்தம்பியும் நரமாமிசத்தைச் சாப்பிடுவது நடந்ததுதான் என்கிறார்கள்.

தொ. ப.: 'நரமாமிசம்' சாப்பிடுதல் பற்றித் தமிழில் சொல் எதுவும் கிடையாது.

சுந்தர் காளி: 'அணங்கு' என்பது பற்றி மேற்கத்திய ஆய்வாளர் களிடையே விவாதங்கள் நடந்திருக்கின்றன. ஜார்ஜ் ஹார்ட், அணங்கு என்பதை 'பெண்களிடையே இருந்த ஆபத்தைத் தரக்கூடிய சக்தி' என்கிறார். ஆனால், ராஜம் செய்த ஆய்வின்படி அணங்கு என்ற சொல்லின் பொருளை ஒரு குறிப்பிட்ட வரம்புக்குள் அடக்க முடியாது. பல்வேறு அர்த்தங்கள் இருப்பதாகக் கூறுகிறார்.

தொ. ப.: நான் முன்பே கூறினேன் அல்லவா? வணங்குதல் என்பதற்கு எதிர்ப்பதம் அணங்குதல். நான் உங்களுக்கு வணக்கம் தெரிவிக்கும்போது உங்கள் மனதில் மகிழ்ச்சியை உண்டாக்கு கின்றேன். அணங்குதல் வருத்தப்படுத்துதல். என்ன வருத்தம்? காம வருத்தம். "அணங்கு கொல் ஆய்மயில் கொல்லோ" என்ற திருக்குறள் இருக்கிறதல்லவா? அணங்கு காமஞ்சார்ந்த வருத்தம்.

சுந்தர் காளி: 'அணங்கு கொல் ஆய்மயில் கொல்லோ' என்று கூறும்போது கூடப் பேய் அல்லது மோகினி என்ற பொருள் வந்துவிடுகிறது. சங்க இலக்கியத்தில் அணங்கு என்பதற்கு இருபது, இருபத்தைந்து அர்த்தங்கள் இருக்கின்றன. ஒரு பெண்ணிடம் காதலன் ஒருவன், "இந்த மலரை நீ அணிந்துகொள். உனக்கு அணங்கு உண்டாகும்" என்று கூறுகிறான். இங்கு 'அணங்கு' என்ற சொல்லின் பொருள் என்ன? இச்சொல் வினைச்சொல்லாகவும் பெயர்ச்சொல்லாகவும் வருகிறது.

தொ. ப.: மோகினி என்பது ஒரு மோகினியா? அல்லது தொகுதியா? நீரர மகளிர், ஆரரமகளிர் – அதாவது ஒரு பெண்ணல்ல இவைகள்; ஒரு தொகுதி. அணங்கை ஒருமை என்று எடுத்துக் கொள்ளலாம். ஆனால் முருகன் கோயிலில் நிறைய அணங்குகள் இருக்கின்றன.

சுந்தர் காளி: சில கோயில்களே அணங்குள்ள கோயில்கள் என்று கூறப்படுகின்றன.

தொ. ப.: "அணங்குடை முருகன் கோட்டம்" சில கோயில்களில் இல்லை. முருகன் கோட்டத்தில்தான் அணங்குகள் இருக்கும்.

சுந்தர் காளி: சாதாரணக் கட்டிடங்களிலும், ஒரு வீட்டின் நிலையிலும் கூட அணங்கு இருப்பதாக வருகின்றது. மதஞ் சாராத விஷயங்களின் போதும் அணங்கு வருகின்றது.

தொ. ப.: அப்படியென்றால் 'வருத்தப்படுத்துதல்' என்ற சொல்லின் பொருளை நீட்டித்துக்கொண்டே போக வேண்டும்.

சுந்தர் காளி: சங்க காலத்தில் பல பொருள்கள் இருந்த இந்தச் சொல், திருக்குறளில் 'அணங்குகொல் ஆய்மயில் கொல்லோ' என்று வரும் போதும் பிற்கால இலக்கியங்களிலும் 'மோகினி' என்ற பொருளைத்தான் தருகின்றது.

தொ. ப.: முருகனுடைய கோயிலில் மட்டும்தான் அணங்குகள் இருக்கின்றன. பாலுணர்வைத் தூண்டித் தொந்தரவு செய்வன இந்த அணங்குகள். கொல்லுகிற தெய்வங்கள் அல்ல இந்த அணங்குகள்.

சுந்தர் காளி: வெறும் துயரத்தை மட்டும் இந்த அணங்குகள் தருவதில்லை என்றும் ஆய்வாளர்கள் கூறுகின்றனர்.

தொ.ப.: Sexual Appeal காரணமாகத் தூக்கத்தைக் கெடுப்பன இந்த அணங்குகள். ஆண்களை வருத்தும் அணங்குகள் போன்று பெண்களை வருத்தும் அணங்குகள் உண்டா?

சுந்தர் காளி: உண்டு.

தொ. ப.: அது யார் என்றால் அது முருகன்தான். ஆண்களை வருத்தும் அழகுடையன அணங்கு. பெண்களை வருத்தும் அழகுடையவன் முருகன். கார்த்திகேய வழிபாடு உள்ள மேற்கு வங்கத்தில் பெண்கள் முருகன் கோயிலுக்குள் போக மாட்டார்கள். ஒருமுறை மேற்கு வங்கத்தைச் சார்ந்த அரசியல் தலைவரின் குடும்பம் திருச்செந்தூருக்கு வந்தது. அவருடைய மனைவி கார்த்திகேயன் கோயிலுக்குள் போனால் அவன் பற்றிக்கொள்வான் என்று கோயிலுக்குள்ளே போகவில்லை. அந்தத் தலைவர் மட்டும் உள்ளே போய்க் கும்பிட்டுவந்தார். அணங்குகிற ஆண் முருகன் மட்டும்தான்.

சுந்தர் காளி: பல்வேறு பொருளைக் கொண்ட சொல்லாக இருக்கிற இந்த மாதிரி.....

தொ. ப.: இந்தச் சிக்கலை இப்படிப் பார்க்க வேண்டும். இந்தச் சிக்கலுக்கு உள்ளான சொல்லுக்கு முதலாவதாக இருந்த பொருள் என்ன என்று காண வேண்டும். ஒரு சொல்லுக்குப் பொருள் காலந்தோறும் விரிவடைந்து கொண்டே வரும். அணங்கு என்ற சொல்லிற்கு முதலாவதாக வரும் பொருள் அழகினாலே வருத்துகின்ற பொருள். அவள் முருகன் கோயிலிலே இருக்கின்றாள். ஆனால், மனித உயிர் கிடையாது.

சுந்தர் காளி: இதனுடன் தொடர்புடைய 'சூர்' என்பது எது? 'மால்' என்பது எது?

தொ. ப.: சூர் என்றால் அச்சம் தருவது. மால் என்றால் மயக்கம் தருவது. மயக்குகின்ற கடவுள் என்று கண்ணனுக்குப் பின்னால் பெயர் ஏற்பட்டது. உணர்வு மயக்கம் தருவதால்தான் 'evening' என்பதற்கு 'மாலை' என்ற பெயர் வந்தது. மயக்குகின்ற உணர்வைத் தரும் பொழுது மாலை.

சுந்தர் காளி: எதற்காகக் கேட்கின்றேன் என்றால் இந்தக் கருத்தாக்கங்கள் எல்லாம் சங்க இலக்கியத்தில் ......

தொ. ப.: பல கால அடுக்குகள் உள்ளன. ஒன்று பொருள் விரிவு பெற்றுக்கொண்டே போகும்; ஒன்று தேய்ந்துகொண்டே வரும்.

சுந்தர் காளி: திரு, வள்ளி, முருகு என்பன போன்ற தெய்வப்பெயர்கள் பின்னால் படிப்படியாகத் தேய்ந்து குறுகியிருக்கின்றன.

தொ. ப.: இன்னும் 'வள்ளி' என்ற சொல்லுக்குப் பொருள் குறையவில்லை. 'வள்ளி தெய்வானை ஏசல்' பற்றி எழுதி யிருக்கின்றேன். அதில் எழுதாத வரிகளைச் சொல்லுகின்றேன். வள்ளி இளமையும் துடிப்பும் மிக்கவள். இன்னும் முருகனைத் தன் கைக்குள் வைத்திருப்பவள். வள்ளி என்ற சொல் கிழங்கிலிருந்து வந்ததுதான். காட்டில் மான் இருப்பதால், வள்ளி மனிதப் பிறப்பு இல்லை என்று காட்டுவதற்காகக் கிழங்கு தானாக மண்ணுக்குள் ளிருந்து வந்தது போல வள்ளியை மான்குட்டி என்று கூறிவிட்டார் கள். மான் கன்றுபோட்டதாக எடுத்து வளர்த்திருக்கிறார்கள். முருகன் அவளைத் திருமணம் செய்கிறார், வள்ளி கிழங்குதான். பின்னால் தெய்வானையைக் கொண்டு வந்து முருகனைப் பிராமணமயமாக்கம் செய்கிறார்கள். ஆனால் நாட்டார் மரபில் வள்ளிக்குள்ள மதிப்பு குறையவில்லை.

சுந்தர் காளி: 'மாவூற்று வேலப்பர் காவடிச் சிந்தை' நான் பதிப்பித்திருக்கின்றேன். மாவூற்று வேலப்பரைக் கும்பிடுபவர்கள் பளியர்கள். வள்ளிக்கிழங்கை அகழ்ந்தெடுக்கும்போது அதிலிருந்து சுயம்புவாக வந்தவன் முருகன் என்று பளியர்கள் நம்புகிறார்கள்.

தொ. ப.: 'தெய்வமென்பதோர் சித்தமுண்டாகி' நூலில் வள்ளி தெய்வானை ஏசல் பற்றி எழுதியிருக்கின்றேன். "உழக்கு நெல்லுக்கு உழக்கு சள்ள உணத்தி விக்கிறது உங்க அண்ணனா? எங்க அண்ணனா?" "பூனைகுத்தி விருந்து வைப்பான் புனக்குறவன் உங்க அண்ணன்" என்பது நாட்டுப்பாடல்.

இப்பாடலில் முதல் இரண்டு வரிகள் வள்ளி பாடியவை. தெய்வானை இந்திரன் மகளல்லவா? தெய்வானை நெய்தல் நிலப்பெண். அதனால் வள்ளி நீ சள்ளைக் கருவாடு விற்பவள் என்கிறாள். உணக்குதல் என்றால் காயவைத்தல் என்பது பொருள். தெய்வானை, "உங்க வீட்டுக்கு முருகன் வந்தால் பூனையைக் கொன்று உங்கள் அண்ணன் விருந்து வைக்கிறான். நீ பூனைகுத்திக் குறத்தி" என்கிறாள்.

நான் இதில் ஒரு வரியை மேற்கோள் காட்டவில்லை. அது என்னவென்றால், "வள்ளிக்கும் தெய்வானைக்கும் மயிருபிடி சண்டைகளாம். வள்ளிமேல் குத்தமில்லை; மயித்தை விடு தெய் வானை." நாட்டார் மரபு வள்ளி பக்கம் சாய்வதைப் பார்க்கலாம். வள்ளி நாட்டார் மரபில் இன்னும் செல்வாக்காக இருக்கிறாள்.

சுந்தர் காளி: இன்னும் 'வள்ளி திருமணம்' நாடகம் நடக்கிறது.

தொ. ப.: 'வள்ளி திருமணம்' என்றுதானே நடக்கிறது? தெய்வானை திருமணம் என்று நடக்கவில்லையே?

சுந்தர் காளி: தெய்வம் என்பது ஒரு இடத்தில் நிரந்தரமாக இருக்கும் என்பதை விட்டுவிடுங்கள். தெய்வம் ஒரு இடத்தை விட்டு இடம் பெயரலாம் அல்லது குடிபெயரலாம் என்ற நம்பிக்கை சங்க இலக்கியத்தில் இருக்கிறதல்லவா?

தொ.ப.: நீங்கலாம் என்பது எங்கே இருக்கிறது?

சுந்தர் காளி: தெய்வங்கள் குடிவிட்டுப்போன இடங்கள் இருக்கின்றன.

தொ. ப.: இல்லை. அவை பாழ்பட்ட கோயில்கள்.

சுந்தர் காளி: இன்றைக்குவரையிலும் நமக்குத் தெய்வங்கள் ஓரிடத்தை விட்டுப் போகும் என்ற நம்பிக்கை இருக்கிறது அல்லவா?

தொ.ப.: அந்தக் காலத்தில் கோயில்கள் இன்றுள்ளது போல் பெரிய கட்டமைப்பைக் கொண்டிருக்கவில்லை.

சுந்தர் காளி: பெரிய கட்டுக்கோயில்கள் கிடையாது.

தொ. ப.: "மணிப்புறா துறந்த மரஞ் சேர்பு மாடம்" மரத்தை வைத்துக் கட்டிய பெரிய கட்டுக்கோயில் பற்றிய பாட்டு இது.

சுந்தர் காளி: கட்டுக்கோயில் என்றால் கற்கோயில் இல்லையா?

தொ. ப.: செங்கல்லால் கட்டப்பட்ட கோயில். ரொம்பப் பிற்காலம் வரை செங்கல்லால் கட்டப்பட்ட கோயிலும், மண்ணால் கட்டப்பட்ட கோயிலும்தான் இருந்திருக்கின்றன. திருவாரூரில் உள்ள மூன்று கோயிலுள் ஒன்று பரவையுள் மண்தளி என்பதாகும். மண்தளி என்பது மண்ணால் ஆகிய கோயில்.

சுந்தர் காளி: இப்போது இருப்பனவற்றுள் காலத்தால் முந்திய கற்கோயில் மாமல்லபுரத்தில் அண்மையில் கிடைத்துள்ள முருகன் கோயில் என்று நினைக்கின்றேன்.

தொ. ப.: கி.பி. 5ஆம் நூற்றாண்டுக் கோயில் அது.

சுந்தர் காளி: சில விஷயங்கள் உள்ளவரை தெய்வங்கள் ஒரு அமைப்பில் இருக்கும்; அந்த விஷயங்கள் இல்லாது போகும்போது அந்த இடத்தை விட்டு நீங்கிவிடும் என்னும் நம்பிக்கை சங்க காலத்தில் இருக்கிறதா?

தொ. ப.: தெய்வங்கள் நீங்குவது பற்றிப் பேச்சே இல்லை. ஊருக்குள், மனிதர்கள் வாழுமிடங்களில் தெய்வங்கள் இருப்பதில்லை. ஊரின் எல்லையில்தான் நடுகற்கள் இருக்கின்றன. காட்டுக்குள் தான் தெய்வங்கள் இருக்கும். காடுகெழு செல்வி, கானமர் செல்வி, கடல்கெழு செல்வி போன்ற பெயர்களைப் பாருங்கள்.

கோபுரம் எப்படித் தோன்றியது? காடுகளில் உள்ள மரங்களில் எந்த மரத்தின் அடியில் தெய்வம் உள்ளது என்பதை அடையாளப் படுத்த இரண்டு மூங்கில்களைக் குறுக்காகக் கட்டிவைத்தார்கள். அந்த அமைப்புத்தான் கோபுரத்தின் தோற்றுவாய்.

சுந்தர் காளி: இல்லுறை தெய்வங்கள் கிடையாதா?

தொ. ப.: இல்லுறை தெய்வங்கள் உண்டு. அது வீட்டில் மண்பீடங்களாக இருக்கும். நெல்லும் மலரும் தூவி இல்லுறை தெய்வத்தை வழிபடுவர். இல்லுறை தெய்வங்கள் வேறு. நடுகல் தெய்வங்கள் வேறு.

சுந்தர் காளி: பல வீடுகளில் இறந்த பெண்களைக் கும்பிடும் வழக்கம் இருக்கிறது.

தொ. ப.: அது வேறு மாதிரி. இப்போது போட்டோ வைத்துக் கொண்டாடுகிறார்கள். அப்போது சேலைதானே? பொங்கல் அன்று புதுச்சேலை வாங்கி அதை நாகம் போன்று முறுக்கி வழிபாட்டில் வைத்துக் கும்பிடுவார்கள். அதன் பின்பு பெட்டியில் வைத்து விடுவார்கள். மறுஆண்டு அதை எடுத்து வீட்டில் உள்ளவர்கள் உடுத்திக்கொள்வார்கள். ஒரு ஆண்டு அந்த இறந்த பெண் கட்டிக் கழித்துவிட்டதனால் மற்றவர்கள் கட்டலாம். இது சேலை எடுத்துச் சார்த்துதல் எனப்படும். மாலையம்மன் வழிபாடு முழுக்க இப்படித் தோன்றியதுதான். திருமணமாகி இறந்துவிட்ட பெண்கள்தான் மாலையம்மன். அதாவது கல்யாணமாலை அணிந்தவர்கள். சீலைக்காரி வழிபாடு என ஒன்றுண்டு.

சுந்தர் காளி: இல்லுறை தெய்வத்திற்கும் நடுகல் தெய்வத்திற்கும் என்ன வேறுபாடு?

தொ. ப.: நடுகல் என்பது ஆண் தெய்வங்கள்தான்.

சுந்தர் காளி: பின்னால்தான் மாசதிக்கல் வருகிறது. அப்படித்தானே?

தொ. ப.: அது கணவனோடு இறந்த பெண்களுக்கு மட்டும்தான். மாசதிக்கல் 'தோளும் கையும் கொடுத்தார் கல்' என்பார்கள். கணவரோடு தொற்றிக்கொண்டு மரணத்தை நோக்கிச் சென்றவள் என்பது பொருள். கன்னட நாட்டில்தான் இத்தகைய கற்கள் அதிகம். அங்கு வளையல்தான் மங்கலச் சின்னம். தாலி அல்ல. கண்ணகி வளையலைத்தானே உடைத்துக்கொண்டுபோகிறாள்? ஏன் சீலைக்காரி என்று பெயர் வைத்தார்கள் என்றால் திருமணம் ஆகாமல் செத்துப்போகும் பெண்களுக்குக் கன்னிச்சித்தாடைதான் வைப்பார்கள். சேலை வைக்கமாட்டார்கள். கன்னிச்சித்தாடை தாவணி போன்றது.

சுந்தர் காளி: இல்லுறை தெய்வத்தைப் பற்றி வேறென்ன விவரங்கள் இருக்கின்றன?

தொ. ப.: சங்க இலக்கியத்தில் வேறொன்றும் இல்லை. இல்லுறை தெய்வத்திற்கு உருவம் கிடையாது.

சுந்தர் காளி: 'பாணன், பறையன், துடியன், கடம்பன்' என்று வரும் பாட்டில் நடுகல்லைத் தவிர வேறெதையும் கும்பிடுவதில்லை. எங்களுடைய சமயம் இதுதான் என்ற கூற்று வருகிறதே, அதைக் கோபம் என்கிறீர்களா?

தொ. ப.: அதைப் பாடியது யார்? மாங்குடி கிழார். அதைப் பாடியவர் பிற்படுத்தப்பட்ட மக்களின் மொழியில் அவர்களுடைய வாசகத்தை எதிரொலிக்கிறார். அவர்கள் மொழியில் இவர் பேசிப் பார்க்கிறார். கற்பனையான விஷயம்தான் இது.

சுந்தர் காளி: அப்படிப் பார்த்தால் சங்கப் பாடல்கள் எல்லாம் பிறருடைய குரலில் பேசுபவைதான். பெரும்பாலான பாடல்கள் அகப் பாடல்கள். பெரும்பாலும் தலைவியாகவோ, தோழியாகவோ, தாயாகவோ பெண் குரலில் பாடுவனதாம்.

சங்ககால வழிபாடு தொடர்புடைய சிலவற்றின் தொடர்ச்சியை இன்றும் பார்க்கின்றோம். சிலவற்றை மீட்டெடுக்க வேண்டியவை யாகப் பார்க்கின்றோம். நம்பிக்கை அடிப்படையிலான, சடங்கு அடிப்படையிலான ஒன்றாகத்தான் சங்ககாலச் சமயத்தைப் பார்க்கின்றோம். அப்படியல்லாமல் முறைப்படுத்தப்பட்ட, தத்துவப் பின்னணி கொண்ட 'ஆசீவகம்' என்ற சமயம் சங்க காலத்தில்

இருந்தது. தென்னாட்டிலிருந்துதான் வடநாட்டிற்குப் போயிற்று என்ற வாதத்தை நீங்கள் எப்படிப் பார்ப்பீர்கள்?

தொ. ப.: ஆசீவகமோ, பௌத்தமோ, சமணமோ, சைவமோ, வைணவமோ இவைபோன்ற நிறுவனச் சமயங்கள் அனைத்தும் அதிகாரத்தை நோக்கிய நகர்வுகள்தான். ஜனநாயக விரோதமானவை. ஒரு காலத்தில் ஜனநாயகத்தின் குரல் வளையைக் கடுமையாக நெரித்தன.

வைணவத்தில் அது கடைசிக் கட்டமாக இருக்கும். வைணவம் ரொம்பச் சுதந்திரமானது. ஆனால் அதுவும் கடைசிக் கட்டத்தில் ஜனநாயகத்தின் குரல்வளையை நெரிக்கத்தான் செய்தது. ஒரு எடுத்துக்காட்டைக் கூறுகிறேன். எனக்கு ஒரு ஜீயருடன் நல்ல நட்பு உண்டு. அவரை 'நஞ்சீயர்' என்று சொன்னேன். ஆச்சார்ய ஹிருதயத்திலிருந்து மணிப்பிரவாள மேற்கோளைக் காட்டி வேண்டுமென்றே ஒரு காரியம் செய்தேன்.

"நஞ்சீயர் என்று சொல்லிவிட்டீர்கள். நீங்கள் நெற்றியில் அடையாளம் போடுங்கோ. நஞ்சீயர் என்று என்னைக் கூறி விட்டீர்கள். மடத்துக் கதவு எப்போதும் திறந்திருக்கும்" என்றார். "ஒன்று கேட்க வேண்டும்; பயமாக இருக்கிறது" என்றேன். "நான்தான் உங்களைப் பார்த்துப் பயப்பட வேண்டும்" என்றார். எல்லாம் சரி... ஒரு பார்ப்பான் இந்த அளவு இறங்கிவருவதே பெரிய விஷயம்தான். என்னைத் தொடுவதில் அவருக்குக் கூச்சமில்லை. பக்கத்தில் உட்காரவைத்துப் புளியோதரை கொடுத்தார். ஆனால் நான் ஜீயராக முடியுமா? முடியாதுதானே?

சுந்தர் காளி: அதாவது உங்களுடைய கொள்கைகளில் சிலவற்றை நீக்கி விட்டு நீங்கள் *ஸ்ரீவைஷ்ணவத்துக்குள்* வந்தாலும்....

தொ. ப.: அந்த ஜீயரை மூன்று முறை சந்தித்திருக்கிறேன். இரண்டாவது சந்திப்பில் ஒரு விஷயம் சொன்னேன். ஒருமுறை சீவலப்பேரிப் பெருமாள் கோயிலுக்குப் போனேன். தென் திருமாலிருஞ்சோலை என்று பெயர். 9ஆம் நூற்றாண்டுக் கோயில். அதைக் கட்டுகிற போது தாயார் சன்னதி இல்லாமல் கட்டி யிருக்கிறார்கள். அதனுடைய பழமைக்கு அதுவே சான்று. 'கீழ்க்களக் கூற்றத்துத் தென்திருமாலிருஞ்சோலை' என்று கல்வெட்டில் வருகிறது. பாளையங்கோட்டைதான் கீழ்க்களக்கூற்றத்தின் தலைமை இடம்.

அந்தக் கோயிலுக்குப் போனபோது அர்ச்சகர் குங்குமம் கொடுத்தார். தாயார் சன்னதி இல்லாத கோயில், ஏன் குங்குமம்

தருகிறீர்கள் என்று கேட்டேன். துளசி கேட்டால் இல்லை என்கிறார் அந்த அர்ச்சகர். அந்த அர்ச்சகர் நெற்றியில் திருமண் வைத்திருக்க வில்லை. கோபி வைத்திருந்தார். எனக்குக் கோபம் வந்துவிட்டது. நீர் பாஞ்சராத்திரமா? வைகானசமா? என்றேன். இல்லை நான் அண்ணாவி என்றார். 'அண்ணாவி' என்றால் வேதம் படிக்கக் கூடாத பார்ப்பனர் என்று பொருள். கல்லிடைக்குறிச்சி ஊரா? என்றேன். ஆமாம் என்றார். அண்ணாவிப் பார்ப்பனர்களின் பரம்பரைத் தொழிலே கந்துவட்டித் தொழில்தான். ஆந்திராவில் நியோகி பிராமணர்கள் இருக்கிறார்களே அதுபோல. மாணிக்க வாசகர் அமாத்திய பிராமணர். அதாவது அரசாங்கத்தில் அலுவலர் களாக இருப்பவர்கள் அமாத்திய பிராமணர்கள். இவர்கள் வேதம் படிப்பதற்குத் தகுதியில்லாதவர்கள். நான் ஜீயரிடம் சொன்னேன். 'அண்ணாவிப் பிராமணர் பூசைவைப்பதற்குப் பதிலாக திருமண் இட்ட ஒரு நாயுடு அல்லது ஒரு தலித் அல்லது ஒரு கோனார் பூசை வைக்கலாமே' என்றேன். அவர் 'அதுபற்றிப் பேசமாட்டேன்' என்று கூறிவிட்டார். நான் என்ன சொல்கிறேன் என்றால் நிறுவன மதங்கள் எல்லாமே மக்களுக்கு எதிரானவைதான்.

சுந்தர் காளி: சங்க காலத்திற்குப் பிறகு களப்பிரர்கள் வருகின்றனர். வடக்கில் பல்லவர்களைத்தவிர, தெற்கில் மூவேந்தர்களும் தோற்கடிக்கப்பட்டுக் களப்பிரர்கள் வந்தவுடன் தமிழ்நாட்டுச் சமய வாழ்க்கையில் ஒரு பெரிய திருப்பம் ஏற்படுகின்றது. இதை ஆய்வாளர்கள் அனைவரும் ஏற்றுக்கொள்கின்றனர். கி.பி. 4, 5, 6 ஆகிய மூன்று நூற்றாண்டுகளில் களப்பிரர்கள் நிலை பெற்றிருக்கின்றனர். வேள்விக்குடிச் செப்பேடு உள்ளிட்ட ஆதாரங் களை வைத்துக் கொண்டு பார்க்கும்போது களப்பிரர்கள் வைதீக சமயத்திற்கு எதிராக இருந்தவர்கள் என்ற முடிவுக்கு ஆய்வாளர்கள் வந்திருக்கின்றனர். அந்தக் காலத்தை 'இருண்ட காலம்' என்று கூறி வந்துள்ளனர். அதை எதிர்த்து எழுதியதில் முக்கியமானவர் மயிலை. சீனி. வேங்கடசாமி. 1975இல் வெளிவந்த "களப்பிரர் ஆட்சியில் தமிழகம்" என்ற நூல் முக்கியமானது. சமீபத்தில் பொ. வேல்சாமி வரை சிலர் அதை இருண்டகாலம் இல்லை என்றும், அக்காலப்பகுதியில் பல விஷயங்கள் நடந்து கொண்டு தான் இருந்தன என்றும் கூறுகின்றனர். மயிலை. சீனி. வேங்கடசாமி ஒரு கருத்தை முன்வைக்கிறார்: 'வேள்விக்குடிச் செப்பேடு ஒன்றை மட்டும் வைத்துக்கொண்டும் ஏதோ ஒரு களப்பிர மன்னன் சிவன் கோயிலில் வழிபாட்டுக்கு இடையூறு செய்தான் என்பதை வைத்துக்கொண்டும் களப்பிரர்கள் வைதீகத்திற்கு எதிரானவர்கள் என்ற முடிவுக்கு வந்துவிட முடியாது. கூற்றுவநாயனார், மூர்க்க

நாயனார் முதலியோர் சைவம் சார்ந்தவர்களாக இருப்பதனால் உடனடி முடிவுக்கு வந்துவிட முடியாது என்கிறார் மயிலை. சீனி. இதுபற்றி உங்கள் கருத்து என்ன?

மயிலை சீனி. வேங்கடசாமி சொல்லும் இன்னொரு விஷயம் கவனத்திற்குரியது. பக்தி இயக்கத்தின் அடிப்படையான விஷயம். அந்தக் காலகட்டத்தில் நடக்கிறது. மானுடக் காதல் என்பது தெய்வக் காதலாக (பகவத் காமம்) மாறி உருவெடுக்கிறது. சங்க இலக்கியத்தில் உள்ள தலைவன் தலைவியின் காதல் என்பது மாறி, பேராண்மை மிக்க இறைவனை ஆணாகவும், மானுடன் தன்னைப் பெண்ணாகவும் பாவித்துக்கொண்டு பாடும் மரபு பக்தி இயக்கத்தில் ஆரம்பிக்கிறது. அதற்கு அடிப்படை நூலாக இறையனார் களவியல் உரை அமைகின்றது என்கிறார் மயிலை.

இறையனார் களவியல் உரைக்கு கி.பி. 8ஆம் 9ஆம் நூற்றாண்டில் எழுத்துவடிவம் வந்திருக்க வேண்டும். இறையனார் களவியல் நூற்பாக்களில் இல்லாத 'பகவத் காமம்' அதன் உரையில் வருகிறது. சைவர்கள் தங்கள் இலக்கியக் கொள்கைகளுக்கு வலுவூட்ட இறையனார் களவியல் உரையை உருவாக்கினர் என்கிறார் மயிலை. இது பற்றி உங்கள் கருத்தென்ன?

தொ, ப.: சங்ககாலம் என்றொரு காலம் திடீரென்று முடிந்து 'களப்பிரர் காலம்' என்றொரு காலம் திடீரென்று தொடங்கவில்லை. மெல்லமெல்லத் தமிழரசுகள் தேய்ந்து களப்பிரர்கள் ஆட்சி வருகின்றது. 'களப்பிரர்' என்னும் சொல் வேள்விக்குடிச் செப்பேட்டி லிருந்துதான் வருகின்றது. 'களப்பிரர்' என்னும் கலியரசரை நீக்கி' என்பதுதான் அந்த வரி. 'களப்பிரர்' என்பதை விடக் களப்பாளர் என்பதுதான் சரியாக இருக்கும் என்று நினைக்கின்றேன். தமிழ்நாட்டில் இன்னும் 'களப்பாளர் குளம்' என்ற பெயரில் நிறைய ஊர்கள் இருக்கின்றன. 'கூற்றுவனாகிய களப்பாளனே' என்றுதான் சேக்கிழார் கூறுகிறார். களப்பிரர் என்ற சொல்லே சமஸ்கிருத ஒலிப்பில் இருப்பதுபோல் தெரிகிறது. நீங்கள் கூறுவதுபோல நிறைய அரசர்கள் இக்குலத்தில் ஆண்டது போலத் தெரியவில்லை. 'அச்சுத விக்கந்தன்' என்ற பெயரைத் தவிர வேறெந்த அரசர் பெயரும் கிடைக்காததால் அது கிட்டத்தட்டச் 'சட்டமற்ற சமூகம்' போலத் தான் இருக்கிறது. அரசற்ற காலமாக, அரசுகள் எல்லாம் தலை மயங்கிக் கிடக்கிற காலமாக அது இருந்திருக்க வேண்டும்.

சுந்தர் காளி: 1975இல் மயிலை எழுதிய பிறகு நிறைய கல்வெட்டுகள் கண்டுபிடிக்கப்பட்டுள்ளன. பூலாங்குறிச்சிக் கல்வெட்டு உள்பட நிறையச் சான்றுகள் களப்பிரர் காலம் பற்றிக் கிடைத்துள்ளன.

தொ. ப.: திடீரென்று ஒரு அரசமரபு முடிந்து போவதில்லை. உதாரணத்திற்குச் சொல்லவேண்டுமென்றால் பாண்டிய அரசமரபு மதுரையைவிட்டு அகன்றபின் முடிந்துபோய் விடவில்லை. அவர்கள் கயத்தாற்றிலிருந்து தென்காசி போய் 1648இல் கூட ஒரு பாண்டிய மன்னன் முடிசூட்டியிருக்கிறான். மதுரையில் இசுலாமியர் ஆட்சி 48 ஆண்டுகள்தான் நடைபெற்றது. அக்காலப் பகுதியில் திருவாதவூரை ஒரு பாண்டிய மன்னன் ஆண்டிருக்கின்றான். அவன் பெயரில் ஒரு கல்வெட்டு இருக்கிறது. காலனிய ஆட்சி வருவதற்கு முன்னர் நிலப்பரப்புகள் எல்லாம் ஒரே அரசின்கீழ் வந்திருக்குமா என்பது சந்தேகம்தான். ஏன், இராஜராஜனின் ஆட்சியின்போது கூட நிலப்பரப்பு அனைத்தும் அவன் அரசின் கீழ் இருந்தனவா என்பதும் சந்தேகம்தான்.

பெரிய நிலப்பரப்புகளை ஆளுவதில் உள்ள பிரச்சனை இது. ஏனெனில் நிறைய குறும்புகள் இருந்தன. குறும்பு என்றால் பேரரசுக்கு அடங்காத இனக்கூட்டம் என்று பொருள். திருமலை நாயக்கர் காலம் வரையிலும் மேலூர்க் கள்ளர் நாடு எந்த ஆட்சிக்கும் உட்படாதது. 'இராமப்பய்யன் அம்மானை' இதனைக் "கள்ளர் பத்துநாடு என்று கனமாய் இருக்கட்டும் காண்" என்று கூறும். திருமலை நாயக்கர் இராமப்பய்யனுக்கு இவ்வாறு ஓலை கொடுக்கிறார். ஏனெனில் மேலூர்க் கள்ளர்கள் இந்த அரசுக்குள் வரமாட்டார்கள். உசிலம்பட்டிக் கள்ளர்களும் இப்படித்தான். 1970, 80 வரையிலும் மதுரை மீனாட்சி அம்மனை உசிலம்பட்டிக் கள்ளர்கள் கும்பிடமாட்டார்கள். இன்றும் அவர்கள் சாதியில் மீனாட்சி என்ற பெயரை இடமாட்டார்கள். சித்திரைத் திருவிழாவின் போது மீனாட்சியம்மனுக்கு விரதமிருக்க மாட்டார்கள். நாங்கள் விரதமிருந்தால் மீனாட்சி ஒத்துக்கொள்ள மாட்டாள் என்பார்கள் கள்ளர்கள். ஏனெனில் கள்ளர்களின் அரசியல் எதிரியாகிய திருமலை நாயக்கரின் தெய்வம் அது.

சுந்தர் காளி: பொதுவாக அவர்களிடம் விரதமிருக்கும் சடங்கு உள்ளதா என்பதே சந்தேகம்தான்.

தொ. ப.: இருக்கிறார்கள். அவர்களுடைய மூணுசாமிக்கு இருப்பார்கள். ஒருநாள் அல்லது இரண்டு நாள் விரதமிருக்கிறார்கள். நான் இதை எதற்காகச் சொல்கின்றேன் என்றால் தமிழ்நாட்டின் எல்லா நிலப்பரப்பையும் ஒட்டுமொத்தமாகக் களப்பிரர்கள்

ஆண்டார்கள் என்று கூறமுடியாது. குறிப்பாகப் பாண்டியநாடு என்ற பெயரில் மதுரைக்குத் தெற்கேயுள்ள நெல்லை மாவட்டப் பகுதிகளை எந்த அரசன் ஆண்டான் என்று கூறமுடியாது. ஏனெனில் இடையில் 50, 100 மைல்களுக்குப் பெரிய காடு இருந்தது. அங்கு மக்கள் வாழுமிடங்களே குறைவு. அதற்கு என்ன உதாரண மென்றால் திருமங்கலத்திற்குத் தெற்கே கங்கைகொண்டான் வரைக்கும் வணிகப்பெருவழிகள் ஒன்றிரண்டு இருக்கின்றனவே ஒழிய மக்கள் வாழ்விடங்கள் இல்லை. இங்கு வட்டெழுத்துக் கல்வெட்டோ மற்ற கல்வெட்டுகளோ இல்லை. காலத்தால் முற்பட்ட கல்வெட்டுகளே இல்லாத நிலப்பகுதி. கரிசல்காட்டுப் பகுதிகளில் தெலுங்கு மக்கள் குடியேறிய பிறகுதான் வாழ்விடங்கள் வந்தன. களப்பிரர்கள் சிற்சில பகுதிகளைக் கைப்பற்றியிருக்கலாம்; குறிப்பாகப் புதுக்கோட்டை, மதுரை முதலிய இடங்களில் தொண்டை மண்டலத்தில் களப்பிரர் இருந்ததாகச் செய்தி கிடையாது. ஏனென்றால் இவர்கள் கூறுகின்ற அதே காலப்பகுதியில்தான் முதலாழ்வார்கள் பிறந்திருக்கின்றனர்.

சுந்தர் காளி: தமிழ்நாட்டின் வடபகுதி முழுவதும் பல்லவர்கள் இருந்திருக்கின்றனர் அல்லவா?

தொ. ப.: தமிழ்மொழி பேசாத பல்லவர்களாக அதாவது முற்காலப் பல்லவர்களாக இருக்கிறார்கள். களப்பிரர்களைப் பற்றி ஒன்றை உறுதியாகக் கூறமுடியும். அவர்கள் வேத மரபுக்கு எதிரானவர்களாக இருந்திருக்கிறார்கள்.

சுந்தர் காளி: மயிலை சீனி. இந்த இடத்தில் ஒரு வேள்விக்குடிச் செப்பேட்டை மட்டும் வைத்துக்கொண்டு இந்த முடிவுக்கு வரமுடியுமா என்கிறார். ஏனெனில் பெரிய புராணத்தில் வரும் கூற்றுவ நாயனாரைக் களப்பாளர் என்று கூறும்போது எவ்வாறு களப்பிரர்கள் வேத மரபுக்கு எதிரானவர்களாக இருக்க முடியும் என்கிறார் மயிலை.

தொ. ப.: அந்தக் காலம் ரொம்பப் பிற்காலம். விஜயாலயனுக்குப் பின்பு சோழப் பேரரசு எழுகிறவரையில் முற்காலச் சோழமரபினர் எங்கோ ஒரு மூலையில் ஒடுங்கிக்கிடந்திருக்கிறார்கள். அதுவரை அவர்கள் சிற்றரசர்களாக, வட்டாரத் தலைவர்களாக இருந் திருக்கலாம். எனவே திடீரென்று இது தொடங்கவில்லை. சமணம் பெருத்த ஆதரவைப் பெறுவதற்காகச் சில முயற்சிகளைச் செய்துள்ளது. அதன் எச்சப்பாடுகளைப் பார்க்கின்றோம். இன்னும் பௌத்தம் மாண்ட கதையை யாரும் எழுதவில்லை. எழுத முடியவில்லை. எச்சங்கள் பற்றி மட்டும் மயிலை. சீனி எழுதியுள்ளார்.

சமணம் நிறைய சிறு தெய்வங்களை உண்டாக்கி மக்கள் கையில் கொடுத்துள்ளது. அதனால் சமணம் தமிழகத்தில் தாக்குப்பிடித்தது. குறிப்பாகத் தாய்த்தெய்வ வழிபாடு சமண வழிபாடு. 'இயக்கி' (யக்ஷி) என்ற பெயரில் அவர்கள் கொஞ்சம் கொஞ்சமாகத் தாய்த் தெய்வ வழிபாட்டைக் கொண்டு வருகின்றனர். 24 தீர்த்தங்கரர் களுக்கும் 24 இயக்கிகள். ஒரு குகையில் முனிவர்களின் கற்படுக்கை மேலே இயக்கியின் கண் செதுக்கப்பட்டுள்ளது. கண்ணைச் செதுக்கினால் அது 'இயக்கி' என்று அர்த்தம். இது காலத்தால் முற்பட்ட சான்று. 'பூங்கண் இயக்கி' என்று சிலப்பதிகாரம் (அடைக்கலக்காதை, அடி.116) கூறும்.

சுந்தர் காளி: அக்ஷம் என்றால் கண். அதற்கும் யக்ஷிக்கும் ஏதாவது தொடர்பு உண்டா?

தொ. ப.: இல்லை. யக்ஷியை உருவகப்படுத்துவதற்காக, பூங்கண் இயக்கியை அடையாளப்படுத்துவதற்காகக் கண்ணைச் செதுக்கியிருக் கிறார்கள். எழுத்துப்பூர்வமான அங்கீகாரத்தைப் "பூங்கண் இயக்கிக்குப் பால்மடை கொடுத்துப் பண்பிற் பெயர்வோள்" என்று சிலப்பதிகாரம் தருகின்றது. இப்படிச் சமணம் தாய்த்தெய்வங்களை உருவாக்கி மக்களிடத்தில் விட்டுவிட்டது. வடமாவட்டத்தில் வழங்கிவரும் பொன்னி, குணசேகர் என்பன போன்ற பெயர்களைச் சின்ன வயதில் தென்மாவட்டத்துக்காரர்களான நாங்கள் சினிமாத் தனமான பெயர்கள் என்று நினைப்போம். பொன்னி பெயர் இயக்கியைக் குறிக்கும். பொன்னியம்மன், பொன்னியக்கி என்று அழைக்கப்பட்ட இயக்கியின் சுருக்கப் பெயர்தான் பொன்னி. அப்பாண்டைநாதர் உலாவில் "பொன்னிசக்தி அம்மையே உன் பதம் போற்றுவனே" என்று பொன்னியம்மனைப் பற்றிக் குறிப்பு வருகிறது. இது வடமாவட்டத்தில் இருந்த இயக்கி. வட்டாரந்தோறும் வெவ்வேறு வகையான இயக்கிமார்கள் இருந்தனர். அதாவது தாய்த்தெய்வ வழிபாட்டிற்குச் சமணம் இடம்கொடுத்தது. பௌத்தத்தில் தாராதேவி தவிர வேறு யாரும் தாய்த்தெய்வமாக இல்லை.

சுந்தர் காளி: 'தாரா' என்பது புத்தரின் அம்மாதானே?

தொ. ப.: ஆமாம். அவள் இருந்த இடம் காஞ்சிபுரம் காமக்கோட்டம். நான் ஏன் தாய்த்தெய்வத்தைப் பற்றி இவ்வளவு பேசுகிறேன் என்றால் பக்தி இயக்கத்தின் எழுச்சி என்பதே தாய்த் தெய்வங்களின் சரிவுதான். தாய்த்தெய்வங்களை அழித்த பின்புதான்

பக்தி இயக்கமே வருகிறது. சமண, பௌத்த மதங்களைவிடத் தாய்த்தெய்வங்கள்தான் இந்தப் பக்தி இயக்கத்திற்குச் சிக்கலை உண்டாக்கியிருக்கின்றன. பிற்காலத்தில் தமிழர்களின் தாய்த்தெய்வ வழிபாட்டை நன்கு உணர்ந்தவர் வீரமாமுனிவர். இத்தாலி நாட்டிலிருந்து வந்தவர் மாதாவுக்கு ஒரு கோயிலைக் கட்டிப் 'பெரியநாயகி' என்று பெயரிடுகின்றார். தஞ்சைப் பெருவுடையார் கோயிலில் இருக்கும் அம்மன் பெயர்தான் பெரியநாயகி. 'அன்னை அழுங்கல் அந்தாதி' பாடுகிறார். அவர் ஏசுவைப் பாடியதைவிடத் தாய்த்தெய்வங்களைப் பாடித் தமிழர்களின் கையில் தருகிறார். கத்தோலிக்கம் நின்ற கதை இதுதான். 'கித்தேரியம்மாள் அம்மானை' பாடுகிறார். கித்தேரியம்மாள் ஒரு பெண் புனிதர். வீரமாமுனிவர் 'கன்னித்தாய்' என்ற கோட்பாட்டை உருவாக்குகின்றார். "உருவிலா உருத்தாங்கி உலகில் ஒரு மகன் உதிப்பக் கருவில்லாக் கருத்தாங்கிக் கன்னித்தாய் ஆகினையே" என்று பாடுகிறார். தாய்த்தெய்வம் இல்லாமல் தமிழ்நாட்டில் எதுவும் எடுபடாது. ஏனெனில் கத்தோலிக் கத்திற்கு ஒரு வரலாறு உண்டு. அகஸ்டின் காலத்தில்தான் கத்தோலிக்கத்தில் தாய்த்தெய்வ வழிபாடு உள்ளே நுழையும். ஏசுபிரானுக்கு மனைவி கிடையாது என்பதால் அவரின் தாயைத் தெய்வமாக்குகிறார்கள். தீர்த்தங்கரர்கள் துறவிகள் என்பதால் இயக்கிகளைத் தாய்த் தெய்வங்கள் ஆக்குகிறார்கள். தாய்த்தெய்வ வழிபாட்டைச் சமணம் கொண்டிருந்ததால் தமிழ்நாட்டில் சமணம் தாக்குப்பிடித்தது. அதனுடைய பரவலுக்கும் அதுதான் காரணம். ஏனெனில் நம்மிடையே இருந்தது எல்லாம் தாய்த்தெய்வ வழிபாடுதான்.

சுந்தர் காளி: களப்பிரர்கள் அனைவரும் சமணத்தை ஆதரித்தவர்களா?

தொ. ப.: களப்பிர அரசர்கள் மூன்று பேரின் பெயர்கூட இன்னும் கிடைக்கவில்லை. பிறகு எப்படி ஒரு முடிவுக்கு வரமுடியும்? சோழ, பாண்டிய அரசுகள் அழிந்தன. அழிந்த இடத்தில் என்ன இருந்தது என்றால் 'சட்டமில்லாத சமூகம்' இருந்திருக்க வேண்டும். எந்தவொரு அரசமைப்பும் இல்லாத ஒரு சமூகம் இருந்திருக்க வேண்டும்.

சுந்தர் காளி: பர்ட்டன் ஸ்டைன் சொல்வதும் நீங்கள் சொல்வதும் ஒத்துள்ளனபோல் தெரிகிறது. சங்க காலத்திற்கு அடுத்து இனக்குழு ஒன்றின் எழுச்சி ஏற்பட்டிருக்க வேண்டும். அதுதான் களப்பிரர் காலம். இனக்குழு மக்கள் தங்கள் இருப்பை உறுதி செய்த காலமாக அது இருந்திருக்க வேண்டும். ஒடுக்கப்பட்ட இனக்குழு மக்கள்

திரும்பவும் தங்கள் நிலையை உறுதி செய்துள்ள காலகட்டமாக எடுத்துக்கொள்ள வேண்டும் என்று ஸ்டைன் கூறுகிறார்.

தொ. ப.: அரசியல் அதிகாரத்திற்கு ஒரு தொடர்ச்சி வேண்டும் என்று நினைக்கிறீர்கள். அப்படி இல்லை; ஒரு இடையீடு இருந்தது என்று நினைக்கிறேன். சமணம் தோற்றுப்போனதற்கான முக்கியமான காரணம் புலால் உண்ணாமை. சமணர்கள் அதில் ரொம்ப அழுத்தமாக நின்றார்கள். திருவள்ளுவர் தமிழர்களிடம் தோற்றுப் போனது கள் உண்ணாமையும், புலால் உண்ணாமையும் என்னும் இரண்டு இடங்களில்தான். ஒருபோதும் நூற்றுக்கு ஐம்பது தமிழர்கள் கூடப் புலால் உண்ணாதவர்களாகவும் கள் உண்ணாதவர்களாகவும் இல்லை. புலால் என்பது நாள்தோறும் ஆண், பெண், சாதி எல்லாவற்றையும் கடந்து வயிற்றோடு சம்பந்தப்பட்ட உணவு. உணவுமுறையில் பெரும்மாற்றத்தைக் கொண்டுவருவது என்பது நடக்காத காரியம். சமணத்தின் தோல்விக்கு இது ஒரு காரணம். இந்தக் காலகட்டம் சமூகம் சாதிகளாக உருமாறிய காலகட்டம். உள்ளபடியே சொல்லப்போனால், மறைமுகமாக வணிகர்களின் நாடாக இருந்திருக்க வேண்டும். அதாவது அதிகாரம் மறைமுகமாக வணிகர்களின் கையில் சிக்கியிருக்க வேண்டும். அப்போதுதான் வணிகப் பெருவழிகள் தமிழகத்தில் தோன்றியிருக்க வேண்டும். வணிகப் பெருவழிகள் தோன்றின என்பதற்கான அடையாளம் நெடுவழிகளில் 'சாத்து' என்ற பெயரோடு காணப்படும் ஊர்கள். சாத்தூர், கச்சாத்தநல்லூர், தெளிச்சாத்தநல்லூர், சாத்தனூர் இப்படிப் பல ஊர்கள் உள்ளன. இப்பெயர்கள் சோழ, பாண்டியர் காலத்தில் தோன்றவில்லை. அதற்கு முன்னால் நெடுவழிகள் உருவாக்கிய ஊர்கள் இவை.

சுந்தர் காளி: சாத்து உருவாக்கிய தெய்வம்தான் சாத்தன்.

தொ. ப.: ஆமாம். தமிழ்நாட்டில் உள்ள சாத்தன்களில் முக்கிய மான சாத்தன் பௌத்தசாத்தன். 'தர்ம சாஸ்தா' என்று சொல்லக் கூடிய சாத்தன் அறப்பெயர்ச் சாத்தன் என்று சங்க இலக்கியத்தில் கூறப்படுகின்றது. இந்தக் காலகட்டத்தில் வணிகர்களின் அதிகாரமும் வணிகப் பெருக்கமும் இருந்திருக்கிறது. தங்கள் பொருட்களுக்கு மிகப்பெரிய சந்தை கிடைக்கும்போது, எந்த மக்கள் திரளும் அதை மகிழ்ச்சியோடு வரவேற்கும். வணிகப் பெருவழிகளோ, ஊர்திகளோ அதிகம் ஏற்பட்டால் வணிகத்தில் பெரிய பெருக்கம் ஏற்படும். எடுத்துக்காட்டாக 'மொபெட்' வந்தவுடன் கிராமத்தில் விளையும் பொருட்கள் நகரத்திற்கு எளிய முறையில் வந்து சேர்ந்தன. இதனால்

கிராமத்து விவசாயிகளிடம் ஒரு புதிய பொருளாதார வளர்ச்சி வந்ததைக் கண்கூடாகப் பார்த்திருக்கிறோம் அல்லவா? இந்தக் காலகட்டத்தில்தான் பிள்ளையாரும் தமிழ்நாட்டிற்கு வந்திருக்க வேண்டும். பிள்ளையாரைச் சேர, பாண்டிய மன்னர்கள் கூட்டிவந்ததாகச் செய்திகள் கிடையாது. பிள்ளையார் சத்திரத்துத் தேவதை.

சுந்தர் காளி: வாதாபியிலிருந்து தமிழ்நாட்டுக்குக் கொண்டுவருவதற்கு முன்பே பிள்ளையார் வந்துவிட்டாரா?

தொ. ப.: வாதாபியிலிருந்து வணிகக் குழுக்கள் மூலம்தான் தமிழ்நாட்டுக்குப் பிள்ளையார் வந்திருக்க வேண்டும். சத்திரங்களின் வாசலில் இன்றும் பிள்ளையார் மாடங்கள் இருக்கும். எனவே, தாவளங்கள் என்று சொல்லக்கூடிய சாத்திரங்களில் தாவள விநாயகராகத்தான் சமண பௌத்தர்களால் குறிப்பாகச் சமணர்களால் கொண்டுவரப் பட்டார். அவரும் புலால் உண்ணாத கடவுள். பக்தி இயக்கத்தைத் துறவுநெறிக்கு எதிரான கலகம் என்று மட்டுமல்லாமல், புலால் உண்ணாமை போன்ற அழுத்தமான நோன்பு நெறிகளுக்கும் எதிரான கலகம் என்று பார்க்க வேண்டும். இந்தப் பக்தி இயக்கம் எழுச்சியுறுகின்றபோது ஜேஷ்டாதேவியின் உருவாக்கம் நடைபெறுகிறது. முற்காலப் பாண்டியர்களுக்கு முன்பே உருவாகி முற்காலப் பாண்டியர்களின் காலத்திலே குடைவரைக் கோயில்களிலே ஜேஷ்டா வந்துவிடுகிறாள். நான் உற்பத்திப் பெருக்கம் சார்ந்து அரசின் உருவாக்கத்தைப் பார்க்கிறேன். ஜேஷ்டா வரும் போது உரத்திற்கான மரியாதை கிடைக்கிறது. பொருட்களை அழுகச்செய்து இயற்கையின் மூலவளமான உரத்தை உருவாக்குகின்ற கடவுள் ஜேஷ்டாதேவி. அழுகுகின்ற செயலின் அடிப்படையில்தான் 'அழுக்கு' என்று பெயர் வந்தது. பிற்காலத்தில் 'திருமகள்' கோட்பாடு வந்தபோது மூத்தவள் என்ற பெயர் ஜேஷ்டாவுக்கு ஏற்பட்டது. விளைந்த நெல்லின் தேவி லட்சுமி; விளைந்த நெல்லுக்கு அடியுரமாக இருந்தவள் மூத்ததேவி. பயிர் பின்னால்தான்; உரம்தானே மூத்தது? பின்னால் வைதீக மரபு இந்த மூத்ததேவியை 'அலக்ஷ்மி' என்று கூறியது. இந்த மூத்த தேவியைத்தான் மக்கள் 'மூதேவி' என்று இன்று வசவுச் சொல்லாகப் பயன்படுத்துகிறார்கள். நெல்லை மாவட்டம், மணியாச்சி அருகில் ஆண்டிச்சிபாறை என்னும் ஊர் அருகே இருக்கும் பாண்டியர் காலக் குடைவரைக் கோயிலில் உள்ள மூதேவியின் சிற்பம்தான் காலத்தால் முந்தியது. குடை வரையின் ஒரு பக்கத்தில் ஜேஷ்டா மறுபக்கத்தில் பிள்ளையார்

இருக்கிறார். பிள்ளையாரை அக்காலத்தில் முதலில் புறக்காவல் தெய்வமாகத்தான் வைத்திருந்தனர்.

சிவவழிபாடு எழுச்சிபெறுவதற்கு முன்பே குடைவரைக் கோயிலைச் சமணர்கள் உருவாக்கிவிட்டார்கள். கழுகுமலை முருகன் கோயில் சமணக் கோயில் என்பதை ஒரு சிறுபிள்ளை பார்த்தால் கூடக் கண்டுபிடித்துவிடும். இரட்டை அறை கொண்டது அந்தக் குடைவரை. இன்னும் ஓர் அறை அந்தக் கோயிலில் சும்மாதான் இருக்கிறது.

மீண்டும் பிள்ளையாருக்கு வருவோம். சத்திரத்தில் இருந்த பிள்ளையாரைக் கோயிலுக்குக் கொண்டுவரும்போது துவார பாலகராகத்தான் இருந்திருக்கிறார். பிள்ளையார் வணிகர்களின் தெய்வம். ஜேஷ்டா உரத்தின் தெய்வம். இன்றும் திருக்கார்த்திகைத் திருவிழா அன்று உரக்குழி நாச்சியாருக்கு விளக்கு வைக்கிறார்கள். அழுக்குப் பொதிந்து கிடக்கின்ற அந்த உரக்குழியில் திருவிளக்கை வைக்கின்ற வழக்கம் வேறு எந்த நாளிலும் கிடையாது; அந்த ஒருநாள் மட்டும் விளக்கு வைக்கிறோம். வீட்டின் முன்பகுதியில் விளக்குவைப்பது போல வீட்டிற்குப் பின்புறத்தில் இருக்கும் உரக் குழியிலும் விளக்குவைப்பார்கள். 'உரக்குழி நாச்சியார்' இருக்கிறாள் என்று திருவிளக்கை உரக்குழியில் வைத்ததைச் சிறுவயதில் பார்த்திருக்கிறேன். இதற்கெல்லாம் என்ன பொருள்? வணிகர்கள் என்றால் தானிய வணிகர்கள்தானே? எனவே உரத்தின் கடவுளையும் விளைந்த தானியத்தின் கடவுளையும் மக்கள் முன்வைத்தபோது சமணம் உள்ளாகப் பாய்ந்திருக்கிறது. ஆனால் ஜேஷ்டா சமணக் கடவுள் அல்ல. தமிழன் கண்டுபிடித்த கடவுள் என்று கூற வேண்டும்.

சுந்தர் காளி: 'ஜேஷ்டா' சமணக் கடவுள் இல்லையா?

தொ. ப.: ஜேஷ்டாவுக்கு வணிக மரபில் எந்த ஆதாரமும் இல்லை. இவள் உரத்தின் கடவுள். சமணமும் பௌத்தமும் வணிகத்தின் ஆதரவால் வாழ்ந்த மதங்கள். வணிகம் என்பதே அன்றைக்குத் தானிய வணிகம்தான். பொன் வணிகத்தைவிட அன்று தானிய வணிகம்தான் பெரும் வணிகம். வண்டியில் எடுத்துச்செல்லும் பொருள் தானியம்தானே? தானியம் அன்றி வண்டியில் கொண்டு செல்லும் பழைய பொருள் உப்பு. ஓரிடத்தில் உற்பத்தி செய்யப்பட்டு, நாடு முழுவதும் சந்தைப்படுத்தப்பட்ட பொருள் உப்புத்தான். கொஞ்சமாகக் கருவாடும் சென்றிருக்கிறது. எனவே இந்த இடத்தில்தான் சோழ, பாண்டிய அரசுகள் எழுகின்றன. முதலில் எழுந்தது பல்லவ அரசு. பல்லவ அரசு அரசாங்கமாக உருவாவதற்கு அடிப்படையான விஷயங்களுள் நிலத்தின் மீதான

ஆதிக்கமும் ஒன்று. நிலம் என்றால் விளைநிலம். நிலத்தின் மீதான ஆதிக்கத்தை நிலைநாட்ட விரும்பிச் சமணத்திலிருந்து வைணவத்திற்கு மாறுகிறார்கள். நிலத்தைக் கடவுளும் அரசனும் மட்டுமே அளக்க முடியும். வேறெவருக்கும் நிலத்தை அளக்க உரிமை கிடையாது. பல்லவர்கள் 'உலகளந்த நம்பி' என்னும் திருவிக்கிரம அவதாரத்தை எடுத்துக்கொண்டு அதைப் பெரிதுபடுத்தினார்கள். தொண்டை மண்டலத்தில் மட்டும்தான் திருவிக்கிரம அவதாரத்திற்குக் காஞ் சிபுரம், திருக்கோயிலூர் முதலிய நாலைந்து ஊர்களில் கோயில்கள் உண்டு. நான் திருக்கோயிலூர் பற்றி ஒரு கட்டுரை எழுதிக் கொண்டிருக்கிறேன். திருவிக்கிரம அவதாரத்தின் நோக்கம் என்ன? "மூன்றடியால் உலகத்தை அளப்பது; இல்லை இரண்டடியால் உலகம் முழுவதும் அளந்துவிடுவேன். எல்லா நிலமும் எனக்குச் சொந்தம்" என்பதுதான். "திருமகள் போலப் பெருநிலச் செல்வியும் தனக்கே உரிமை பூண்டருளி" என்று எல்லா அரசர்களும், "இலட்சுமியும் எனக்குத்தான் பூமாதேவியும் எனக்குத் தான்" என்று சொந்தம் கொண்டாடினார்கள். இந்த அடிப்படை முதலில் வைணவத்தில்தான் வருகிறது. சைவத்தில் சிவனுக்கு ஒரு மனைவிதான்; உமையாள் மட்டும்தான். ஆனால் வைணவத்தில் திருமாலுக்குத் தொடக்கக் காலம் முதலே இரண்டு மனைவிகள். ஒன்று நிலம்; மற்றொன்று செல்வம். ஒருவள் பூமகள்; மற்றொருவள் திருமகள். சிவனுக்குப் பிற்காலத்தில்தான் 'கங்கை' இன்னொரு மனைவியாகச் சும்மா பெயருக்கு வைத்துக் கொள்கிறார்கள். பல்லவர் ஆட்சிக்காலத்தில் அரசாங்கம் தோற்றம் பெறும்போது 'உலகளந்தநம்பி' வந்ததுபோலத் தெய்வங்களுக்கு அரசனைப் போல் கிரீடம் வைக்கும் வழக்கம் வருகிறது.

இம்மாதிரி விஷயங்கள் வளர்ச்சியுறும்போது தமிழ்நாட்டின் தென்பகுதியில் அரசு தோற்றம் கொள்கிறது. ஏனென்றால் சிவனுக்காகக் குடைவரைக் கோயில்கள் பாண்டிய நாட்டிலும் தொண்டை நாட்டிலும் இருக்கின்றன. இடையில் சோழ நாட்டுக்கும் பாண்டிய நாட்டுக்கும் இடைப்பட்ட பகுதியான புதுக்கோட்டைப் பகுதியில் கொஞ்சம் பார்க்கலாம். இவைகளைத் தவிர வேறெங்கும் சிவனுக்கான குடைவரைக் கோயில்கள் கிடையாது. அரசுருவாக்கம் என்பதைப் பார்க்கும்போது ஒற்றைக்கடவுள்தான் அரசுருவாக்கத்திற்கு அடிப்படையானது. அதற்கு முன் இருந்தவை எல்லாம் அரசே அல்ல; படையினை வைத்துக்கொண்டு வரிவசூல் செய்தவைதான். நிலையான படை என்பது அரசுருவாக்கம் தோன்றியபோது இக்காலப்பகுதியில் வந்ததுதான். சங்க காலத்தில் யாருக்கும் நிலைப்படை இருந்ததாகத் தெரியவில்லை. ஆனால் இருந்த படைகளில் பெரிய படைகள் சேர, சோழ, பாண்டியரின் படைகள்

தான். மாபெரும் தானையர் என்று இவர்களைக் கூறுவார்கள். மிகப் பிற்காலம் வரைக்கும் கூட ஆயுதம் எடுத்த சாதிகள் எல்லாம் வேறொரு தொழிலையும் வைத்திருப்பார்கள். எடுத்துக்காட்டாகச் செங்குந்தர்கள் மற்ற நேரத்தில் நெசவு செய்வார்கள்; அரசன் சண்டைக்குக் கூப்பிட்டால் செங்குந்தத்தை எடுத்துக்கொண்டு சண்டைக்குப் போவார்கள். முழுநேரப் போர்த்தொழிலை உடைய படைத்தொழில் என்பது ஏழாம் நூற்றாண்டு போலத் தொடங்கு கின்றது. குறிப்பாகத் தொண்டை மண்டலத்தில் தொடங்குகிறது. அதன்பின் பாண்டியர்களும் இதுபோல நிலைப்படை வைத்துக் கொள்கிறார்கள். துறவு நெறிக்கு எதிரான கலகமும் புலால் உண்ணாமைக் கோட்பாட்டை ஏற்க மறுப்பதும் அரசுருவாக்கம் நிகழ்ந்த காலப்பகுதியில் ஏற்பட்ட அடிப்படையான விஷயங்கள். இயக்கிகளைக் கும்பிடத் தயாராக இருந்த தமிழன் ஒரு கட்டத்தில் தீர்த்தங்கரர்களைக் கும்பிடத் தயாராக இல்லை. அதாவது இயக்கிகளைத் தாய்த்தெய்வமாகக் கும்பிடத் தயாராக இருக்கும் தமிழன் அம்மணச் சாமிகளைக் கும்பிட மறுக்கிறான்.

சுந்தர் காளி: அரசனுக்கும் கடவுளுக்குமான ஒரு இனங்காணல், அதாவது "திருவுடை மன்னரைக் காணில் திருமாலைக் கண்டேன்" என்பது ஒரு பக்கம் இருந்தாலும் அரசனைப் பாடாதீர்கள்; மனிதனைப் பாடாதீர்கள்; கடவுளைப் பாடுங்கள் என்பது இன்னொரு பக்கம் இருந்திருக்கிறது. இவற்றை எவ்வாறு சேர்த்து வைத்துப் பார்க்கின்றீர்கள். சுந்தரர் பாடுவது, நம்மாழ்வார் பாடுவது எல்லாவற்றையும் எடுத்துக்கொள்ளுங்கள்.

தொ. ப.: சுந்தரரும், நம்மாழ்வாரும் அரசுகள் நிலைபெற்ற பின் வந்தவர்கள். எல்லாம் நிலைபெற்று விட்ட பிறகு அரசனைப் பாடாதீர்கள் என்கிறார்கள். நம்மாழ்வார், "வாய் கொண்டு மானுடம் பாடவந்த கவியே அல்லேன்" என்று மனிதனைப் பாடமாட்டேன் என்கிறார். "பார்மன்னு பல்லவர்கோன் பணிந்த பரமேசுவரன் விண்ணகரம் இதுவே" என அரசன் கும்பிட்ட கோயில் என்கிறார் இன்னொரு ஆழ்வார். "பொற்புடைய மலையரையன் பணிய நின்ற பூங்கோவலூர் தொழுது போற்று நெஞ்சே" என்று இன்னொருவர் மலையமான் கும்பிட்ட கோயில் என்கிறார். "மன்னவர்கோன் வணங்கும் நீள்முடி மாலை வயிர மேகம் பணிந்த கோயில்" என்கிறார் இன்னொருவர். "என் நெஞ்சே கூறுவேன்! கோன் நெடுமாறன் தென்கடற்கோன் தென்னன் கொண்டாடும் திருமாலிருஞ்சோலை மலை" என்கிறார்கள். இது அரசன் கும்பிட்ட கோயில் என்கிறார்கள்.

சுந்தர் காளி : சங்ககாலம் தொடங்கிப் பலநூறு ஆண்டுகளாக அரசனைப் பாடும் மரபிலிருந்து ஒரு மாற்றமாக பக்தி இயக்கம் வருகிறது. அதனால் அரசனைப் பாடாதீர்கள்; தெய்வத்தைப் பாடுங்கள் என்று கூறுவதுபோலப் பாடல்களில் வருகிறதா?

தொ. ப : களப்பிரர் காலம் அரசே இல்லாத காலமாக இருந்தது. களப்பிரர்களில் இரண்டு மூன்று மன்னர்கள் இருந்திருக்கிறார்கள். வணிகர்தான் ஆதிக்கம் செலுத்தியிருக்கிறார்கள். ஆயுதமேந்திய 'சாத்து' எனப்படும் சிறுபடை வணிகர்களிடம்தான் இருந்தது. வணிகர்களின் படைகள் தங்குகின்ற தாவளத்துக்கு 'எறிவீர தாவளம்' என்று பெயர். வணிகப்படை வீரர்களான எறி வீரர்கள் தங்குவதால் அது எறிவீர தாவளம் எனப்படும். பிற்காலத் தில் பாண்டியர்களின் காலத்தில் அரேபியர்கள் தங்களுக்கான வணிகப்பாதுகாப்புப் படைகளை வைத்திருக்கிறார்கள். அவர்கள் 'சாமந்தப் பண்டசாலிகள்' என்று அழைக்கப்பட்டனர். இவர்கள் அரேபியாவிலிருந்து வந்தவர்கள். 'சாத்து' என்ற சொல் சங்க இலக்கியத்தில் வருகிறது. சாத்தர்கள் கொண்டு போகிற பண்டங்களை வழிமறித்துக் கொள்ளையடிக்கும் வழக்கம் இருந்ததால் வணிகப் பாதுகாப்புக்குப் படை தேவைப்பட்டது. ஒரு சாத்துக்கு 30, 40 பேர் அடங்கிய சிறுபடையாக இருந்திருக்க வேண்டும். வணிகப் பெருக்கம் உள்ள இந்த இடைக்காலத்தில் அரசர்கள் கிடையாது; உண்மையான அதிகாரம் என்பது சிறுபடை வைத்திருந்த வணிகர்களின் கையில் இருந்திருக்கிறது. இந்த வணிகப்பெருக்கம் காரணமாக நெடுவழிகள் வளர்ச்சியடைந்திருக்க வேண்டும். பக்தி இயக்கம் என்பதே வணிகத்தைச் சாய்த்து நிலவுடைமை மேலெழுந்த காலம்தானே?

இன்னொரு முக்கிய விஷயம். வணிகத்தைக் குறிக்கக்கூடிய ஒரு தனிச்சொல் திராவிட மொழிகளில் இல்லை. 'வணிக' என்னும் சொல் 'வணிக்' என்னும் வடசொல்லிலிருந்து வந்ததுதான். தமிழகத்திற்கு நிறைய வணிகக் குழுக்கள் வந்துள்ளன. வணிகக் குழுக்களின் வருகையெல்லாம் இந்த இடைக்காலத்தில்தான் நிகழ்ந்திருக்க வேண்டும். பிற்காலச் சோழர்களும் பாண்டியர்களும் எழுவதற்கு முன்பே அஞ்சு வண்ணம், மணிக்கிராமம் முதலிய வணிகக்குழுக்கள் தமிழகத்திற்கு வந்துவிட்டன. அஞ்சுவண்ணம் என்போர் அரேபிய வணிகர்கள். மணிக்கிராமம் என்பது வணிகக் கிராமம் என்பதுதான். பல்லவர்கள் காலத்திலேயே மணிக்கிராமம் வந்துவிட்டது. பல்லவர் காலத்திலே தாய்லாந்தில் 'அவந்தி நாராயணம்' என்ற குளம் வெட்டியிருக்கின்றனர். மணிக்கிராமத்தார் யார் என்றால் யூதர்களின் வணிகக்குழு. மிகப் பெரிய சந்தைக்கான

உற்பத்தி என்பது இந்த வணிகக்குழுக்களின் வருகைக்குப் பின் தான் வருகிறது. அதுவரைக்கும் உற்பத்தி என்பது இருபது, முப்பது கி.மீட்டருக்குள் அமைந்த உற்பத்தி மண்டலங்களாக மட்டுமே இருந்து வந்தது.

சுந்தர் காளி: சங்க இலக்கியத்திலேயே அரசனோடு தெய்வங்களை ஒப்புமைப்படுத்திக் கூறும் பாடல்கள் வந்துவிட்டன.

தொ. ப.: மிகைப்பாடலாக ஒன்றிரண்டு பாடல்கள் இருக்கின்றனவே ஒழிய பெருவழக்காக இல்லை.

சுந்தர் காளி: ஆனால் சங்க காலத்திலேயே அரசன் என்பவன் சமுதாயத்தில் மையமான ஆள்; அரசன் என்பவன் சமுதாயத்தின் குறியீடு, மொத்த சமுதாயத்தின் குறியீடாக அரசன் இருக்கிறான் என்ற கருத்து வந்துவிடுகிறது. புலவர்கள் மரபு அந்தக் கருத்தை மீண்டும் மீண்டும் வலியுறுத்தி வந்திருக்கிறது. இனக்குழுச் சமூகத்தில், புராதனப் பொதுவுடைமைச் சமூகத்தில் 'அரசன்' கிடையாது. சிற்றூர் மன்னன், குறுநில மன்னன், மூவேந்தர் என்று சங்க அரசர்களைப் பார்க்கிறோம். சங்க காலத்திற்கு அடுத்த கட்டமான களப்பிரர் காலத்தில் நீங்கள் கூறுவதுபோல அரசதிகாரம் என்பது பலவீனப்பட்ட நிலையில் இருந்தது என்றால், பக்தி இயக்கத்தின் எழுச்சியோடு 'தெய்வம்' என்ற விஷயத்தை அரசனோடு இணைத்துப் பார்ப்பதும், அரசனைவிடத் தெய்வத்தை மேல்நிலையில் வைத்துப் பார்ப்பதும் நடக்கின்றன. அதுவரை சமுதாயத்தில் மக்களின் மனதில் இருந்த சூன்யத்தில் ஒரு தலைமைக்கான ஏக்கம், ஒரு பேராண்மைக்கான ஏக்கம் முதலிய ஏக்கங்களை இட்டு நிரப்புவதற்காகப் பக்தி இயக்கம் வந்திருக்கலாம்தானே?

தொ. ப.: அதுவேதான். தலைவன் வேண்டும் என்ற உணர்வு இனக்குழுச் சமூகத்தில் உள்ளதுதான்.

சுந்தர் காளி: அது சிறு அளவில்.

தொ. ப.: இல்லை. நான் சொல்வது என்னவென்றால், ஒரு தலைவன் வேண்டும் என்ற உணர்வு இனக்குழுச் சமூகத்திலே உள்ளதுதான். அது ஆடு மேய்க்கிறவர்களுக்குக்கூட உள்ள விஷயம்தான். 20 பேர் ஆடு மேய்க்கிறார்கள் என்றால், அவர்களுக்கே கீதாரி உண்டு. தலைமைக்கான ஏக்கம்தான் பக்தி இயக்கம் தோன்றுவதற்கான அடிப்படை.

சுந்தர் காளி: பக்தி இயக்கத்தோடு தொடர்புடைய முக்கியமான கேள்விகளை முதலில் தொகுத்துத் தந்துவிடுகிறேன்.

1. இசை, நடனம் முதலிய கலைகளைச் சமணம் வழிபாட்டு முறையாகக் கொள்ளவில்லை. ஏலாதியில் ஆடல் பாடல் மூலம் இறைவனைத் துதிக்கலாம் என்ற கருத்து வருகிறது. சிலப்பதிகாரத்தில் இசை, நடனம் பற்றி நிறைய குறிப்புகள் உள்ளன. சீவகசிந்தாமணியில் இசை பற்றிய குறிப்புகள் இருக்கின்றன. இருந்தாலும் வழிபாட்டு முறைகளிலிருந்து சமணம் இவற்றை விலக்கிவைத்திருக்கிறது. ஆடலுடன் பாடலைப் பாடிப் பரவசநிலையில் இறைவனைத் துதிக்கவில்லை. இது பக்தி இயக்கத்திற்கு ஒரு பலமாக அமைகின்றது. சமணம் இவற்றைப் புறக்கணிக்கக் காரணம் என்ன?

2. சங்க காலத்தில் ஆடல் பாடலில் வல்லவர்களும் புலவர்களும் ஊர் ஊராக அலைந்து திரிவதும், அரசனைப் போய்ப் பார்ப்பதும், அவன் பரிசில் தருவதும் இருக்கின்றன. பக்தி இயக்கத்தில், இதுபோன்ற நிலையிலிருந்து அரசன் என்பது இறைவன் என்ற நிலைக்கு மாறுகிறது. ஆற்றுப்படை நூல்களில் பாணர்கள் ஊர் ஊராகச் செல்லும்போது, வெவ்வேறு வகையான மக்களைச் சந்திக்கின்றனர். மீனவர் குடிலில் ஒருவகையான உணவு; பிராமணர் வீடுகளில் வேறு வகையான உணவு என்பன போன்ற வெவ்வேறு வகையான வரவேற்பு பாணர்கள் போன்ற கலைஞர்களுக்குக் கிடைக்கிறது. பாணர்களுக்கும் புலவர்களுக்கும் சங்க காலத்தில் கிடைத்த வெவ்வேறு வகையான வரவேற்பு பக்திக்காலத்தில் அடியார்களுக்கு உரிய வரவேற்பாக மாறுகிறது. இது எவ்வாறு?

3. சமணர்கள் பெண்தெய்வ வழிபாட்டைக் கொண்டு வருகிறார்கள். ஆனால் பக்தி இயக்கத்தில் தாய்த்தெய்வ வழிபாட்டிற்குக் குறைவான முக்கியத்துவமே தரப்படுகின்றது என்று கூறினீர்கள். சமய வாழ்க்கையில் பெண்களின் ஈடுபாடு என்பதைப் பார்க்கும்போது நாயன்மார்களைப் பற்றிய கதைகளில் பெண்கள் பலர் சமய வாழ்க்கையில் ஈடுபடுவதைப் பார்க்க முடிகின்றது. சமணத்தில் இந்த அளவு பெண்களின் ஈடுபாட்டைப் பார்க்க முடியவில்லையே, ஏன்?

4. தொண்டர் குழாம் என்பதைப் பக்திக் காலத்தில் பார்க்கின்றோம். சம்பந்தருடன் திருநீலகண்ட யாழ்ப்பாணர் வருகிறார். சம்பந்தருடைய பாட்டுக்கு உடனே பண் அமைத்து யாழில் இசைக்கிறார். போகும் இடங்களில் உள்ள மக்களை எல்லாம் கூட்டம் கூட்டமாக அழைத்துக்கொண்டு போகிறார்கள். இந்தக் கூட்டத்திற்கு ஊராரின் உபசரிப்புக் கிடைக்கிறது. கோயில்களில் தங்குகிறார்கள். மடங்கள் இல்லாத ஊர்களில் சம்பந்தரே

மடங்களைக் கட்டுகிறார். தொண்டர்கள் கூட்டமாகச் செல்வது என்பதன் பொருள் என்ன? கோயில்களில் துதிப்பாடல்களைப் பாடும் மரபு சம்பந்தருக்கு முன்பே இருந்ததுபோல் இருக்கிறது. எனவே ஏற்கனவே கோயில்களில் இருந்த பாடும் மரபுக்கும் சம்பந்தர் கூட்டம் கூட்டமாகச் சென்று பாடுவதற்கும் என்ன தொடர்பு?

5. ஒவ்வொரு ஊரிலும் இருக்கும் இறைவனை அந்தத் தலத்தை மையப்படுத்திப் பாடுகிறார்கள். அந்த ஊருக்கே உரிய பெயரால் இறைவன் அழைக்கப்படுகிறான். அந்த ஊரோடு மட்டுமே சம்பந்தப்பட்டவனாக அந்த ஊருக்கே உரிய அருட்செயல்களைச் செய்தவனாக இறைவனை வட்டாரப்படுத்திப் பாடியுள்ளார்கள். சங்க இலக்கியத்தில் குறிப்பிட்ட திணைக்கேயுரிய தெய்வம், முதற்பொருள், உரிப்பொருள், கருப்பொருள் என்று குறிப்பிட்ட இடம்சார்ந்த கவிதை, இடம்சார்ந்த உணர்வு என்னும் அமைப்பு வருகிறதல்லவா? அதன் தொடர்ச்சியாக இதைப் பார்க்கலாமா? இந்த ஊருக்கே உரிய இறைவன் என்று முக்கியத்துவம் கொடுத்துக் குறிப்பிடும்போது அந்த ஊர் மக்களுக்கு அது என்ன மனவுணர்வைக் கொடுத்திருக்கும்? வேலுப்பிள்ளை ஓரிடத்தில் “யாரோ ஒருவர் தங்கள் ஊரைப் பாடும்போதும், தங்களைப் பற்றிப் பாடும்போதும் மகிழ்ச்சியாகத்தானே இருக்கும்” என்று கூறுவார். ஊரைப் பற்றிப் பாடுவதும் தெய்வத்தை வட்டாரப்படுத்துவது என்பதும் எதற்காக?

6. சங்க காலத்தில் இருந்த வெறி, குரவை, துணங்கை என்பன போன்ற பரவசநிலை சார்ந்த ஆடல் மரபுகள் பக்திக் காலத்தில் எந்தவிதமாகத் தொடர்கின்றன? சங்ககாலப் பாணர்களும், பாடினிகளும் பிற்காலத்தில் தாசிகளாக, கோயில் பணியாளர்களாக மாற்றப்படுகின்றனர். அடியார்கள் இசையையும், ஆட்டத்தையும் கையில் எடுக்கிறார்கள். இவை எந்தவிதமான மாற்றத்திற்கு உட்படுகின்றன?

7. இதையெல்லாம்விடக் கடவுளின் மூர்த்த விசேஷம் முக்கிய மானது. என்னதான் இருந்தாலும் சமணத்திலும் பௌத்தத்திலும் கடவுளின் மூர்த்தங்களைப் பலவாறாகப் பெருக்கிக் காட்ட முடியவில்லை. சோமாஸ்கந்தமூர்த்தி பற்றி வேறொரு இடத்தில் நீங்கள் விரிவாகப் பேசியுள்ளீர்கள். சிவன் இன்றைக்குள்ள நிலையில் பார்த்தால் அறுபதுக்கும் மேற்பட்ட வடிவங்களில் இருக்கிறான். திருமுறைகளில் ஏறத்தாழ 20க்கும் மேற்பட்ட வடிவங்களில் இருக்கிறான். பலவிதமான வடிவங்களில் இருக்கக்கூடிய சிவனின் மூர்த்த விசேஷங்களைப் பாடும்போது அது மக்களின் மனதில் என்ன பாதிப்பை ஏற்படுத்துகிறது? குறிப்பாகச் சமணமும்

பௌத்தமும் செய்யத் தவறிய விஷயம் இது என்று நினைவு படுத்துகின்றேன்.

8. பெரும்பாலான சங்கப்பாடல்கள் பிறர் குரலில் பேசுபவை தான். பாடுவது ஆண்களாக இருந்தாலும் அவர்கள் பேசுவது பெண் குரலில்தான். இதன் தொடர்ச்சியாக நாயன்மார்களும் ஆழ்வார்களும் பெண் குரலில் பாடுகிறார்கள். தன்னைப் பெண்ணாகவும் இறைவனைப் பேராண்மையாகவும் நினைத்துக் கொண்டு நாயகி பாவத்தில் பாடுகிறார்கள். பக்தி இயக்கம் இந்த நாயகி பாவத்தை வைத்துக்கொண்டுதான் வெற்றிபெற்றது என்று மயிலை சீனி. கூறுகிறார். பேராண்மைக்கான ஏக்கம் என்பதும், தலைமைக்கான ஏக்கம் என்பதும் வெகுஜன மக்களின் உளவியலில் இருக்கும்போது, 'பகவத்காமம்' என்பதைப் பயன்படுத்தி பக்தி இயக்கம் வெற்றிபெற்றிருக்கிறது. இதுபோன்ற ஒரு விஷயத்தைச் செய்வதற்குப் பௌத்த, சமண இறையியலுக்குள் இடமில்லை. பௌத்தத்திலும் சமணத்திலும் பக்திக் கவிதைகள் இருக்கின்றன. வேலுப்பிள்ளை இதைக் கூறுகிறார். ஆனால் – அங்கே நாயக நாயகி பாவத்தில் பாடுவதற்கு இடமில்லை. இதுபற்றிக் கூறுங்கள்.

9. பக்தி இயக்கம் 'தமிழ்' என்னும் ஆயுதத்தைக் கையில் எடுக்கிறது. களப்பிரர்களிடமும் முற்காலப் பல்லவர்களிடமும் பாலி, பிராகிருதம், சமஸ்கிருதம் முதலிய மொழிகள் செல்வாக்குப் பெற்றிருந்தன. இந்தப் பின்னணியில் வைத்துப் பார்க்கும்போது தமிழ் என்னும் இவர்களின் பதாகை முக்கியமானது. புலவர்களின் தமிழாக இல்லாமல் எளிய மக்களின் மொழியில் மாணிக்கவாசகர் போன்று பெண்களின் விளையாட்டுகள் முதலியவற்றை எடுத்துக்கொண்டு இறைவனைப் பாடினர். மக்கள்மொழியான தமிழைத் தேர்ந்தெடுத்தது முக்கியமான விஷயம். இந்தக் கருத்து, பலர் கூறியிருப்பதுதான். மொழியைப் பக்தி இயக்கம் எவ்வாறு பயன்படுத்தியது என்பது பற்றி உங்கள் கருத்து என்ன?

இவையெல்லாம் பக்தி இயக்கம் மேலெழுந்ததற்கான அடிப்படையான காரணம் என்று நினைக்கிறேன்.

தொ. ப.: சமண பௌத்த மதங்களில் நுண்கலைகளுக்கான இடம் போதுமான அளவு இல்லை. அதற்கான காரணம், இரண்டு மதங்களும் துறவைக் கொண்டாடியவை. துறவு என்பது நம் சமூகத்தில் மரியாதைக்குரிய ஒன்று. இன்றைக்கும் திருமணமாகாத ஒருவர் எண்பது வயதில் இருப்பார் என்றால் நம் சமூகத்தில் அவர் மரியாதைக்குரியவர். ஏனென்றால் அவர் பெண்ணாசையை நீத்தவர்.

ஆனால் அது வாழ்நெறி ஆக முடியாது. 'மயான வைராக்கியம்' என்று ஒன்றைச் சொல்வார்கள். பதினெட்டு வயதான பையனை எரிப்பதற்காகச் சுடுகாட்டில் வைத்திருக்கும்போது என்ன வாழ்க்கை இது? நாளைக்குச் செத்தால் நாமும் இப்படித்தான் என்பார்கள். ஆனால் சுடுகாட்டை விட்டு வீட்டுக்குப் போகும் போது டீக்கடைக்குப் போய் 'டீ' குடித்துவிட்டுத்தான் போவார்கள். இது போலப் பிரசவ வைராக்கியம் என்று ஒன்றைக் கூறுவார்கள். பிரசவ வலி என்பது உண்மையானது. பிரசவ வலி இனிப் பிள்ளையே பெறக்கூடாது என்று நினைக்க வைக்கும். ஆனால் குழந்தை பிறந்து கொஞ்சம் நேரம் கழித்து, அவுங்க அப்பா.... வெளியே நிப்பாங்க.... கூப்பிடுங்க... என்பாள். எனவே இந்தத் துறவுநெறி மரியாதைக் குரியதாக இருந்தாலும் வாழ்நெறியாக இருக்க முடியாது. அதை வாழ்நெறியாக ஏற்கத் தமிழன் தயாராக இல்லை. ஏனென்றால் புலால் உண்ணாமையையே ஏற்கத் தமிழன் தயாராக இல்லை. கள்ளுண்ணாமையைத் தமிழர்கள் ஏற்கவில்லை. அதாவது அக்காலம் 'கள்' உணவின் பகுதியாகக் கருதப்பட்ட காலம். சமணர்கள் ஒழுக்கத்தின்பாற்பட்டதாகக் கொண்டு வருகிறார்கள். உணவை ஒழுக்கமில்லாதது என்று கூறும்போது எளிய மனிதனின் மனம் ஏற்க மறுக்கிறது. இன்றைக்கும் நம் நாட்டார் தெய்வங்கள் எல்லாம் கள்ளும் சாராயமும் குடித்துக்கொண்டுதான் இருக்கின்றன. காந்தியக் கொள்கைப்படி அவற்றை ஒழுக்கம் கெட்ட தெய்வங்கள் என்று கூறலாமா? நம்முடைய சுடலைமாடன்சாமி கள் குடிக்கிறார்; அப்படி யென்றால் அவர் ஒழுக்கங்கெட்ட சாமியா என்று ஒரு மாணவரிடம் கேட்டுப்பாருங்கள். அவன் அதிர்ந்து போவான். எனவே, 'கள்' உணவின் பகுதி. புலாலும் உணவின் பகுதி. இது ஒழுக்கம் சார்ந்தது என்ற கோட்பாட்டைத் தமிழ்ச் சமூகம் ஏற்றுக் கொள்ளவில்லை.

ஆடுவது, பாடுவது என்பது மனித உடலின் இயல்பான அசைவு. தேர்தலில் தன் கட்சிக்காரர் வெற்றி பெற்றுவிட்டார் என்றவுடன் தொண்டன் ஆடுகிறான்; குதிக்கிறான். இது இயல்பான உடலசைவு. இத்தகைய இயல்பான உடலசைவுகளைத் தடுக்கிற கோட்பாட்டைத் தமிழ்ச் சமூகம் ஏற்கவில்லை.

குடும்பம் என்ற அமைப்பு உடைபடுவதைத் தமிழ்ச்சமூகம் ஏற்கவில்லை. 'வம்சத் தொடர்ச்சி' கண்டார்கள் பெரியவர்கள். மனித வாழ்க்கையின் பயன் என்பது மனிதஇன மறு உற்பத்தி என்று கருதிய காலம் அது. வாழ்க்கையின் நிறைபயன் மக்கட்பேறு.

"மங்கல மென்ப மனைமாட்சி மற்றதன்
நன்கலம் நன்மக்கட் பேறு"

என்பது திருக்குறள். மக்கட்பேறு என்றே குறளில் அதிகாரம் வைத்தார் வள்ளுவர். மக்கட்பேற்றைக் கூறும்போதே அது நிகழ்வு இல்லை; 'பாக்கியம்' என்கிறார் அவர்; 'பேறு' என்று குறிப்பிடுகிறார். எனவே, இந்தப் பேற்றினை நிராகரிக்கக் கூடிய துறவைத் தமிழர்கள் ஏற்றுக்கொள்ளவில்லை. அதாவது துறவை முழுமையாக ஏற்றுக் கொள்ள அவர்களின் மனது இடம் தரவில்லை.

தமிழ்நாட்டில் முதலில் பரவிய சமணம் திகம்பர சமணம். நிர்வாணம் என்பது பெண்களின்மீது திணிக்கப்பட்ட வன்முறை. சமணத்தில் பெண்துறவிகள் இருந்தாலும் அவர்கள் நிர்வாணமாக இருப்பதில்லை. திகம்பர சமண முனிவர்களின் நிர்வாணத்தை அவர்களின்மீது திணிக்கப்பட்ட வன்முறையாகக் கருதினார்கள். இன்றும் வந்தவாசியிலோ, பொன்னூரிலோ சமணத் துறவிகள் பிச்சையேற்க வரும்போது துறவியின் உடம்பில் படாதபடி ஆண்கள் ஒரு வேட்டியைப் பிடித்துக்கொண்டு வருகிறார்கள். வேட்டி மறைவிற்கு முன் இருந்து பெண்கள் பிச்சையிடுகிறார்கள். பிச்சை என்ற கோட்பாட்டைச் சமணர்கள் கொண்டுவருகிறார்கள். அதாவது எந்த உடலுழைப்பும் இல்லாமல் பிச்சை ஏற்று உண்ணும் வாழ்க்கை மரியாதைக்குரியது என்று அவர்கள் கொண்டு வருகிறார்கள். அது இன்னும் முழுமையாகத் தமிழ்ச்சமூகத்தால் ஏற்றுக்கொள்ளப்படவில்லை. இன்றும் 'பிச்சைக்காரப் பயல்' என்பது வசவுமொழிதான்.

சமணத்தில் பிச்சையைப் பெண்தான் இடவேண்டும்; ஆனால் துறவி அம்மணமாக வருவார். பிச்சைக்கு 'மாதுகரம்' என்று பெயர். பெண்ணின் கையால் பெறுவதுதான் பிச்சை. பௌத்தத்திலும் சமணத்திலும் அதுதான். 'ஆதிரையிட்டனள் ஆருயிர் மருந்து' என்று ஆதிரை பிச்சை இடுகிறாள். பிச்சை ஏற்பது மணிமேகலை. இதுபோன்ற பண்பாட்டு விஷயங்கள் ரொம்பவும் தமிழர்களை வேதனைப்பட வைத்திருக்கின்றன.

சுந்தர் காளி : 'பரத்தமை' என்பது ஆண்களுக்கு ஒரு பிரச்சனையாக இருந்திருக்குமோ ?

தொ. ப.: சமணமும் பௌத்தமும் கொள்கையளவில்தான் பரத்தமையைக் கண்டித்தன. நடைமுறை வாழ்க்கையில் அவ்வாறு இல்லை; எனவே அவர்கள் அதுபற்றி அதிகம் பேசவில்லை. போகிற போக்கில் இரண்டு மூன்று பாடல்கள் நாலடியாரில் இருக்குமே தவிர அவர்கள் அதில் ஊன்றி நிற்கவில்லை. பௌத்தத்தைப் பொறுத்த அளவில் புத்தர் ஆம்ரபாலி என்ற தாசி தரும் தங்கத்தால் வாங்கிய மாந்தோப்பினை ஏற்றுக்கொள்கிறார். பரத்தமையை

மறைமுகமாக இந்த மதங்கள் ஏற்றுக்கொண்டன. நிர்வாணம் என்பதும் துறவு என்பதும் ஆணாதிக்கம்தானே? இவை ஆணாதிக்க மதங்கள்தானே? துறவு என்பது ஆண்களுக்கு உரியதுதான். பெண்ணைத் துறத்தல் என்பதுதானே துறவு? ஆண் பெண்ணைத் துறத்தல்தான் துறவே ஒழிய பெண் ஆணைத் துறத்தல் துறவு அல்ல. துறவு என்பதே ஆணாதிக்க வெளிப்பாடு. நிர்வாணம் என்பது ஆணாதிக்கத்தின் கடுமையான வெளிப்பாடு. குடும்ப அமைப்பு உடைவதைப் பெண் தாங்கமாட்டாள். அதனால் ஒரு எல்லைக்குமேலே போக முடியாமல், கொதிநிலையை எட்டிவிட்ட சமணம் தளர்வடைகிறது. வணிகர்களின் கையில் மட்டும்தான் அதிகாரம் இருந்தது. அந்த அதிகாரத்தை நிலவுடைமையாளர்கள் தாங்கள் பெற்றுக்கொள்ள முயற்சி பண்ணுகிறார்கள். நிலவுடைமை யாளர்கள் அதிகாரத்தைப் பெற்றுக்கொள்ள முயற்சி செய்தனர் என்பதற்கு என்ன ஆதாரம்? ஐம்பெரும் காப்பியங்களில் வணிகர் பெருமைதான் பேசப்பட்டிருக்கும். பின்னால் வந்த காப்பியங்களில் நாட்டுவளமும் நகர்வளமும் பேசப்பட்டிருக்கும். நாட்டுவளம் பாடுவதற்கு இளங்கோவே பின்னால் வந்துவிடுகிறார். நாட்டுவளம், ஆற்றுவளம் என்பதெல்லாம் விவசாயம் சார்ந்ததுதானே?

பெண்களுடைய ஈடுபாடு பக்தி இயக்கத்தில் எப்படி இருந்தது என்பதற்கு ஆண்டாள் நல்ல உதாரணம். "அவன் என்னுள் அதிரப்புகுதக் கனாக் கண்டேன்" என்கிறாள். "கேசவ நம்பியைக் கால்பிடிப்பாள் என்னுமிப் பேறு அருளு கண்டாய்" என்கிறாள். இது குடும்ப அமைப்பு வேண்டிச் செய்த கவசம். "குத்து விளக்கெரியக் கோட்டுக்கால் கட்டில் மேல் மெத்தென்ன பஞ்சசயனத்தின் மேலேறி" என்கிறாள் ஆண்டாள். இப்படியொரு பாடலை ஆண் பாடவே இல்லை. கட்டில், மெத்தை, குத்துவிளக்கு என்று ஒரு ஆண் இதுவரை பாடவில்லை. ஒரு கட்டத்தில் பெண்களின் அதிக எதிர்ப்பு சமண பௌத்தத்திற்கு உண்டாகின்றது. அப்போது பெண்கள் பக்திச் செயல்பாட்டிற்கு வருகிறார்கள். பக்தி இயக்கத்தார் கோயிலுக்குள் பெண்களை அனுமதிக்கிறார்கள். அரசனுடைய பிரதிநிதியாகக் கடவுளை ஆக்குவதனால் அந்த எல்லைதான் அவர்களுக்கும் வரையறுக்கப்பட்ட எல்லையாக ஆக்கப்படுகின்றது. கூட்டம், கூட்டம் என்று கூறுவதெல்லாம் ஏன்? கூட்டம் வேண்டுமல்லவா? 'தொண்டர் குலமே தொழுகுலம்' என்கிறார்கள் பக்தி இயக்கத்தார். Salvation என்பது முதலில் துறவிக்கு. அவருக்குத்தான் முதல் உரிமை. அடுத்தது ஆண்களுக்கு. அப்புறம்தான் பெண்களுக்கு. இது சமண பௌத்த நெறி. பக்தி இயக்கத்தினால் அனைவருக்குமான Salvation தரப்பட்டது.

சுந்தர் காளி: வினைக்கொள்கை, ஊழ்...

தொ. ப.: வினைநீத்தல் என்பது முதலில் யாருக்கு? முதலில் துறவிக்கு; அப்புறம் சாதாரண மனிதருக்கு. பெண் என்பவள் ஆணாகப் பிறந்து துறவு மேற்கொண்டால்தான் வினை நீக்க முடியும் என்பது சமணக்கொள்கை. துறவிகளிலும் இரண்டு வகை உண்டு. நிர்வாணத் துறவி, வெள்ளையாடை உடுத்திய துறவி என உண்டு. இதில் யார் வினை அறுத்து முதலில் மோட்சம் போவார்? திகம்பரத் துறவிதான் முதலில் போவார். இந்த மாதிரியான பாகுபாடு இல்லாமல் அனைவருக்கும் பொதுவான முக்தி என்பதைப் பக்தி இயக்கம் காட்டுகிறது.

சுந்தர் காளி : பக்தியின் மூலம் வினையறுக்கலாம் என்பதுதானே?

தொ. ப.: ஆமாம். பக்தி என்பது எளிமையான விஷயம். அரசுருவாக்கத்திற்குத் தேவையான விஷயம் பக்திதான். ஒட்டுமொத்தமாகக் கடவுளிடம் சரணடைவது என்பதுதான் பக்தி. எல்லாவற்றையும் அவன் பார்த்துக்கொள்வான். "நன்றே செய்வாய்! பிழை செய்வாய்! நானோ இதற்கு நாயகமே" என்பது திருவாசகம் (குழைத்த பத்து, பாடல் 7). ஒட்டுமொத்தமாக இறைவனிடம் சரணடைவது இந்தக் காலத்தில் உண்டாகிவிட்டது. இப்போது அரச அதிகாரம் பெருகப்பெருக, விளைநிலங்களின் அளவு பெருகப் பெருக, உபரி பெருகப்பெருக, காணாமல் போன பழைய பாணர்கள் இழுத்து வரப்பட்டுக் கோயில்களில் நிலையாக அமர்த்தப்பட்டார்கள். அதைப் பாடுவதற்குப் பதிலாக இதைப் பாடு; அதே கருவியை வைத்துக்கொள் என்று கூறிவிட்டார்கள்.

இசை என்பது மனிதனின் உயிர்ப்பான விஷயங்களில் ஒன்று. மதச்சார்பு எல்லாவற்றையும் தள்ளிவிட்டு இசையைப் பாருங்கள். தாலாட்டுக்கும் குழந்தைக்கும் உள்ள உறவைப் பார்த்தாலே மனிதனுக்கும் இசைக்கும் உள்ள உறவு புலப்படும்.

சுந்தர் காளி : இசையோடு பாடுவது மற்ற எல்லாவற்றையும்விடப் புனிதமானது என்கிறார் அப்பர்.

தொ. ப.: "தமிழோடு இசை பாடல் மறந்தறியேன்" என்பார்கள். வடநாட்டிலிருந்து வந்த சமண, பௌத்தத் துறவிகளின் கையில் தான் ஆதிக்கம் இருந்திருக்க வேண்டும். அத்தனை தீர்த்தங்கரர் களும் வடநாட்டுக்காரர்கள். புத்தர் வடநாட்டுக்காரர்தான். மொழிசார்ந்த ஒரு அடையாளத்தைத் தேடும்போது சமணத்தையும் பௌத்தத்தையும் எதிர்க்க வேண்டிய கட்டாயம் ஏற்படுகிறது. இதற்கு நல்ல எடுத்துக்காட்டு சமணம், பௌத்தம் வாழ்ந்த

காலத்திலேயே ஏறத்தாழக் கி.பி.ஆறாம் நூற்றாண்டிலேயே பொய்கையாழ்வார், “இருந்தமிழ் நன்மாலை இணையடிக்கே சொன்னேன் பெருந்தமிழன்” என்கிறார். நாயகி பாவமே அவர் பாடவில்லை, ஆனால் இன அடையாளத்தை அவர் தேடிக்கொள்கிறார். இது மொழிசார்ந்த அடையாளமும் கூட. அப்படியென்றால் என்ன நடந்திருக்க வேண்டும்? தொடக்கக் காலத்தில் சமண, பௌத்தக் கோயில்களில் வழிபாடு பாலியிலும், பிராகிருதத்திலும் நடந்திருக்க வேண்டும். மக்கள் மொழியில் அவர்கள் வழிபாடுகளை நடத்தவில்லை என்று தெரிகிறது. வழிபாடு என்பது அங்கு குறைந்த அளவில்தான் என்பதையும் குறிப்பிட்டாக வேண்டும். ஞமன ஞாயன, ஞமன ஞாயன என்று பாகவதத்தோடு தமிழ் பேசியதைச் சம்பந்தர் கிண்டலடிக்கிறார்.

சுந்தர் காளி: பெயர்களைக்கூட அவர்கள் மொழியில்தான் வைப்பார்கள் என்று சம்பந்தர் பாட்டு இருக்கிறது.

தொ. ப.: கனகநந்தி, புட்பநந்தி எனப்படும் நந்தி கணத்தவர்கள் தான் இங்கு வந்தார்கள். அந்தப் பெயர்களைத்தான் வைத்தார்கள். எனவே மொழிரீதியாக அந்நியப்பட்டபோது மொழிரீதியாகத் தன்னுணர்ச்சி ஏற்படுகின்றது. பல்லவ அரசர்கள் பிராகிருதத்திலும், சமஸ்கிருதத்திலும் செப்புப்பட்டயங்கள் வெளியிட்டுக்கொண்டிருந்த காலத்தில் பொய்கையாழ்வார் பெருந்தமிழன் என்கிறார். என் மொழிக்கான அடையாளம் வேண்டும் என்கிறார்.

கடவுள் எப்படி இருக்கிறான்? வடநாட்டிலிருந்து வந்த ஆரியக்கடவுள் இல்லை. நீ பாகவதம் படிக்க வேண்டாம்; பாலி மொழி படிக்க வேண்டாம். அவன் “ஆரியன் கண்டாய்; தமிழன் கண்டாய்” என்கிறார்கள் பக்தி இயக்கத்தார். எதிர்வைத் தெளிவாக முன்வைக்கிறார்கள். ஆரியம் என்றால் இன்றைக்குள்ள பொருள் அல்ல; ஆரியம் என்றால் சமணம். அவர்களுடைய கடவுள் ஆரியன்; நம்முடைய கடவுள் ஆரியனாகவும் இருக்கிறான்; தமிழனாகவும் இருக்கிறான். தமிழன் என்ற இனஉணர்வோடு வைக்கப்பட்ட வார்த்தை இது.

“திருவுடை மன்னரைக் காணில் திருமாலைக் கண்டேனே” என்று அரசனும் கடவுளும் ஒன்று என்று கூறிவிட்டார்கள். நம்முடைய பழைய மரபுப்படி தெய்வம் என்பதே காப்புக்கு உரியது. அரசனும் நம்மைக் காவல் செய்பவன். அரசனுக்குக் காவலன் என்ற பெயரே உண்டு. கடவுளுடைய வேலையைப் போன்று காப்பாற்றுவது அரசனுடைய வேலை. அதனால்தான் “திருவுடை மன்னரைக் காணில் திருமாலைக் கண்டேனே” என்றார்கள்.

மண் சார்ந்த உணர்வு மனிதருக்கு ஏற்படுகின்றது. பயண அனுபவங்கள் இன்றைக்குக்கூட ரொம்பப் பேருக்குக் குறைவுதான். சென்னையைப் பார்க்காத தமிழர்கள் நிறைய உண்டு. அதுபோலத் தில்லியைப் பார்க்காத சென்னைவாசிகளும் இருக்கிறார்கள். பயண வாய்ப்புகள் எல்லா மனிதர்களுக்கும் எளிதாகக் கிட்டுவதில்லை. அந்தக் காலத்தில் வேளாண் மதிப்புகள் இருக்கும். வேளாண் பொருளாதாரத்தில் மண்சார்ந்த உணர்வு என்பது மனிதனுக்கு அதிகம். அதுவும் Territory சார்ந்த உணர்வு எல்லா உயிர்களுக்கும் உண்டு. தூத்துக்குடியில் உள்ள புறாவைச் சென்னையில் கொண்டு வந்துவிட்டால் அது மீண்டும் தூத்துக்குடிக்குப் போய்விடும். நாய்களின் Territorial Imperative பற்றிக் கூறுவார்கள். ஒரு நாயின் எல்லைக்குள் இன்னொரு நாய் வந்தால் ஒன்று மற்றொன்றைப் பார்த்துக் குரைக்கும். புனுகுப்பூனைக்குப் புனுகு இருப்பது போலப் புலிக்கும் உண்டாம். இந்தப் புனுகின் உதவியால் தன் எல்லைக்குள் வேறொரு புலியை வரவிடாதாம். எல்லா உயிரினங்களுக்கும் இது உண்டு. கடவுள் எங்கே இருக்கிறார் என்ற கேள்விக்குச் சமணர்களும் பௌத்தர்களும் பதில் கூறமுடியாது. அருகதேவன் எங்கே இருக்கிறார்? புத்தர் எந்த ஊரில் இருக்கிறார்? இவ்வாறு சுட்டிக்கேட்க முடியாது. அவ்வாறு கேட்பதும் மரபல்ல. ஆனால் பக்தி இயக்கத்தவர்கள் அறுதியிட்டுக் கூறுகிறார்கள்; இறைவன் இந்த ஊரில் இன்ன இடத்தில் இருக்கிறார் என்கிறார்கள். சிதம்பரத்தைப் போய்ப் பார்; திருவரங்கத்தைப் போய்ப் பார் என்று அறுதியிட்டுக் கூறுகிறார்கள்.

சுந்தர் காளி: எல்லா ஊர்களிலும் கோயில் இருக்க வேண்டும் என்பதைக் கொள்கையாகவே பக்தி இயக்கத்தார் வைத்திருக்கின்றனர்.

தொ. ப.: தலங்கள் என்று கூறி அவற்றுக்குப் புனிதம் ஏற்று கின்றனர். கடவுளை 'எங்கள் ஊர்க்காரன்' என்று சொந்தம் கொண் டாடுகிறார்கள் பக்தி இயக்கத்தார். கடவுள் மதுரைக்காரன் என்று கூறுகிறார் மாணிக்கவாசகர். கடவுளை 'மதுரையான்' என்கிறார்.

சுந்தர் காளி: தென்னவன், தென்னவன் என்றுதான் சிவன் திருவாசகத்தில் திரும்பத் திரும்ப அழைக்கப்படுகிறார்.

தொ. ப.: "கண்கமந்த நெற்றிக் கடவுள் கலிமதுரை மண் சுமந்தான்" என்கிறார் மாணிக்கவாசகர். அதாவது கடவுள் எங்கள் ஊர் மண்ணைத் தலையில் தூக்கிச் சுமந்தவன் என்று பெருமைப் பட்டுக் கொள்கிறார் மாணிக்கவாசகர். "தில்லையுள் கூத்தா போற்றி! தென்பாண்டி நாடா போற்றி" என்கிறார்கள் பக்தி இயக்கத்தார்.

கடவுள் இந்தியா முழுவதுக்கும் சொந்தமானவர் இல்லையா? தில்லைக் கூத்தன் வடதமிழ்நாட்டிற்குக் கிடையாதா? அவன் தென்பாண்டி நாட்டுக்கு மட்டும்தான் சொந்தக்காரனா? இங்குதான், பிறந்த உள்ளூர் மண்ணின் மீதான பக்தி என்பது செயல்படுகிறது. வட்டாரம் சார்ந்த உணர்வு எல்லா உயிர்களுக்கும் பொதுவானது. இறைவன் எங்கள் ஊர்க்காரன் எங்கள் ஊர்க்காரன் என்று பக்தி இயக்கத்தார் உரிமை கொண்டாடுகிறார்கள்.

சுந்தர் காளி: இதை ஒரு Sense of belonging என்றுதான் கூற வேண்டும்.

தொ. ப.: ஆமாம். இன்னும் அழுத்தம் வேண்டுமென்றால் Territorial Imperative. வாழிட எல்லை சார்ந்த அழுத்தமான உணர்வு. நான் எஸ்.எஸ்.எல்.சி. படிக்கும்போது ஆனந்த விகடனில் 'எங்கள் ஊர்' என்னும் தொடர் வந்தது. அப்போது கி. ராஜநாராயணன் 'இடைசெவல்' கிராமத்தைப் பற்றி எழுதியிருந்தார்.

கு. அழகிரிசாமி தன் மனைவியிடம் சொன்னாராம்: "சீதா! நான் எங்கே செத்துப் போனாலும் இடைசெவலுக்குக் கொண்டுவந்து 200 அடி ஆழத்தில் புதைத்துவிடு" என்று கூறியதாக அந்தக் கட்டுரையில் கி.ரா. எழுதியிருந்தார். செத்துப்போன பிறகும் கூட வேறெங்கும் உடல் போய்விடக் கூடாது. சொந்த மண்ணில்தான் புதைக்க வேண்டும் என்ற தன் வாழிடம் சார்ந்த அழுத்தமான உணர்வு இது.

சுந்தர் காளி: பிற்காலத் தல புராணங்களுக்கான அடிப்படை அப்போதே வந்துவிடுகின்றது. ஒவ்வொரு தலத்துக்கேயுரிய புராணங்களைக் கற்பிப்பது என்பதும் தோற்றம் பெற்றுவிடுகிறது என்று கூறலாமா?

தொ. ப.: சங்க இலக்கியத்திலேயே வந்துவிடுகிறது. 'பிடவூர் அறப்பெயர்ச் சாத்தன்' என்று வந்திருக்கிறதே. அதாவது பிடவூரில் இருக்கின்ற தர்மசாஸ்தா கோயில் என்று பொருள்.

சுந்தர் காளி: ஆனால் பெரிய புராணத்தில் ஊரோடு இணைத்துக் கதைகள் சொல்லப்படுவதுபோலச் சங்க இலக்கியத்தில் இல்லையே?

தொ. ப.: வட்டாரம் சார்ந்த உணர்வுகளின் உச்சகட்ட வளர்ச்சி எதுவென்றால் 'திருவிளையாடற் புராணம்'. சிவபெருமான் மதுரை என்ற ஒரு ஊரில் மட்டும் 64 திருவிளையாடல்களை நிகழ்த்தி யிருக்கிறார். மண்சார்ந்த, வட்டாரம் சார்ந்த உணர்வுகளின் உச்சகட்ட வளர்ச்சி திருவிளையாடற் புராணம்.

சுந்தர் காளி: தலத்துக்கும், உணர்வுக்கும் கவிதைக்கும் இடையே உள்ள பிணைப்பு இருக்கிறதல்லவா அதற்கும் சங்க இலக்கியத் திணை மரபுக்கும் நெருங்கிய உறவு உண்டு.

தொ. ப.: ஆமாம். சங்க இலக்கியத்தில் அகத்திணை என்பது அடிப்படையான ஒன்று. தொல்காப்பியர் "காமம் இயற்கையானது" என்று தெளிவாகக் கூறுகிறார். பிறவியிலேயே ஒரு புழுவோ, வண்டோ, பறவையோ, மனிதனோ காமவுணர்வோடுதான் பிறக்கிறது. எனவே காமவுணர்வுடன் பிறந்து வாழும்போது யாரைக் காதலிப்பது? காதலை எப்படி வெளிப்படுத்துகிறது? என்பதற்குக் கடவுள் மேல் காதலை வையுங்கள் என்கிறார் பக்தி இயக்கத்தார். கடவுள் பதில் சொல்ல மாட்டானே என்றால் அதற்குக் 'கைக்கிளை' என்று பெயர் வைத்துக்கொள் என்கிறார்கள். கடவுளைக் காதலிக்கிற பாடல்களைப் பார்க்கும்போது வியப்பாக இருக்கிறது. காதலிக்கின்ற போது அன்பு செலுத்த வேண்டும். காதலன் செலுத்துகின்ற அன்பைவிடக் காதலி செலுத்துகின்ற அன்பு அதிகம். எனவே தங்களைப் பெண்ணாக மாற்றிக்கொண்டு கடவுளைப் பாடுகிறார்கள் பக்திக்காரர்கள்.

சுந்தர் காளி:

"அன்புள் உருகி அழுவன் அரற்றுவன்
என்பும் உருக இராப்பகல் ஏத்துவன்
என்பொன் மணியை இறைவனை ஈசனைத்
தின்பன் கடிப்பன் திருத்துவன் தானே"

இந்தத் திருமந்திரப் பாடல் அதிகம் மேற்கோள் காட்டப்படாத பாடல்,

தொ, ப.: இது பாசுபதம் சார்ந்தது.

சுந்தர் காளி: திருமூலர் தோத்திர மரபு சார்ந்தவர் இல்லை. திருமந்திரம் சாத்திர நூல்தான்.

தொ. ப.: திருமந்திரத்தில் தோத்திரமும் இருக்கிறது. சாத்திரமும் இருக்கிறது. "ஈசன் எனக்குத் தாயும் மகளும் தாரமும் ஆமே" ஈசன் எனக்குத் தாய், மகள், தாரமாக இருக்கிறான் என்கிறார். இறைவன் தாயா? மகளா? தாரமா? என்ற சிக்கல் பின்னால் அபிராமி பட்டருக்கு வந்திருக்கிறது.

சுந்தர் காளி: அபிராமி பட்டர் இறைவனோடு சேர்த்து வைத்துத்தானே பாடுகிறார்.

தொ. ப.: அபிராமி பட்டர், தாயாக, தாரமாக, மகளாகப் பாடியிருக்கிறார். எனவே குடும்ப அமைப்பைக் காப்பாற்றுவதற்குக் குடும்ப உறவாக இறைவனைக் கற்பித்தார்கள்.

சுந்தர் காளி: இதன் நீட்சி பாரதி வரைக்கும் வருகிறது.

தொ. ப.: இறைவனை மருமகனாகப் பாடுகின்ற மரபு உண்டா என்றால் உண்டு. அப்பர் ஓரிடத்தில் பாடுகிறார். தன்னைத் தாயாகக் கருதிக் கொண்டு, அந்தத் தாயின் மகள் கடவுளைக் காதலித்தால் கடவுள் அப்பருக்கு மருமகன்தானே? இப்பாடல் தாய் கூற்றாக வருகிறது. "இவள் காதலிக்கும் அவனைப் பார்த்தேன். அவனுடைய உறவெல்லாம் பேய்கள்; இருப்பது இடுகாட்டில்; தலையோட்டில் உண்ணுகின்றான். ஏற்கனவே அவன் மணமானவன்; என் மகள் இவனைப் பார்த்து ஏன் ஆசைப்பட்டாள் என்று தெரியவில்லையே" எனத் தாய் புலம்புகிறாள். இந்தப் பாட்டின்படி கடவுளை மருமகன் என்ற உறவுக்குள் இழுக்கிறார்கள். மருமகன் என்ற உறவு ரொம்ப Sensitive இன உறவு. அதாவது கூச்சநாச்சமுள்ள உறவு.

சுந்தர் காளி: நாயகி பாவத்தை விட்டுவிட்டு நாயக பாவத்தில் இறைவனைத் தலைவியாகப் பார்த்துப் பாடியிருக்கிறார்கள். திருக்கோவையாரில் மாணிக்கவாசகர் நாயக பாவத்தில் பாடியிருக்கிறார். மஸ்தான் சாகிபு, பாரதி ஆகியோரும் பாடியிருக்கின்றனர். உளவியல் ரீதியாக இது ஒரு சிக்கலான விஷயமல்லவா?

தொ. ப.: நாயகி பாவத்தில் பாடிப்பாடிச் சலிப்பேற்பட்ட பின்பு நாயக பாவத்தில் பாடுகிறார்கள். மருமகனாகக்கூடப் பாடி முடித்துவிட்டார்கள். தாயும், மகளும், தாரமும் ஆமே என்கிறார்கள் அல்லவா? இதில் என்ன சிக்கல் வருகிறது. அதனால் தாரமாகப் பாடினார்கள்.

சுந்தர் காளி: அதிகமாக இறைவனை ஆண்டானாகவும், காதலனாகவும் பாவித்துப் பாடியிருக்கிறார்கள்.

தொ. ப.: மொத்தத்தில் கடவுளை ஆணாகப் பார்க்கின்ற பார்வை அது.

சுந்தர் காளி: பேராண்மையாகப் பார்ப்பது.....

தொ. ப.: வைணவத்தில் புருஷோத்தமன் என்பார்கள். புருஷன் உத்தமன் என்பது அது.

சுந்தர் காளி: அவன் ஒருவன்தான் ஆண். அப்படித்தானே?

தொ. ப.: ஆமாம். அவன் ஞானமுடையவன். நாம் ஞானத்தைத் தேட வேண்டும். நாம் அன்புடையவர்கள். அவ்வளவுதான்.

சுந்தர் காளி: பரிபாடலில் முருகன், திருமால் பற்றி வருகின்ற பாடல்களில் உள்ள பக்தி என்பது குழுமநிலைப்பட்ட பக்திதான். ஆள்நிலைப்பட்ட பக்தி கிடையாது என்கிறார் சிவத்தம்பி.

தொ. ப.: அது ஒரு இடைப்பட்ட காலத்தியது. அவை முழுக்க இசையை நோக்கமாகக் கொண்டு பாடப்பட்ட பாடல். பரிபாடலின் பாடல்களுக்குக் கீழே பண்ணமைத்தவரின் பெயர் காணப்படுகின்றது. அந்தப் பாடலின் தாளம் என்ன என்று பேசப்படுகின்றது. ஒரு குறிப்பிட்ட மதுரையிலிருந்த இசைக் குழுவுக்காக எழுதப்பட்ட பாடல்கள் என்று நினைக்கின்றேன். ஏனெனில் பரிபாடல் மதுரையைப் பற்றி மட்டுமே பேசுகிறது.

சுந்தர் காளி: 'நானும் என் சுற்றமும்' என்று அதாவது நாங்கள் எல்லோரும் சேர்ந்து கும்பிடுகின்றோம் என்று பரிபாடலில் வருகிறது.

தொ. ப.: எந்த இலக்கியத்துக்கும் பண்ணமைத்தவர் பெயர் வராது. பரிபாடலுக்கு மட்டும் வரும். பாடியது இன்னார், பண்ணமைத்தவர் இன்னார். பாடியவர் கண்ணதாசன்; இசை அமைத்தவர் இளையராஜா என்பது போல. மதுரையைப் பற்றி மட்டுமே பரிபாடல் பேசுவதால் அதற்குப் பெயர் 'மதுரை இலக்கியம்' என்பர்.

சுந்தர் காளி: தமிழர்களை ஒட்டுமொத்தமான சமயச் சமூகமாக மாற்றக் கூடிய முயற்சியைச் சைவம் மேற்கொள்கிறது. குறிப்பாகச் சோழ நாட்டையும் பொதுவாக மற்ற பிரதேசங்களையும் தமிழகத்துத் தலங்களையும் ஒன்றிணைக்கும் முயற்சியாக அவர்களின் யாத்திரைகள் நடந்திருக்கின்றன. தேவாரப் பதிகமுறை வைப்பில் இவர்கள் அலைந்து திரிந்த தலங்கள் வரிசையாக இல்லை. ஆனால் பெரிய புராணத்தில் ஒரு வரிசைப்படுத்துதலை மேற்கொள்கிறார் சேக்கிழார். தமிழர்கள் அனைவரையும் ஒட்டுமொத்தமாக ஒரு சமயச் சமூகமாக இணைக்கின்ற

முயற்சியைத் தேவாரத்திலும், பின்பு பெரிய புராணத்திலும் காணுகின்றோம். இதைப்பற்றி என்ன நினைக்கிறீர்கள்?

தொ. ப.: தமிழர்கள் அனைவரும் சைவர்களா? அல்லது வைஷ்ணவர்களா? இரண்டுமில்லை. அரசதிகாரம் சைவத்தையும் வைணவத்தையும் பேணியது. மதுரைக்குத் தெற்கே இரண்டே இரண்டு சைவத் தலங்கள்தானே உள்ளன? அவை குற்றாலமும் திருநெல்வேலியும். வைணவம் இருக்கிறது. நான் கேட்கின்றேன்: மற்ற இடங்களில் என்ன இருந்தன?

சுந்தர் காளி: பிடாரியும் ஐயனாரும் இருந்தார்கள்.

தொ. ப.: கோவை மாவட்டத்தில் எத்தனை தலங்கள் இருந்தன? மதுரைக்கு மேற்கே பழனிவரை தேவாரப்பாடல் பெற்ற தலங்கள் எத்தனை உள்ளன? ஆழ்வார்கள் பாடல் பெற்ற தலங்கள் எத்தனை? ஒன்றுமில்லை. தமிழகத்தின் எல்லா நிலப்பகுதியையுமா பக்தி இயக்கத்தார் பிடித்துவிட்டார்கள்?

சுந்தர் காளி: அதற்கான முயற்சி செய்திருக்கிறார்கள் என்று கூறலாமா?

தெர. ப.: தெளிவாகச் சைவம் நிலவுடைமையின் மதம். வைணவத்தில் சோழநாட்டுத் திருப்பதிகள் 40, சைவத்தில் இதைவிட அதிகம். குறிப்பாக 80 தலங்களாவது சோழநாட்டில் இருக்கும். பாண்டிய நாட்டில் மதுரையை விட்டால் திருச்சுழி, காளையார் கோவில், திருநெல்வேலி, குற்றாலம், திருப்பத்தூர் என அவ்வளவுதான் சைவத்தலங்கள். மற்ற பகுதிகளுக்குச் சைவம் போக முடியவில்லை? ஏனெனில் அதுவரை அங்கே சமணம் செழித்திருக்கிறது. கோவைப்பகுதிகள் கூடச் சமணம் செழித்த பூமிதான். இன்றும் சமணர்கள் இருக்கக்கூடிய வந்தவாசி, செய்யாறு, ஆரணி, போளூர் முதலிய பகுதிகளில் தேவாரப்பாடல் பெற்ற தலங்கள் இல்லையே. எனவே அங்கங்கு பாடிய தேவாரம், பிரபந்தம் முதலியன எழுத்து மரபு சார்ந்ததனால் இந்த ஆதாரம் நமக்குக் கிடைத்திருக்கிறது.

சுந்தர் காளி: வைணவத்தில், சைவத்தில் இருந்தது போலப் பல்வேறு இடங்களுக்கும் சென்று பாடுவது என்பது அதிகம் இல்லையே? நம்மாழ்வார் ஓரிடத்தில் அமர்ந்துவிட்டார் என்கிறார்களே?

தொ. ப. : ஐந்து வடநாட்டுத் திருப்பதிகளை ஆழ்வார்கள் பாடுகிறார்கள். மலைநாட்டுத் திருப்பதிகளை ஆழ்வார்கள்

பாடுகிறார்கள்: 108 வைணவத் திருப்பதிகளில் பரமபதம் ஒன்று. அதனையும் ஒரு தலம் என்று அதற்குப் பாடல் பாடியுள்ளார்கள். சோழநாட்டுக் கரையில் நின்றுகொண்டே வடநாட்டுக் கேதீச்சுரத்தைச் சைவர்கள் பாடியிருக்கிறார்கள் அல்லவா? தலம் ஒன்றை நேரிடையாகக் கண்ட பின்புதான் பாடினார்கள் என்று கூற முடியாது. மற்றவர்கள் கண்டு கூறியதை வைத்தும் பாடல்கள் பாடியிருக்கின்றனர். 108 தலங்கள் முழுவதையும் பாடிய ஆழ்வார்கள் கிடையாது. எல்லாத் தலங்களையும் பாடிய தேவார மூவரும் கிடையாது. இவர் பாடியதை இன்னொருவர் பாடவில்லை; சில தலங்கள் பாடப்பட்டிருக்கின்றன; சில தலங்கள் பாடப்படவில்லை, கட்டுக்கோயிலை மட்டும்தான் பெரும்பாலும் பாடியுள்ளனர். கட்டுக்கோயிலைத்தான் சைவர்கள் பாடியிருக்கின்றனர். வைணவர்கள் ஒன்றிரண்டு குடைவரைகளைப் பாடியுள்ளனர். சைவர்கள் ஒரு குடைவரைக் கோயிலைக்கூடப் பாடவில்லை.

சுந்தர் காளி : மூவர்கள் 275 கோயில்களுக்கு மேல் பாடியிருக் கிறார்கள். மொத்தம் 325 கோயில்களுக்கு மேல் அக்காலத்தில் இருந்திருக்கலாம்.

தொ. ப. : ஒரே காலத்தில் இல்லை. கொஞ்சம்கொஞ்சமாக வளர்ச்சி பெற்றிருக்க வேண்டும். அப்பர், சம்பந்தர் காலத்திற்குப் பிறகு சுந்தரர் மட்டும் பாடிய கோயில்கள் சில உண்டு. மாணிக்க வாசகர் மட்டும் பாடிய கோயில்கள் சில உண்டு.

சுந்தர் காளி : மாணிக்கவாசகர் அதிகம் தலயாத்திரை செய்து பாடவில்லை என்று நினைக்கின்றேன். ஒட்டுமொத்தமாக ஒரு பட்டியல் போட்டுவிடுகிறார். நிறையப் பாடவில்லைதானே?

தொ. ப. : அதற்கு ஒரு நுண்ணரசியல் இருக்கிறது. சமயப் போராட்டத்தின் விளைவாக அவர் சோழ நாட்டுக்குள் அனுமதிக்கப் படவில்லை என்று நினைக்கிறேன்.

சுந்தர் காளி : அது ஏன்?

தொ. ப. : அவர் அமாத்திய பிராமணர். அமைச்சராக இருந்தவர். ஏதோ ஒரு தத்வார்த்தம் காரணமாகச் சோழநாட்டுக்குள் அவர் அனுமதிக்கப்படவில்லை என்று நினைக்கின்றேன். பெண்ணாடம் பற்றிப் பாடுகிறார். சிதம்பரத்தைப் பாடுகிறார். இவை தவிர வேறெந்த ஊரையும் அவர் பாடவில்லை. பாண்டிய நாட்டுத் தலங்களை மட்டுமே பாடுகிறார்,

சுந்தர் காளி : மூவர் பாடிய பாடல்கள் போன்று அல்லாமல் மாணிக்கவாசகர் பாடியவை இசைப்பாடல்கள் இல்லை; இலக்கியம் சார்ந்தவை என்ற கருத்து உள்ளதே?

தொ. ப. : அடிப்படையிலேயே அவை இசைப்பாடல்கள்தான் என்பது என் கருத்து. திருவாசகத்தில் பொதுவிஷயங்கள் தவிரத் தனிமனித ஓர்மை அதிகமாக இருப்பதனால் அதைப் பாராயண நூல் என்று கூறுவதற்கு வசதியாகிவிட்டது. "நான் யார்? என் உள்ளமார்?" என்ற இந்தக் கேள்வியை யாரும் நேரடியாக வைக்க வில்லை. அதனால் பாராயண நூலாக ஆக்கிவிட்டார்கள். மாணிக்கவாசகர் தமிழ்த் தேசியத்திற்குள் ஒரு குறுந்தேசியத்தைக் கட்டமைக்க முயற்சி செய்தார்.

சுந்தர் காளி: கி.பி. ஏழாம் நூற்றாண்டில் சம்பந்தரும் அப்பரும் இணைந்து பணியாற்றினார்கள் என்று நமக்குக் கற்பிக்கப் படுகின்றது. ஆனால் சம்பந்தரின் நோக்கங்களும் செயல்பாடுகளும் அப்பரின் நோக்கங்கள், செயல்பாடுகளிலிருந்து வேறுபடுகின்றன என்று கூறுகின்றீர்கள். எந்த அடிப்படையில் வேறுபடுகின்றன?

தொ. ப. : ஒரு பிராமணனின் அடிப்படையான அடையாளம் சந்தியா வந்தனம். சிவப்பிராமணர்கள் ஏன் சந்தியா வந்தனம் செய்கிறார்கள் எனக் கேட்பார் அப்பர். "அருக்கன் பாதம் வணங்குவர் அந்தியில்" என்பார். அருக்கன் என்றால் சூரியன். அதாவது மாலைப் பொழுதில் சந்தியாவந்தனம் செய்வதை உணர்த்துகின்றது இவ்வாக்கியம். சம்பந்தர் சந்தியாவந்தனம் செய்பவர்; அப்பர் சந்தியா வந்தனம் செய்யாதவர். "வெண்காட்டு முக்குளநீர் தோய்வினையார் தாந்தம்மைத் தோயாவாம் தீவினையே" என்று சம்பந்தர் பாடுகிறார். வெண்காட்டில் முக்குளநீர் இன்னமும் இருக்கிறது. அங்கே போய்க் குளித்தால் வினை எல்லாம் ஓடிவிடும் என்கிறார் சம்பந்தர். "கங்கையாடிலென் காவிரியாடிலென் பொங்கு தண்குமரித் துறை புகுந்தாடிலென்" என்பார் அப்பர். கவுணியர் கோன் ஞானசம்பந்தன். அவர் பாடிய எல்லாப் பாடல்களிலும் தான் கௌண்டின்ய கோத்திரத்துப் பார்ப்பனர் என்பதை மறக்காமல் சொல்லிக்கொண்டு செல்கிறார். ஆனால் அப்பர் சாதியை மறுக்கிறார். "சாத்திரம் பல பேசும் சழக்கர்காள்" என்பார். சாத்திரம் பல பேசியது பிராமணர்கள்தானே. அந்தக் காலத்தில் உங்கள் பாட்டனும் என் பாட்டனுமா சாத்திரம் பேசினார்கள்? "கோத்திரமும் குலமும் கொண்டென் செயும்" என்பார் அப்பர். கவுணிய கோத்திரத்துப் பெருமையைப் பேசிய சம்பந்தரின் பக்கத்தில்

உட்கார்ந்துகொண்டா அப்பர் பாடினார்? அப்படிப் பாடியிருக்க முடியுமா? சம்பந்தரின் Junior Contemporary ஆக அப்பர் இருந்திருக்க வேண்டும். இருவரும் சந்தித்த கதையெல்லாம் நான் நம்பமாட்டேன். சம்பந்தர் காலத்தை அடுத்த காலத்தில் அப்பர் வாழ்ந்திருக்க வேண்டும். ஏனென்றால் திருவாவடுதுறை கோயில் பண்டாரத்தி லிருந்து சம்பந்தர் பொன் கடன்வாங்கியதை அப்பர் பாடுகிறார். ஆனால் சம்பந்தர் இது பற்றி எதுவும் கூறவில்லை.

சுந்தர் காளி: சம்பந்தர் அப்பரை எந்த இடத்திலும் குறிப்பிடவில்லை தானே?

தொ. ப. : சம்பந்தரை அப்பர் சந்தித்தார்; அவருடைய பல்லக்கை அப்பர் தூக்கினார்; 'அப்பரே' என்று அப்பரைச் சம்பந்தர் அழைத்தார் என்று கூறுவதெல்லாம் இட்டுக்கட்டப்பட்ட கதை. சுருக்கமாகச் சொல்வதானால் சம்பந்தருக்கு வேள்வியும் வேதமும் முக்கியம். அப்பருக்குச் சிவன் மட்டுமே முக்கியம்.

சுந்தர் காளி : தேவார மூவரிடமும் மாணிக்கவாசகரிடமும் இறைவனை ஆண்டானாகப் பார்ப்பதுதான் அதிகமாக இருக்கிறது. வேறுபாடுகள் எதுவும் அதிகமாகக் கிடையாது என்று ப. அருணாசலம், சோ.ந. கந்தசாமி ஆகியோர் கூறுகிறார் களே?

தொ. ப. : வேறுபாடுகளை ஊன்றிப் பார்த்தால் நன்கு தெரியும். தேவார மூவரையும் மாணிக்கவாசகரையும் ஒரே வரிசையில் கொண்டு வருவதற்காகச் சப்பைக்கட்டுக் கட்டுகிறார்கள். மூவர் முதலி என்றால் தேவாரமூவர் மட்டும்தான். மாணிக்கவாசகரை ஏன் விட்டுவிட்டார்கள்? நான் மீண்டும் கேட்கின்றேன்: திருவாசகத்தை ஏன் கோயிலில் பாடுவது கிடையாது? திருமண வீடுகளில் திருவாசகம் ஏன் ஓதப்படுவது கிடையாது? திருவாசகம் எவ்வாறு பாராயண நூல் ஆகியது? தேவாரம் எவ்வாறு கோயில் நூல் ஆகியது? சுந்தரர் அளவுக்கு மற்ற இருவர் ஏன் உலகியலில் தோயவில்லை? இறைவனைத் தோழனாக, சமமானவனாகச் சுந்தரர் கூறும் நெறி மற்றவர்களுக்குக் கிடையாது என்பதனால்தான்.

ஆண்டான்நெறி, தந்தைநெறி, மகன்நெறி, அடிமைநெறி என்றெல்லாம் கூறுகிறார்கள். இதெல்லாம் பிற்காலத்திய சப்பைக்கட்டு; முறிந்த எலும்பைச் சப்பைக்கட்டுக் கட்டுவதுபோல, சோழ நாட்டுக்குள் செல்வதற்கு மாணிக்கவாசகர் ஏன் அனுமதி மறுக்கப்பட்டார் என்று இவர்களால் சொல்ல முடியாது.

சுந்தர் காளி: மாணிக்கவாசகருடைய மார்க்கம் 'அனுபூதி மார்க்கம்' என்பதால் அவருடைய எழுத்துகள் புறக்கணிப்புக்கு உள்ளாகி இருக்குமோ?

தொ. ப.: வேறு ஏதோ ஒரு முரண் இருந்திருக்கிறது.

சுந்தர் காளி: மாணிக்கவாசகர் பாண்டிய நாட்டுக்காரர். இந்த அரசியல் காரணம் ஒன்றை எடுத்துக்கொள்ள முடியும். இதைத் தவிரத் தனிப்பட்ட முறையில் "அழுதால் உன்னைப் பெறலாமே" என்பதுதான் மாணிக்கவாசகரின் அடிப்படை. அழுவது என்பது அவரிடம் தூக்கலாக இருப்பது பரசமய கண்டனத்திற்குத் தேவையில்லாமல் இருந்திருக்கலாம். அதனால் அவருடைய எழுத்துகள் புறக்கணிப்புக்கு உள்ளாகின என்று எடுத்துக் கொள்ளலாமா?

தொ. ப.: மாணிக்கவாசகர் காலத்தில் 'பரசமய கண்டனம்' அதிகம் தேவைப்படவில்லை. அதற்கு முன் எல்லாவற்றையும் அழித்து முடித்துவிட்டார்கள். இங்கு குறிப்பிடத்தகுந்த விஷயம் எதுவென்றால் மாணிக்கவாசகர் திரும்பத்திரும்ப Self என்பது பற்றிப் பேசுகிறார். நிறுவனச் சமயத்திற்கான ரொம்ப அடிப்படையான விஷயம் Self. அதனால்தான் ஜி.யு. போப்புக்குத் திருவாசகம் ரொம்பப் பிடித்துப்போனது.

சுந்தர் காளி: நிறுவனச் சமயம் ஒன்றிற்கு Self தேவைப்படாது என்று நினைத்தேன். நீங்கள் தேவை என்கிறீர்களா?

தொ. ப.: நிறுவனச் சமயத்திற்கு Self தேவை. இசுலாம் சமயத்திலும் கூட்டு வழிபாடு கிடையாது. "ஆண்டவா! என்னை..." என்றுதான் வரும்.

சுந்தர் காளி: தனக்குள்ளே இறைவனை நினைத்து அழும் ஒருவனுடைய சுயம் நிறுவனச் சமயத்தோடு எவ்விதமான உறவைக் கொண்டிருக்கும்?

தொ. ப.: Personal God Relationshipன் உச்சகட்டம் அது. 'என் கடவுள்' என்பதுதான். நம் கடவுள் என்பதல்ல.

வைணவத்தில் எல்லோருக்குமான Salvationஐ வெளிப் படையாக எல்லா ஆழ்வார்களும் பேசுவார்கள். திருமாலைத் தொழ வேண்டியதில்லை; திருமாலின் அடியார்களைத் தொழுதாலே போதும் என்பார்கள். பெருமானையே பாடாத ஆழ்வார் மதுரகவி

ஆழ்வார்; அவருக்கு நம்மாழ்வார்தான் கடவுள். தேவு மற்று அறியேன் என்று கூறிவிட்டார். அதனால் மதுரகவியையும் ஆழ்வாராகச் சேர்த்துவிடுவார்கள். எனக்காக Salvation என்பது சைவம்;. நமக்கான Salvation என்பது வைணவம்.

சுந்தர் காளி: சேக்கிழார் பற்றிக் கூறும்போது இலக்கிய வரலாற்றாசிரியர்கள் 'கொலை' என்ற சொல்லைக் கொஞ்சம்கூட உச்சரிக்காத உத்தமர் என்கிறார்கள். ஆனால் நாயன்மார்களின் வாழ்க்கையை எடுத்துப் பார்த்தால் வன்முறை என்பது கொடூரமாக இருக்கிறது.

தொ. ப.: வேறொன்றும் வேண்டாம். 'சமணர் கழுவேற்றம்' என்பது என்ன? சைவர்கள் நிகழ்த்திய வன்முறைதானே? காஞ்சிபுரம் கோயிலில் சிற்பச் சான்றே இருக்கிறதே.

சுந்தர் காளி: சமணர்களைக் கழுவேற்றும் நிகழ்வை நினைவுகூரும் பொருட்டுப் பல கோயில்களில் ஆண்டிற்கு ஒருமுறை ஒரு சடங்காக அது நடத்தப்படுகின்றது. நாகப்பட்டினத்தில் புத்தர் தங்க விக்கிரகத்தைத் திருமங்கையாழ்வார் கொள்ளையடித்தார் என்பதை வைணவர்களே ஒத்துக்கொள்கிறார்கள். பௌத்தர்களிடமிருந்தும் சமணர்களிடமிருந்தும் பிடுங்கப்பட்ட கோயில்கள் நிறைய. களஆய்வு செய்தால் அதைத் தெளிவாகப் பட்டியலிட முடியும். கழுகுமலை முருகன் கோயிலும், வள்ளியூர் முருகன் கோயிலும் சமணர்களிடமிருந்து பிடுங்கப்பட்ட கோயில்கள் என்பது நன்கு புலப்படும். பன்முகப்பட்ட தோற்றத்தையுடைய கோயில்கள் பல பிடுங்கப்பட்ட கோயில்கள். இவ்வாறு பிடுங்கப் பட்ட கோயில்களை என்னால் பட்டியலிட முடியும். ஆனால் சைவ, வைணவ அடியார்களின் மனது புண்படும் என்பதால் வெளிப்படுத்த விரும்பவில்லை. வைணவர்கள் இவ்வாறு ஒரு கோயிலை மற்றவர்களிடமிருந்து அபகரிக்கும்போது முதலில் நரசிங்கத்தை ஸ்தாபித்தார்கள். இதைப்போலச் சைவர்கள் என்ன செய்தார்கள் என்பது எனக்குத் தெரியவில்லை. மிகப் பிற்காலத்தில் கட்டுக்கோயில்கள் கட்டும்போதும்கூடச் சிவன் கோயில்களில் மேற்குப்பக்கமாக நரசிங்கத்தை வைக்கும் வழக்கம் பிற்காலப் பாண்டியர்கள் காலத்திலே வந்துவிட்டது.

தொ. ப.: தமிழ்நாட்டில் ஏறத்தாழ நூறு கோயில்களைச் சைவர்களும் வைணவர்களும் சமண, பௌத்தர்களிடமிருந்து அபகரித்திருக்கலாம். கோயில் ஒன்றைக் களஆய்வு செய்தால் பத்தே நிமிடத்தில் அது பிடுங்கப்பட்ட கோயிலா இல்லையா என்பதைக் கண்டுபிடித்து விடலாம். ஆகமங்களுக்கு மாறுபட்ட விஷயங்கள்

பிடுங்கப்பட்ட கோயிலில் நிறைய இருக்கும். திருப்புல்லாணி, திருச்சுழிக் கோயில்கள் அபகரிக்கப்பட்ட கோயில்கள்தான். சிவன் கோயிலோ, பெருமாள் கோயிலோ கிழக்கு நோக்கி அமைக்கப்படும் என்பது ஆகம மரபு. ஆனால் சைவர்களின் தலைக்கோயிலான சிதம்பரம் தெற்கு நோக்கி இருக்கும்; வைணவர்களின் தலைக்கோயிலான திருவரங்கம் தெற்கு நோக்கி இருக்கும். இதற்குச் சைவர்களும் வைணவர்களும் என்ன காரணம் சொல்கிறார்கள் என்றால், எந்தக் காரணத்தையும் கூறவில்லை என்பதுதான் பதில். காஞ்சிபுரம் காமாட்சியம்மன் கோயிலை மட்டும் மயிலை சீனி. அவர்கள் பௌத்தர்களிடமிருந்து பிடுங்கப்பட்ட கோயில் என்று ஆதாரங்களோடு தெளிவாக எழுதியிருக்கிறார்.

வைணவத்தில் 'கிடந்த கோலம்' என்பார்களே அது பௌத்தத்தில் இருந்து கடன்வாங்கப்பட்ட கோட்பாடு. புத்தர் பன்றி மாமிசம் சாப்பிட்டதால் ஏற்பட்ட வயிற்றுப்போக்கின் காரணமாகத் தளர்ந்துபோய் வலதுகையைத் தலைக்கு வைத்துப் படுத்தார். அதன்பின் அவர் பரிநிர்வாணம் அடைகின்றார். குசி நகரத்தில் கடைசியாக அவர் காட்டிய தோற்றம்தான் 'கிடந்தகோலம்'. ஆழ்வார் என்ற சொல்லைப் பௌத்தத்திலிருந்துதான் வைணவம் கடன் வாங்கிற்று. நான் இதுபற்றி எழுதியிருக்கின்றேன். நீலகேசி உரையில் 'ஈழம் அடிப்படுத்த தாடையாழ்வார்' என்று வருகிறது.

சுந்தர் காளி: சமணர்களின் சொற்கள் இந்திரஜாலம் போன்றவை; அவர்கள் வேடிக்கைக் கதைகளை உண்டுபண்ணித் திரிபவர்கள் என்று சைவம் அவர்களை விமர்சனம் செய்கின்றது. இதிலிருந்து சமணர்களின் கதைகள், புராணங்கள் முதலியவை சைவர்களை மிரட்சியடைய வைத்திருக்கின்றன என்பது புரிகின்றது. தமிழில் காப்பியங்கள் என்று எடுத்துக்கொண்டால் சமணர்களின் காப்பி யங்கள்தான் முக்கியமானவை. அதிலும் குறிப்பாக இளங்கோவின் காப்பியம் தமிழகத்தை ஒன்றிணைக்கும் வகையில் இருந்தது சைவர்களுக்கு மேலும் மிரட்சியை ஏற்படுத்தி இருக்கக்கூடும். எனவே, சமணர்களின் இத்தகைய செயல்பாடுகளை எதிர்க்க வேண்டிய ஒரு கட்டாயத்தினால் சைவர்கள் எதிர்ப்பிரதிகளை எழுதினார்கள் என்று கூற முடியுமா?

தொ. ப.: சமணத்தில் 'திரிசஷ்டி சாலக புருஷர்கள்' என்று அறுபத்து மூன்று பேர்கள் உண்டு. 24 சக்கரவர்த்தி, 9 வாசுதேவன், 9 பரவாசுதேவன் என்று அறுபத்து மூன்று பேரைச் சமணர்கள் குறிப்பிடுவார்கள். இந்த அறுபத்து மூன்று என்ற எண்ணிக்கையைப் பெரிய புராணத்தில் கொண்டுவருவதற்காகச் சேக்கிழார் என்ன

பாடுபட்டிருக்கிறார் தெரியுமா? சடையனார், இசைஞானியார் முதலியோரை அடியார் கணக்கில் சேர்ப்பார். இந்த அறுபத்து மூன்று என்னும் எண்ணிக்கையைக் கொண்டுவர வேண்டும் என்பதுதான் அவர் நோக்கம். அதேபோன்று காரைக்கால் அம்மையார் கதை அம்பிகா யட்சியின் மாற்று வடிவம். சமணமரபில் அம்பிகாவை 'கூஷ்மாண்டினி' என்பார்கள். அம்பிகா கணவனாலே கைவிடப்பட்ட பெண்; நெல்லை மாவட்டத்தில் வழங்கிவருகின்ற இசக்கியம்மன் வழிபாடு அம்பிகா இயக்கியினுடையது. இசக்கியம்மாளும் கணவனால் கைவிடப்பட்ட பெண்தான்.

சுந்தர் காளி: நீலி கதையும் அப்படியா?

தொ. ப.: நீலி கதை சமணர்களை எதிர்த்து வேளாளர்களின் பெருமை பேசுவதற்காக உருவாக்கப்பட்டது. அம்பிகா இயக்கி யினுடைய கதையைத்தான் சைவர்கள் காரைக்காலம்மையாரின் கதையாக மாற்றுகின்றார்கள். அம்பிகா இயக்கி கணவனால் கைவிடப்பட்ட பெண். உணவுக்காக வைக்கப்பட்டிருந்த மாம்பழத்தைக் கணவன் வருமுன் துறவிக்குப் படைத்துவிடுகிறாள். அதனால் கணவனின் சீற்றத்துக்கு ஆளாகி அவனால் கைவிடப்படுகிறாள். இதுதான் அம்பிகா இயக்கியின் கதைக்கரு... இதே கதைதானே காரைக்காலம்மையாரின் கதையும்?

சுந்தர் காளி: வினையை வெல்ல முடியாத ஒன்று என்று சமணர்களும் பௌத்தர்களும் கூறும்போது, பக்தி இயக்கத்தார் பக்தியின் மூலம் வினையை அறுக்கலாம் என்ற கருத்தை முன்வைக் கின்றனர். "மனிதப் பிறவியும் வேண்டுவதே இம்மாநிலத்தே", "இந்த மண்ணில் நல்லவண்ணம் வாழலாம்" என்றெல்லாம் பிறவியின் மாண்பினைப் பக்தி இயக்கத்தார் வலியுறுத்துகின்றனர். இதை எவ்வாறு பார்ப்பது?

தொ. ப.: இதையெல்லாம் சமண எதிர்ப்பின் ஒரு பகுதியாகப் பார்க்க வேண்டும். அக்கருத்துகளின் நோக்கம் உலகம் உள்பொருள் என்று சொல்லுவது மட்டுமன்று; உலக இன்பங்களும் உள்பொருள் என்று சொல்லுவது.

"கனியினும் கட்டிப்பட்ட கரும்பினும்.....
இனியன்தன் அடைந்தார்க்குஇடை மருதனே"

(திருவிடை மருதூர்: 10)

இது அப்பர் தேவாரம். அதாவது உலக இன்பங்கள் எல்லா வற்றிலும் இனியன் இறைவன். உலக இன்பங்களை ஒத்துக்கொண்டு பாடுகிறார் அப்பர்.

சுந்தர் காளி: உலக இன்பங்களைத் தரவும் வல்லவன் இறைவன்.

தொ. ப.: வைணவர்கள் இன்னும் தெளிவாகச் சொல்வார்கள். கடவுள் நுகர்வுக்கு உரியவன். இன்ப நுகர்வுக்கு உரியவன். அவன் அக்காரக்கனி. சர்க்கரை பழுத்தாற்போல் தொட்ட இடமெல்லாம் இனிக்கக் கூடியவன். இதே கருத்து பைபிளிலும் "கர்த்தரை ருசித்துப் பாருங்கள்" என்று வரும்.

சமணர்கள் தேனை விலக்குவார்கள். தேனுக்கும் மதுவுக்கும் வடமொழியில் ஒரே பெயர்தான். அதனால் மதுவையும் விலக்கு வார்கள்.

சுந்தர் காளி: இங்கே அதற்குப் பெயர் 'நறவு'.

தொ. ப.: நறவும் உண்டு; அடுநறவும் உண்டு. சைவத்தில் மாணிக்கவாசகர் கடவுள் இனிமையானவன் என்பதைக் குறிப்பிடத் தேன், தேன்..... என்று கூறுவார். தேனைப் பற்றியும், அதன் சுவையைப் பற்றியும் அதிகம் பாடியது மாணிக்கவாசகர்தான்.

அதனால்தான் பிற்காலத்தில் 'திருவாசகம் என்னும் தேன்' என்று பாடினார்கள். சிதம்பரத்தில் இருக்கும் இறைவனுக்குத் 'தேன்' என்றே பெயர். சோழர்காலக் கல்வெட்டொன்று இவ்வாறு கூறுகின்றது. அம்பலத்தில் ஆடுகின்ற இறைவனையே தேன் என்று பிற்கால வழக்கு கூறுகின்றது.

உலகம், உள்பொருள் பற்றிய சைவக் கொள்கை சமணத்திற்கு எதிரானது. உலகம், உள்பொருள் உண்மையானவை; அதுபோல உலக இன்பங்களும் உண்மையானவை. ஆனால் ஒரு எல்லையில் உலக இன்பங்களை நீக்கி இறைவனோடு கலந்திடச் சொல்கிறது சைவம். இன்னும் நம்பிக்கைவாதமாக 'உலகம் கடவுளுடைய உடல்' என்று வைணவம் கூறியது. இந்த மண்ணும் தெய்வம், இந்த மலமும் தெய்வம் என்பது வைணவத்திற்கு உடன்பாடான கோட்பாடு. எனவே உலகம் இறைவனின் உடம்பாக இருக்கிறது. சமணர்கள் தந்த துறவு நோக்குக்குப் பதிலாக ஒரு நம்பிக்கை வாதத்தை இந்த இரண்டு மதங்களும் கொடுத்தன.

சுந்தர் காளி: அப்பர், சம்பந்தருக்கு முன்பே கோயில்களில் பண்ணோடு பாடும் முறை இருந்திருக்கின்றது. நடனமாதர்களும் இருந்துள்ளனர். கோயில் என்னும் அமைப்பில் இவையெல்லாம்

இருந்துள்ளன. திருக்கடைக்காப்பில் சம்பந்தர் "என் பாடல்களைப் பாடினால் இன்ன பலன்" என்று கூறுகின்றார். அவருடன் வருபவர்கள் பாடுகிறார்கள். திருநீலகண்ட யாழ்ப்பாணர் யாழில் பண்ணமைக்கிறார். எனவே, சம்பந்தருக்கு முன்பே கோயில்களில் வழங்கிவந்த ஆடல், பாடல் மரபுகளைப் பக்தி இயக்கத்தார் reinforce செய்கிறார்கள். இதன் தொடர்ச்சியாகத் திருமறைகளைத் தொகுத்தல், கோயிலில் பாடுவதற்கு ஆட்களை நியமிப்பது, அதற்கு நிவந்தம் அளிப்பது முதலிய பணிகள் நடைபெறுகின்றன.

தொ. ப.: அது மட்டுமல்ல; இவர்களுக்கு முன்னே இருந்த கோயில்கள் செங்கல்லால் கட்டப்பட்ட கட்டுமானக் கோயில்கள். எனவே, கோயில்கள் இருந்தன. ஆனால் அளவில் மிகச் சிறியவை. மிகப்பெரிய மதிற்சுவர்களோடும் பிரகாரங்களோடும் இல்லாமல் மிகச் சிறியவையாக இருந்தன. இதைவிட முக்கியமானது என்ன வென்றால் திருவிழாக்கள். சம்பந்தருக்கு முன்பே கோயில்களில் திருவிழாக்கள் இருந்திருக்கின்றன.

சுந்தர் காளி: ஏன் தேர்த்திருவிழா கூட இருந்திருக்கிறது.

தொ. ப.: தெய்வத்தைத் தேரில் அமர்த்தி வீதியுலாப் போயிருக்கிறார்கள். வீதியுலா என்பது பௌத்தர்களின் வழக்கம். அவர்களிடமிருந்து பக்தி இயக்கம் அதை அபகரித்துக் கொண்டது. அவர்கள் நடத்துகின்ற ஒருநாள் திருவிழாவுக்குப் பதில் பத்து நாள் திருவிழாவை இவர்கள் கொண்டாடினார்கள்.

சுந்தர் காளி: திருவாரூரில் அப்போதே தேர்த்திருவிழா நடைபெற்றிருக்கிறது.

தொ. ப. : நடராஜ மூர்த்தத்தை வீதியில் எடுத்துவந்து ஏழு நாள் கொண்டாடியிருக்கிறார்கள். அதேபோல பழைய நாட்டார் மரபில் இருந்து சில விஷயங்களைப் பக்தி இயக்கத்தார் எடுத்திருக் கின்றனர். நீராட்டு, ஆறாட்டு முதலிய சடங்குகள் எல்லாம் நாட்டார் மரபில் இருந்து சுவீகரித்துக்கொண்டவைதான்.

சுந்தர் காளி : அப்பரின் கையில் இருக்கும் உழவாரப்படை எதைக் குறிக்கிறது?

தொ. ப.: அப்பர் ஒரு பாடலில் கோயிலில் திருத்தொண்டு செய்யுங்கள் என்கிறார். மெழுகிடல், அலகிடல் முதலிய பணிகளைக் கோயிலில் பெண்கள் செய்திருக்கிறார்கள். அலகிடல் என்றால் பெருக்குதல் என்று பொருள். 'வாரியல்' போன்ற சொற்களை உபயோகிக்கக் கூடாது என்பதற்காக அலகிடல் என்றார்கள்.

மக்களோடு கோயிலை இணைப்பதற்கான கருவியாக உழவாரத்தை அப்பர் பயன்படுத்துகின்றார். அப்பருக்கு அவருடைய சமகாலச் சிற்பம் எதுவும் கிடையாது. ஏனெனில் சிற்பங்கள் பின்னால் வந்தவைதான், எனவே அவரை அடையாளப்படுத்த அவருடைய சிற்பத்தில் உழவாரத்தைச் செதுக்கினர். எவ்வாறு சம்பந்தரின் கையில் தாளம் கொடுக்கப்பட்டதோ, எவ்வாறு திருமங்கையாழ்வாரின் கையில் வேல் கொடுக்கப்பட்டதோ அவ்வாறு அப்பரின் கையிலும் உழவாரம் கொடுக்கப்பட்டது.

சுந்தர் காளி: முன்னிடைக்காலப் பக்தி இயக்கத்திற்கும் பின்னால் வந்த பக்தி இயக்கத்திற்கும் உள்ள உறவுகள், வேறுபாடுகள் என்ன? குறிப்பாக அருணகிரிநாதர், குமரகுருபரர் பற்றிக் கூறுங்கள். சோழ, பாண்டிய அரசுகளின் வீழ்ச்சிக்குப் பின் தமிழ்நாட்டின் சமய வாழ்க்கை என்ன மாற்றத்தை அடைகின்றது?

தொ. ப.: சோழ அரசின் எழுச்சி என்பது பக்தி இயக்கத்தின் இன்னொரு அசைவான கோயில்களின் எழுச்சி. புதிய நீர்க்கால்களான வெண்ணாறு, வெட்டாறு, குடமுருட்டி, அரிசிலாறு, வீரசோழம் முதலியவை வெட்டப்பட்டன. விளைநிலங்களின் அளவு பெருக்கப்படுகின்றது. இராஜராஜன் கட்டிய பெரிய கோயிலின் இறைவன் பெரிய உடையார். உடையார் என்பது அரசனுக்கும் கடவுளுக்கும் பொதுவான பெயர். இராஜராஜன் கோயில் கட்டும் வரையில், தமிழ்நாட்டுக் கோயிற்கலை வரலாற்றில் அம்மன் சந்நிதியோ, தாயார் சந்நிதியோ கட்டும் மரபு இல்லை. தாயார் சந்நிதி இல்லாத பெருமாள் கோயில்களில் பிற்காலத்தில் ஆண்டாள் சந்நிதிகளைக் கட்டினர். தென்திருமாலிருஞ்சோலை எனப்படும் சீவலப்பேரிப் பெருமாள் கோயிலில் இன்னும் தாயார் சந்நிதி கிடையாது. முதலாம் இராசேந்திர சோழன் கங்கைகொண்ட சோழபுரத்தில் கட்டிய கோயிலில்தான் முதன் முதலில் அம்மனுக்குத் தனிச் சந்நிதி கட்டுகின்றான். சோழ அரசின் வீழ்ச்சிக்கு முக்கியக் காரணம், கோயில்களுக்கும் உழுகுடிகளுக்கும் இடையே உள்ள உறவு கெட்டதுதான். ஏனென்றால், இனியொரு வரி இல்லை என்ற அளவுக்கு எல்லா வரிகளும் உழுகுடிகள் மேல் இராஜராஜன் காலத்திலேயே விதிக்கப்பட்டுவிட்டன. உழுகுடிகளுக்கும் கோயில்களுக்கும் இருந்த உறவு சீர்கெட்டதைப்போல வெட்டிக் குடிகளுக்கும் கோயில்களுக்கும் இருந்த உறவும் சீர்கெட்டுப் போய்விட்டது.

எந்தவிதமான பணவருவாயும் பெறாமல் பணியாற்றக் கூடியோர் வெட்டிக்குடிகள் ஆவர். இவர்கள் இருவகையாக

இருந்தனர். ஒரு பிரிவினர் நிலமான்யம் பெற்றவர்கள்; இன்னொரு பிரிவினர் வருவாய் எதுவுமில்லாமல் அவர்கள் செய்யும் வேலைகளிலிருந்தே எஞ்சியதை எடுத்துக்கொள்ளும் பிரிவினர். உதாரணமாகக் கூறவேண்டுமென்றால், இடையர் சாதியினர் வெட்டிக்குடிகளாக இருந்தனர். அதாவது 96 ஆடு அல்லது 48 பசு என்று கொடுத்துவிட்டுக் கோயிலுக்கு இந்த அளவில் நெய் கொடுக்க வேண்டும் என்று உத்தரவிடுவார்கள். இடையர்கள் அந்த அளவு நெய்யைக் கோயிலுக்குக் கொடுத்துவிட்டு எஞ்சிய சிறு அளவு நெய்யை எடுத்துக்கொள்வார்கள். எஞ்சிய சிறு அளவுதான் அவர்களுக்கு ஊதியம். அதாவது அவர்கள் செய்யும் வேலையிலிருந்தே அதற்கான கூலியை எடுத்துக்கொள்ள வேண்டும். தனியாகக் கூலி எதுவும் கிடையாது. இன்றும் வழக்கில் 'வெட்டிவேலை' என்று இழிவாகப் பேசுவார்கள். அதாவது ஊதியம் இல்லாத வேலை என்று பொருள். ஒரு கட்டத்தில் கோயில்களுக்கும் உழுகுடிகள், வெட்டிக்குடிகள் ஆகியோருக்கும் இடையே இருந்த உறவு வெகுவாகச் சீர்கெட்டுப் போய்விட்டது. சித்தர் மரபுக்கு முன்பே மகேந்திர சதுர்வேதிமங்கலத்துக் கல்வெட்டு ஒன்று ஒரு நிகழ்வை விவரிக்கும். வரலாற்றில் அதிமுக்கியச் சம்பவம் அது. கோயிலை உழுகுடிகள் தீ வைத்தார்கள். இந்த அளவுக்கு நிலைமை மோசமாக இருந்தது. இதுபற்றி இன்குலாப் கூடக் கவிதை எழுதியுள்ளார். எனவே கோயில் வளர்ச்சி என்பது விளைநிலங்களின் வளர்ச்சி என்பதற்கு நல்ல உதாரணம். தாமிரவருணிக் கரையில் உள்ள பெரும்பாலான கோயில்கள் சோழர்கள் திருநெல்வேலிப் பகுதிகளை அடிமைப்படுத்திய பின்புதான் பிறந்தன. சோழர்கள் அடிமைப்படுத்திய பிறகு விளைநிலங்களை அதிகப்படுத்தினர். இதை டேவிட் லூடன் அருமையாக எழுதியுள்ளார்.

பாடல் பெறாத பெரிய கோயில்கள் இருக்கின்றன. சீவலப்பேரி, பாளையங்கோட்டை, பிரம்மதேசம் முதலிய ஊர்களில் உள்ள கோயில்கள் எல்லாம் மிகப் பெரிய கோயில்கள். இவை மிகப் பெரிய நிலவுடைமை நிறுவனங்கள்கூட. ஆனால் இவை பாடல் பெறவில்லை. ஏனெனில் சோழர்கள் பாண்டிய நாட்டை அடிமைப்படுத்திய பின்பு, கி.பி.995ஆம் ஆண்டுக்குப் பிறகு பிறந்தவை. எனவே உறவுகள் இறுக்கமடைகின்றன. சோழர் காலத்தில் 12ஆம் நூற்றாண்டு தொடங்கி வரி எதிர்ப்புக் கலகங்கள் பிறக்கின்றன. இச்சூழலில் சோழர் ஆட்சி வீழ்கிறது. வீழ்வதற்குக் காரணம் என்ன? கல்வெட்டறிஞர் வேதாச்சலம் "வணிகர் குழுக்களைச் சோழர்கள் முற்றாகப் பகைத்துக்கொள்கின்றனர். அதுதான் சோழர் வீழ முக்கியக் காரணம்" என்கிறார். இது ஒரு

முக்கியக் காரணம்தான். ஆக, சோழர் அரசு வீழ்ந்து விடுகின்றது. பாண்டிய அரசு மீண்டுவந்தாலும் உட்பகை காரணமாக அதுவும் வீழ்ச்சியடைகிறது. உட்பகையின் விளைவு, கோயில்கள் மாலிக் கபூரின் படைகளால் தாக்குதலுக்கு உள்ளாகின்றன. அவர்களைத் தடுத்து நிறுத்துகின்ற ஆற்றல் அப்போது மக்களிடமோ, அரசாங்கத்திடமோ இல்லை. அவர்கள் ஆட்சி அமைந்திருந்தால் நிலைமை வேறாக இருந்திருக்கும்; ஆனால் அவர்களின் நோக்கம் கொள்ளையடித்துவிட்டுத் திரும்பிப்போவது மட்டுமே. எனவே, கோயில் என்ற நிறுவனம் எல்லா வல்லமையையும் இழந்துவிட்டது என்று மக்கள் கருதினார்கள்.

இந்த நேரத்தில் விஜயநகர அரசு தோன்றியது; அது தோற்றம் பெறும்போதே இந்து அரசாக வந்தது; ஏனெனில் அதன் பிறப்பே இசுலாமிய எதிர்ப்புத்தான். அதன் பிறகு நிலைமை தலைகீழாக மாற்றம் பெற்றுவிட்டது. அடுத்ததாகச் சைவமும் வைணவமும் முற்றாக அழிந்து அவற்றின் கோயில்கள் எல்லாம் இந்துக் கோயில்கள் என்ற நிலையை அடைந்தன. அந்தக் கோயில்கள் எல்லாம் வைதீகர்களின் கைகளுக்குப் போய்விட்டன.

சுந்தர் காளி: முழுக்க வைதீகமயமாகிவிட்டதா?

தொ. ப.: ஆமாம். அதற்குப் பிறகுதான் தமிழ்நாட்டில் மிகுதியாக இராமர் கோயில்கள் வருகின்றன. அதற்கு முன்பு இராமர் கோயில்கள் கிடையாது; அதுபோல வெங்கடாசலபதி கோயில் களும் கிடையாது. இராமர் கோயில்கள் ஒன்றிரண்டு அப்போது இருந்தன என்றாலும் இராம அவதார வழிபாட்டிற்குத் தமிழ்நாடு விதிவிலக்காகத்தான் இருந்தது.

இராமர் சிற்பங்களும் கூட இங்கு மிகக் குறைவுதான். விஜயநகர அரசு வந்த பிறகுதான் வெங்கடாசலபதி கோயில்கள் உருவாகின்றன. இராம அவதாரம் பிரம்மாண்டப்படுத்தப்படுகின்றது; கிருஷ்ண அவதாரம் பின்னுக்குத் தள்ளப்படுகின்றது. ஏனெனில் இராம அவதாரம்தான் அரசுக்கு நெருக்கமான அவதாரம். அரசப்பிறப்பு, அரச வளர்ப்பு, அரசக்கல்வி இதனுடன் கையில் ஆயுதம் வைத் திருக்கும். எனவே இராமனை விஜயநகர அரசு முன்னிறுத்துகின்றது. கிருஷ்ண அவதாரம் அப்படியன்று. இதையெல்லாம்விடத் தமிழ்ப் பகுதிகளில் ஆட்சிமொழி தெலுங்காகிவிட்டது. நிரந்தரமாகத் தமிழர்கள் தங்கள் ஆட்சிமொழியை இழந்தது விஜயநகர ஆட்சியில், அதற்கு முன்னால் இசுலாமியர் ஆட்சிக்காலத்திலேயே உருது வந்து விட்டது.

அப்போதே தமிழ் தன் தகுதியை இழந்துவிட்டது. மீண்டும் இருபதாம் நூற்றாண்டின் நடுப்பகுதிவரை தமிழ் ஆட்சிமொழி என்ற தகுதியைப் பெறவேயில்லை. இப்போதும் ஆட்சிமொழி என்ற தகுதியைத் தமிழ் முழுமையாகப் பெறவில்லை என்றே கூற வேண்டும்.

சுந்தர் காளி: சித்தர் மரபு எப்போது தோன்றியது?

தொ. ப.: சோழ அரசின் வீழ்ச்சிக் காலத்திலேயே சித்தர் மரபு வந்துவிட்டது.

சுந்தர் காளி: திருமூலரைச் சித்தர் மரபில் ஏன் சேர்க்கிறார்கள்?

தொ. ப.: திருமூலரை எந்தக் கணக்கிலும் அடக்க முடியவில்லை; தள்ளவும் முடியவில்லை என்பதால் சித்தர் மரபில் சேர்க்கிறார்கள். திருமந்திரம் பாசுபத நூல். பாசுபத மெய்ப்பொருளியலுக்குள் 'சோமசித்தாந்தம்' என்னும் சித்தாந்தத்தை உயர்த்திப்பிடிக்கின்ற நூல்.

உண்மையிலேயே திருமந்திரத்தைத் தோத்திர நூல் தொகுப்பில் சேர்க்கக் கூடாது; சாத்திர நூல் தொகுப்பில்தான் சேர்க்க வேண்டும்: இது ஒரு சிக்கலான விஷயமாக எனக்குத் தோன்றுகின்றது. உழவர் கலகத்தின் பின்னணியில் சித்தர்கள் இருந்தார்கள். அலைந்து திரிகின்ற மருத்துவர்களாக இருந்த இந்தச் சித்தர்கள் மருத்துவர்கள் என்பதாலேயே கிராமப்புறங்களில் சஞ்சரித்தார்கள். எளிய மக்களுடன் உறவு கொண்டிருந்தனர்.

பார்ப்பன எதிர்ப்பு, பார்ப்பன மேலாண்மையோடு கூடிய கோயில்களை எதிர்ப்பது என்னும் இரண்டு விஷயங்களில் தெளிவாக இருந்தார்கள். கோயில் எதிர்ப்பு என்னும் நிறுவன எதிர்ப்பு சித்தர்களிடமிருந்துதான் தொடங்குகின்றது. சித்த மரபின் தொடர்ச்சி ஏன் அறுந்துவிட்டது என்றால் இசுலாமியப் படையெடுப்பால் அறுந்துவிட்டது என்றுதான் கூற வேண்டும். ஒரு ஊரில் உள்முரண்பாடுகளால் பிரச்சனைகள் தீவிரமடையும் போது, நெருப்பு விபத்து ஏற்பட்டால் உள்முரண்பாடுகளின் தீவிரம் முனைமழுங்கிப் போய்விடும் அல்லவா? அதுபோல இசுலாமியப் படையெடுப்பு தமிழ்நாட்டில் சித்தர் மரபே இல்லாமல் ஆக்கிவிட்டது. இசுலாமியப் படையெடுப்பு மட்டும் நிகழாதிருந்தால் தொழிற்புரட்சிக்கான வித்து தமிழ்நாட்டில் ஊன்றப்பட்டிருக்கும் என நம்புகின்றேன். இது விரிவாக விவாதிக்கப்பட வேண்டிய விஷயம். சித்தர் மரபு ஒடுக்கப்பட்டது என்றே கூற வேண்டும்.

சுந்தர் காளி: சித்தர்களில் பலவிதமான சித்தர்கள் இல்லை?

தொ. ப.: சித்தர்களுக்குப் பொதுக்கூறு உண்டு. சித்தர்கள் அலைந்து திரிபவர்கள், கடவுளை நம்புகிறவர்கள்; ஆனால் கோயிலை நம்பாதவர்கள்; பார்ப்பன மேலாண்மையை விரும்பாதவர்கள்; சாதி வேற்றுமை கருதாதவர்கள். மேற்கண்ட காரணங்களால்தான் சித்தர்களின் நூல்கள் எதுவும் மடத்திலிருந்து கிடைக்கவில்லை. இதுவரை கிடைக்கப்பெற்ற சித்தர் நூல்கள் யாவும் கிராமத்து ஏடுகளிலிருந்தும் மனப்பாடம் வழியாகவும் கிடைத்தவை.

சுந்தர் காளி: சிவவாக்கியர் போன்று வாமாசாரத்தை நம்புகின்றவர்கள், கோரக்க நாதர், மச்சேந்திரர் போன்று நாதமரபில் வருபவர்கள், பீரப்பா போன்ற சூபிகள், திருமூலர் என வெவ்வேறு சிந்தனைப் பள்ளிகளைச் சார்ந்த இவர்கள் அனைவரையும் சித்தர்கள் என்று அழைப்பது எவ்வாறு?

தொ. ப.: சித்தர்கள் சிலர் யோகநெறியில் நின்றார்கள். 'யோகம்' என்றால் புலன்களின் ஒன்றிப்பு என்று பொருள். அவருக்கு யோகம் அடித்துவிட்டது என்றால் பல்வேறு புறச்சூழல்கள் ஒன்றிணைந்து ஒத்து வந்ததால் ஒருவருக்கு லாட்டரியில் பரிசு கிடைத்தது என்பதுதான் அதன் பொருள். 'யோகம்' என்றால் ஒன்றிணைவது, சேர்வது என்று கூறலாம்; இன்னும் சரியாகச் சொன்னால் Synchronize ஆவது என்று அர்த்தம். இவர்கள் அற்புதங்களைச் செய்ய முடியுமென்று மக்கள் நம்பினார்கள். ஏனெனில் யோகத்தில் இருப்பவர்கள் காலத்தையும், வெளியையும் கடந்தவர்கள் என்பது மக்களின் நம்பிக்கை. அதற்கு முன்னால் வைணவ நெறியில் ஆச்சார்ய மரபில் யோகநெறி இருந்துள்ளது; ஆனால் அது வாழவில்லை. நாதமுனிகள் யோகநெறியினர்தான். ஆனால், அது தொடரவில்லை. சித்தர்களைப் பொறுத்தவரை என்ன சிக்கல் என்றால் அவர்கள் Anti-establishment ஆட்கள். நிறுவனத்திற்கு எதிராகப் போட்டி நிறுவனத்தை உருவாக்க அவர்கள் தயாராக இல்லை. இரண்டு சித்தர்கள் சந்தித்துக்கொண்டதாகவோ அல்லது அவர்கள் இணைந்து ஒரு காரியத்தைச் செய்ததாகவோ, ஒரு வரலாறோ கதையோ கிடையாது. நாட்டார் மக்கள் எவ்வாறு இன்னும் சித்தர்களை நினைவில் வைத்திருக்கிறார்கள் என்றால் சித்த மருத்துவம் என்பதன்மூலம் வைத்திருக்கிறார்கள். சித்தர்கள் மருந்து தருபவர்களாக இருந்ததனால் மக்களோடு நெருக்கமாகப் பழக முடிந்தது. காடுகரையெல்லாம் அவர்களால் அலைய முடிந்தது. மருத்துவன் என்பவன் எந்த நேரத்திலும் எந்த இடத்திலும் கேள்வியின்றி நுழைய உரிமை பெற்றவன். எனவே சித்தர்களுக்கு

அந்த உரிமை இருந்தது. ஆனால் Anti establishment ஆக இருந்ததனால் அவர்களின் இயக்கம் தோற்றுப்போனது.

இசுலாமியர் படையெடுப்பு தமிழ்நாட்டிற்குள் வரவில்லை என்றால் சித்தர் மரபு வேறுவகையாக மாற்றம் பெற்றிருக்கும். அதாவது தமிழ்ச் சமூகத்தின் வரலாற்றைத் திருப்பிப் போட்டிருக்கும் என்று கருதுகின்றேன். பிரச்சனைகள் தீவிரம் அடைகின்ற காலத்தைச் சித்தர் மரபு இங்கு உருவாக்கியிருந்தது. ஆனால் இசுலாமியர் படையெடுப்பால் அது சிதைந்து போயிற்று. விஜயநகர ஆட்சிக்குப் பிறகு தெலுங்கு வைதீக பிரமாணர்கள்தான் தமிழகத்தில் செல்வாக்காக இருந்தனர். தெலுங்கு மொழிதான் செல்வாக்கான மொழியாக இருந்தது. தெலுங்கு பிராமணர்கள் ஸ்மார்த்தர்களாகத் தான் இருந்தனர்.

சுந்தர் காளி: தெலுங்கு பிராமணர்கள் பெரும்பாலும் ஸ்மார்த்தர்களா?

தொ. ப.: ஆமாம். பெரும்பாலும் ஸ்மார்த்தர்களே.

சுந்தர் காளி: ஆதிசங்கரரைப் பின்பற்றுபவர்கள்தானே ஸ்மார்த்தர்கள்? ஆதிசங்கரருக்கு முன் ஸ்மார்த்தர்கள் கிடையாதா?

தொ.ப.: ஆதிசங்கரருக்கு முன் ஸ்மார்த்தர்கள் இருந்தார்கள். ஸ்மார்த்தர்கள் என்றால் ஸ்மிருதியைக் கொண்டாடுபவர்கள் என்று பொருள். ஸ்மிருதி கொண்டாட்டத்தின் உச்சகட்டம் ஆதிசங்கரர். சங்க காலப் பார்ப்பனர்கள் கோயில் பார்ப்பனர்கள் அல்லர். அவர்கள் வேள்விப் பார்ப்பனர்கள்.

சுந்தர் காளி: விஜயநகர ஆட்சியின் காரணமாக வைதீகம் எவ்வாறு தன்னைப் புதுப்பித்துக் கொண்டது?

தொ.ப.: இசுலாமியர் படையெடுப்புக்குப் பின்னால் விஜயநகர ஆட்சி வருகின்றது. விஜயநகர ஆட்சியின் முக்கியப் பணி தமிழ் நாட்டில் குடியேற்றங்களை ஏற்படுத்தியமை. தான் வெற்றி கொண்ட நிலப்பரப்புகளில் எல்லாம் விஜயநகர அரசு தெலுங்கு மக்களைக் கொண்டுவந்து குடியமர்த்தியது. இதன் காரணமாகப் பெருவாரியான தெலுங்கு மக்கள் தமிழகத்தில் குடியேறினர். ஆந்திரத்தில் அவர்களுக்கு ஏற்பட்ட நெருக்கடி என்னவென்று தெரியவில்லை. ஆனால் தெலுங்குப் பார்ப்பனர்முதல் அருந்ததியர்வரை அனைத்துச் சாதித் தெலுங்கர்களும் குறிப்பாக நாயக்க சாதியினர் எனக் கூறப்படும் விவசாயச் சாதியினர் உட்பட அனைவரும் இங்கு

குடியேறினர். இந்தக் காலகட்டத்தில்தான் சந்தை பெருகியது. குறிப்பாகப் பருத்தி, புகையிலை போன்றன தமிழ்நாட்டிற்குள் பயிர் செய்யப்பட்டன. கரிசல்காட்டுப் பகுதிகள் நாயக்க சாதி மக்களால் கைக்கொள்ளப்பட்டுப் புஞ்சைக்காட்டு விவசாயம் பெருக்கப்பட்டது. அதற்குத் தகுந்தாற்போல் சந்தை, கொள்முதல், பெருவழிகள் முதலியன ஏற்பட்டன. ஆன்மீக நிலையில் தெலுங்குப் பிராமணர்கள் உள்ளே நுழைகிறார்கள். ஆனால் தமிழ்நாட்டு ஸ்மார்த்தப் பிராமணர்கள் அவர்கள் உள்ளே நுழைய முடியாதபடி குறுக்கே நிற்கிறார்கள். எனவே விஜயநகர ஆட்சிக் காலத்தில் புதிதாகக் கோயில்கள் கட்டப்படுகின்றன. அவை வேங்கடாசலபதி கோயில்களாக, இராம அவதாரக் கோயில்களாக அமைகின்றன.

கிருஷ்ண அவதாரக் கோயில்களாக அமையவில்லை. இதற்குக் காரணம் தெலுங்குப் பிராமணர்கள் வடகலை வைணவப் பிரிவைச் சார்ந்தவர்கள்; தென்கலை வைணவத்தைச் சார்ந்தவர்கள் அல்லர். தென்கலைப்பிரிவு இராமானுஜ சித்தாந்தத்தால் உத்வேகம் பெற்றுச் சாதிகளைக் கடந்துபோன வைணவம். ஆனால் வடகலை வைணவம் அப்படியல்ல. அதனால் குடியேறிய தெலுங்குப் பிராமணர்கள் புதிதாகக் கோயில்களைக் கட்டிக்கொள்ள வேண்டிய நிர்ப்பந்தம் ஏற்பட்டது.

கூட்டிக் கழித்துப் பார்த்தால் பார்ப்பன மேலாண்மை அரசவைகளில் மறுபடியும் நிலைநிறுத்தப் பெற்றது. இந்தக் காலகட்டத்தில் பக்தி இயக்கக் காலத்தில் இருந்த சமண, பௌத்த எதிர்ப்பு இசுலாமிய எதிர்ப்பாக மாற்றப்பட்டது. ஏனெனில் விஜயநகர ஆட்சியின் பிறப்பே இசுலாமியர் ஆட்சிக்கு எதிரான பிறப்புத்தான். இடைப்பட்ட காலத்தில் மறுபடியும் நிறைய சாதிகள் தங்கள் வாழிடங்களைவிட்டு இடம்பெயர்ந்த காரணத்தினால் சாதிப்புராணங்கள் பெருகத் தொடங்கியது இந்தக் காலத்தில்தான்.

ஒவ்வொரு சாதியும் புதிய இடத்தில் குடியேறியபோது ஒவ்வொரு சாதிக்கு முன்னும் அந்தந்தச் சாதியின் தகுதி என்ன என்ற கேள்வி முன்வைக்கப்படுகின்றது. அதற்காகச் சாதிப் புராணங்களை எழுத வேண்டிய கட்டாயம் எழுகின்றது. எடுத்துக் காட்டாக வேளாளர்களுக்கே குறைந்தது பத்துப் புராணங்களாவது இருக்கும். எனவே சாதிமுறையைத் துல்லியமாக வரையறுக்க வேண்டிய தேவை விஜயநகரக் காலத்தில்தான் ஏற்பட்டது.

சுந்தர் காளி: சாதிப்புராணங்கள், இடப்பெயர்ச்சி பற்றிய பழமரபுக் கதைகள் ஆகியவற்றைப் பார்க்கும்போது பொதுவான தன்மை ஒன்று காணப்படுகின்றது. "நாங்கள் முதலில் இருந்த ஊரில் அரசன் பெண் கேட்டான் (சங்க இலக்கியத்தில் 'மகட்கொடை

 145

மறுத்தல்' என்பதிலிருந்து இன்று குழந்தைகள் விளையாடும் பூசணிக்காய் விளையாட்டு வரைக்கும் இந்தக் கருத்து இருந்து வருகின்றது). அரசன் பெண் கேட்கும் போது நாங்கள் மறுத்தோம். அதனால் இரவோடு இரவாக ஊரை விட்டுக் கிளம்பினோம். அரசனின் படைகள் துரத்திவந்தன. அப்போது ஒரு ஆறு குறுக்கிட்டது. இற்றைக் கடக்க முடியாமல் நின்றபோது ஒரு மரம் வளைந்து வழி கொடுத்தது. அக்கரைக்குப் போன பின்பு மரம் நிமிர்ந்துவிட்டது. அதனால் படைகளால் எங்களைப் பிடிக்க முடியவில்லை. இடைப்பட்ட ஊரில் ஒருநாள் தங்கிவிட்டு மறுநாள் கிளம்பும்போது சாமிப்பெட்டியைத் தூக்க முடியவில்லை. அதனால் சாமி இங்கேயே இருக்கச் சொல்கிறது என்று நிரந்தரமாகத் தங்கிவிட்டோம்."

இது மாதிரியான கதைகள் தமிழ்நாட்டில் பெரும்பாலான சாதிகளிடம் இருக்கின்றன. இக்கதை தமிழ்ச் சாதிகளிடமும் புதிதாகக் குடியேறிய தெலுங்கு, கன்னடச் சாதி மக்களிடமும் வழங்கிவருகின்றது. இதில் என்ன வித்தியாசம் என்றால் தமிழ்ச் சாதிகள் அரசன் என்பார்கள்; தெலுங்கு, கன்னட மக்கள் இசுலாமிய அரசன் என்பார்கள்; இவ்வளவுதான். யூதர்களுக்கு இடையிலும் இதே மாதிரியான கதைகள் வழங்கி வருவதாக ஹேடா ஜேசன் என்ற இசுரேலிய அறிஞர் கூறுகிறார்.

யூத மரபுக் கதைகளைத் தொகுத்து ஆய்வுசெய்து பார்த்த பின்பு "இவையெல்லாம் உண்மையாகவே நடந்தன என்று கூற முடியாது" என்கிறார் அந்த அறிஞர். எல்லாச் சாதியினருக்கும் இடப்பெயர்வுக் காரணங்கள் ஒரே மாதிரியாகவா இருந்திருக்க முடியும்? எனவே வரலாற்றைப் பார்ப்பதில் ஒரு ஒன்றிப்பு இருந்திருக்க வேண்டும். கதை கூறுவதில் ஒரு Pattern இருந்திருக்க வேண்டும் என்று கருதுகிறேன்.

முதுவர், மன்னார் முதலிய பழங்குடிகளைப் பற்றி ஆய்வு செய்யும் நண்பர் சஃபி, முதுவர்கள் இடம்பெயர்ந்தது பற்றிய கதையொன்றைக் கூறினார். பாண்டிய மன்னனுக்குத் தேர் செய்யும் பொருட்டு மதுரையிலிருந்து முதுவர்கள் மேற்குத்தொடர்ச்சி மலைக்கு மரம் தேடி வந்தார்களாம். வந்த இடத்தில் ஆமை முட்டையைப் பார்த்து அதை அவித்துத் தின்றார்களாம். அந்த முட்டை வெகு ருசியாக இருக்கவே அங்கேயே தங்கிவிட்டார்களாம். இன்றுவரை பாண்டிய மன்னனின் தேர் செய்யப்படாமலேயே இருக்கிறதாம்.

இப்படியொரு செக்குலரான கதை முதுவர்களிடம் வழங்கிவருகிறது. எனவே இடப் பெயர்ச்சிக் கதைகளை எச்சரிக்கையோடு பார்க்க வேண்டியுள்ளது. பல்வேறு சாதிகளின் இடப்பெயர்வுக் கதைகளைப் பார்க்கும்போது எல்லோரும் இசுலாமிய ராஜாவுக்குப் பயந்து ஓடிவந்ததாகத்தான் கூறுகிறார்கள். இதைக் கதைகூறும் முறையில் ஏற்பட்ட ஒழுங்கு அல்லது வரன்முறை எனலாமே ஒழிய வரலாற்றில் எல்லாமே இப்படித்தான் நடந்தது என்று எடுத்துக்கொள்ள முடியாது என்று நினைக்கிறேன்.

தொ. ப.: அரசன் பெண் கேட்டான்; நாங்கள் கொடுக்க மறுத்துவிட்டு வந்தோம்; ஆறு தாண்டி வந்தோம் என்பது நூற்றுக்குத் தொண்ணூறு கதைகளில் கூறப்படும் சாராம்சம். இது அல்லாத இடப்பெயர்ச்சிக் கதைகளும் உண்டு. இடப்பெயர்ச்சிக்கான காரணங்களில் நாங்கள் பஞ்சம் பிழைப்பதற்காக வந்தோம் என்று யாராவது கூறியிருக்கிறார்களா?

கம்பளத்து நாயக்கர்கள் மட்டும் "எங்கள் பகுதிகளில் பஞ்சம் வந்தது. அதனால் பஞ்சம் பிழைப்பதற்காகத் தெற்கு நோக்கி வந்தோம்" என்கிறார்கள். இதைத் தவிர மற்ற எல்லாக் கதைகளும் நேரடியாக அரசியல் அதிகாரத்தைக் கையில் வைத்திருந்தவர்கள், மறைமுகமாகச் சமூக அதிகாரத்தைக் கையில் வைத்திருந்தவர்கள் இவர்களிடையே ஏற்பட்ட முரண்பாடு காரணமாகத் தோன்றின எனலாம். மலைக்காட்டு மக்களிடையே ஒரு வழக்கம் உண்டு. வெற்றி பெற்ற அரசன் தோற்ற அரசனை மலைக்காடுகளுக்குள் விரட்டுவது என்பது அது. இலங்கையிலும் அந்த மாதிரிக் கதைகள் உண்டு. எனவே மலைக்காடுகளுக்கு விரட்டியடிக்கப்பட்ட போர் வீரர்களின் குடி அமைப்பும் உண்டு; பஞ்சம் பிழைக்க இடம் பெயர்ந்தவர்களும் உண்டு; மேல்சாதிகளோடு ஏற்பட்ட முரண்பாடு களின் காரணமாக இடம்பெயர்ந்தவர்களும் உண்டு. குறிப்பாக மதுரை ஆயிரம்வீட்டு யாதவர்களின் கதைகளைக் கேட்டால் அவர்களை எந்த அரசனும் விரட்டவில்லை. அவர்கள் திருநெல்வேலியிலிருந்து இடம் பெயர்ந்து வரும்போது திருமலை நாயக்கர் அவர்களுக்கு இடமளிக்கின்றார். யாதவர்கள் நெல்லைப் பகுதியில் சமூக அதிகாரமுடைய நிலவுடைமையாளர்களான வேளாளர்களோடு முரண்பட்டு வந்தவர்கள். வேளாளர்களைவிட யாதவர்கள் கீழான சாதியினர். எனவே பாதுகாப்புக் கருதித் தெற்கிலிருந்து வடக்கு நோக்கி இடம்பெயருகின்றனர். தமிழ்நாட்டில் தெற்கிலிருந்து வடக்கு நோக்கி வந்த சாதி, யாதவர் சாதி மட்டும் தான். மற்ற சாதிகள் எல்லாம் வடக்கிலிருந்து தெற்கு நோக்கி வந்தவர்கள்தான்.

சுந்தர் காளி: பிற்காலத்தில் நாடார்கள் தெற்கிலிருந்து வடக்கு நோக்கி இடம் பெயர்ந்தார்கள்.

தொ. ப : ஆமாம். இவ்வாறான கதைகளின் பொதுத்தன்மை என்பது நிறைய இடப்பெயர்ச்சி நடந்திருக்கிறது என்பதுதான். அரசன் பெண் கேட்ட நிகழ்வு விதிவிலக்காக எங்கேயாவது நடந்திருக்கலாம்.

சுந்தர் காளி: பெண் கேட்பது என்பதைக்கூடப் பெரிதாக எடுத்துக் கொள்ள வேண்டியதில்லை. அதிகாரத்தோடு ஏற்பட்ட முரண் காரணமாக ஊரைவிட்டு நீங்குதல் என்பது இந்தக் கதைகளின் பொதுச் செய்தியாக இருக்கிறது.

தொ.ப.: தமிழ்நாட்டுக்குள் வந்த தெலுங்கர்கள் எல்லோரும் பஞ்சம் பிழைப்பதற்கு வரவில்லை. தெலுங்குப் பிராமணர்களை அடுத்த உயர்சாதியினரான சைவ ரெட்டியார்கள் தமிழகத்திற்குள் இடம் பெயருகிறார்கள். தமிழ்நாட்டிற்குள் காலியாகக் கிடந்த எல்லா இடத்திற்குள்ளும் மக்கள் குடியேறிவிட்டதால் கடைசிக் கடைசியாக நெல்லை மாவட்டத்தின் தென்கோடிக்கு வருகிறார்கள். அங்கே குளத்துப் பாசன நிலங்களைக் கையகப்படுத்திக் கொண்டு நிலவுடைமைச் சாதியாக அவர்கள் வாழுகிறார்கள். பல்லவ அரசு நிலமான்யம் தந்ததற்காக எவ்வாறு தெலுங்குப் பிராமணர்கள் தமிழ்நாட்டில் குடியேறினார்களோ அதுபோல விஜயநகர அரசின் பாதுகாப்பு இருப்பதால் இந்த ரெட்டியார்கள் இங்கே புலம் பெயர்கிறார்கள். புலம்பெயர்ந்தும் நிலவுடைமைச் சாதியாக இருக்கிறார்கள் என்பது முக்கியம். தமிழ்நாட்டில் வசிக்கும் ரெட்டியார்களிலே இரு பிரிவினர் உண்டு. ஒரு பிரிவினருக்குப் பெயரே பண்ணையார் ரெட்டியார் என்பது. பண்ணையார் ரெட்டியார் என்றால் ஏராளமான நிலங்களைக் கையிலே வைத்திருப்பவர் என்பது பொருள். இவர்கள் கடைசியாக வந்த வந்தேறிகளாக இருக்க வேண்டும். ஏனென்றால் தமிழ்நாட்டின் எந்தப் பகுதியிலும் இடமில்லாமல் நெல்லை மாவட்டத்தின் தென்கோடிக்கு வருகிறார்கள். அதைத் தாண்டிவிட்டால் பாண்டிய நாடே முடிந்து விடும்.

விஜயநகர ஆட்சியிலே பொருளாதாரப் பெருக்கம், உற்பத்திப் பெருக்கம் எல்லாம் ஏற்பட்டது. ஆனால் பார்ப்பன மேலாண்மை தக்கவைத்துக் கொள்ளப்பட்டது. பார்ப்பனர்கள் மட்டும் எந்த அதிகாரத்தையும் விட்டுக்கொடுக்காமல் புதிய அரசியலதிகாரத்தைப் பெற்றுக்கொண்டார்கள். அதன் விளைவாக அரசதிகாரத்தோடு

தமிழ்மொழி கொண்டிருந்த உறவு முற்றிலும் நீக்கப்பட்டுவிட்டது. விஜயநகர அரசின் தொடக்கக் காலத்திலே அருணாகிரிநாதர் வருகிறார். காட்சியில் இருந்து விலகிப்போன முருகன் தெய்வத்தை மீண்டும் அழைத்துவருகின்றார். ஏனென்றால் அசைக்க முடியாத கடவுளின் இருப்பிடத்தை இசுலாமியப் படையெடுப்பு அசைத்துக் காட்டியதனால் தெய்வங்கள் செயலற்றுப் போய்விட்டன என்று சொல்லி இளமையும் வீரமும் உடைய முருகனைக் குன்று இருக்குமிடம் எல்லாம் குமரன் இருக்கும் இடமென்று முருகன் கோயிலை உண்டாக்குகின்றார்கள். அருணகிரிநாதர் ஊர்ஊராகப் போய்ப் பாடுகிறார். அருணகிரிநாதரின் மிகப்பெரிய வெற்றிக்குக் காரணம் எதுவென்றால் திருஞானசம்பந்தரைப் போல இசையில் அவருக்கு இருந்த ஈடுபாடும் இசையை ஒரு கருவியாகப் பயன்படுத்தியதும்தான். அவருடைய மொத்தப் பாடல்களின் சாராம்சம் எதுவென்றால் 'அச்சத்திலிருந்து விடுதலை' என்பதுதான். அச்சத்திலிருந்து விடுதலை பெற வேண்டுமென்றால் யார் வேண்டும்? இளைஞனான, அழகனான, வீரனான ஒருவர் வேண்டும். அருணகிரிநாதரின் பாடல்களைப் பார்த்தால் அளவுக்கு மீறிய சிருங்காரமும் அளவுக்கு மீறிய வீர விளையாட்டுகளும் இருக்கும். இப்போது சிவ வழிபாடு பின்னுக்குத் தள்ளப்பட்டு முருக வழிபாடு மேலே வருகின்றது. இதன் விளைவாகத் தமிழ்நாட்டில் கௌமாரம் மேலே எழப் பார்த்தது. ஆனால் எழ முடியவில்லை. விஜயநகர ஆட்சியில் இவை இன்னொரு பக்கம் நடக்கின்றன. உற்பத்திப் பெருக்கம், சந்தைப் பெருக்கம், வணிக வழிகள் பெருக்கம் முதலியன விஜயநகர அரசால் தமிழ்நாடு அடைந்த நன்மைகள் எனலாம்.

சுந்தர் காளி: சத்திரங்களும் நிறையத் தோன்றின. பக்தி இயக்கக் காலத்தில் நாயன்மார்களும் ஆழ்வார்களும் தமிழ் என்பதைத் தூக்கிப் பிடிக்கின்றனர். அதைப் போல விஜயநகர ஆட்சியில்....

தொ. ப.: விஜயநகர ஆட்சியில் தமிழ் என்னும் பதாகையை எவரும் தூக்கிப் பிடிக்கவில்லை. அருணகிரிநாதருக்கு விஜயநகர ஆட்சிக்காலத்தில் குறிப்பிடத்தக்க இடம் உண்டு. அவரைத் தொடர்ந்து வருகிறார் குமரகுருபரர். மீனாட்சி அம்மன் குமரகுருபரரின் பாட்டுக்கு முத்துமாலை பரிசளித்தாள் என்பதே எதிர்உணர்வில் பிறந்ததுதான். திருமலை நாயக்கரின் அவையிலே தெலுங்குப் புலவர்கள்தான் சிறப்பிடம் பெற்றிருந்தார்கள்.

அப்பய்ய தீட்சிதர் என்னும் தெலுங்குப் புலவருக்குக் கனகாபிஷேகம் செய்யப்பட்டது. குமரகுருபரர் காசிக்குப்போன தற்குக் காரணமே தமிழ்நாட்டில் அவருக்கு ஆதரவு இல்லாமைதான்.

மீனாட்சி அம்மன் குமரகுருபரருக்கு முத்துமாலை பரிசளித்த கதையின் உட்பொருள் என்ன தெரியுமா? பாண்டிய நாட்டை அரசாளும் தெலுங்கு மன்னன் தமிழ்ப் புலவனாகிய என்னை ஆதரிக்கவில்லை. ஆனால் தமிழ்த் தெய்வமான மீனாட்சி என்னை ஆதரித்து முத்துமாலை பரிசளித்தாள் என்பதுதான். இந்தக் கதைக்கு எவ்விதமான ஆவணக்குறிப்போ, சான்றுகளோ கிடையாது. தெலுங்கு மன்னனான திருமலைநாயக்கர் தன்னைத் தமிழ்மன்னன் என்று காட்டிக்கொள்வதற்காக நாட்டார் மக்களோடு சமரசம் செய்துகொண்டார். சித்திரைத் திருவிழா திருமலைநாயக்கர் உருவாக்கியதுதான்.

சுந்தர் காளி: குமரகுருபரர் திருமலை நாயக்கரைப் பாடவில்லை.

தொ. ப.: பாடவில்லை. திருமலை நாயக்கர் காலத்திய ஆவணங்களிலும் குமரகுருபரர் பற்றி எந்தக் குறிப்பும் கிடையாது. எனவே எதிர் மனநிலையிலிருந்து உருவாகியதுதான் குமரகுருபரருக்கு மீனாட்சி அம்மன் முத்துமாலை பரிசளித்த கதை. ஏனென்றால் தமிழ் ஆட்சிமொழியாக இல்லை. தமிழ் அரசவையிலே மரியாதை பெறவில்லை. தமிழ்ப்புலவனுக்கு மரியாதை இல்லை. குமர குருபரரைத் தவிர்த்து அவரின் சமகாலப் புலவர்கள் அனைவரும் சிற்றிலக்கியங்களையும் வளமடல்களையும் பாடிக் கொண்டிருந் தார்கள். குமரகுருபரரும் இசையைக் கையில் எடுத்தார். ஆனால் அருணகிரிநாதர் போலத் தமிழ்நாட்டில் பயணம் மேற்கொள்ள வில்லை. திருப்பனந்தாளில் மடம் ஒன்றை ஏற்படுத்திவிட்டுக் காசிக்குப் போய்விடுகிறார்.

இவரின் சமகாலத்திலேயே கிறித்துவம் கடற்கரையில் வந்து விடுகின்றது. குமரகுருபரர் வாழும் காலத்திலேயே ஸ்ரீவைகுண்டத்தி லிருந்து 20 மைல் கிழக்கே தூத்துக்குடியிலிருந்து வேம்பாறு வரைக்கும் உள்ள கடற்கரையிலேயே, இன்னும் கூறப்போனால் தெற்கே கன்னியாகுமரிவரையுள்ள கடற்கரை வரைக்கும் கத்தோலிக்கக் கிறித்துவம் கால்கொண்டுவிட்டது. கிறித்துவம் தமிழகத்தின் தென்பகுதியில் கால்கொண்ட கதையைக் குமரகுருபரர் நன்கு அறிவார்.

கத்தோலிக்கக் கிறித்துவ மதமாற்றத்திற்கும் மற்ற கிறித்துவப் பிரிவுகளின் மதமாற்றத்திற்கும் ஒரு அடிப்படையான வேறுபாடு உண்டு. கத்தோலிக்கக் கிறித்துவர் வாழ்ந்த இடம் ஒரு சிறு நிலப் பகுதி. 2 அல்லது 3 கிலோமீட்டர் நீளமுள்ள கடற்கரைப் பகுதிதான். மதமாற்றத்திற்கு ஆளானவர்கள் அனைவரும் தனியிடத்தில் வாழ்பவர்கள். மேலும் ஒரே சாதியினர். எனவேதான் இந்த

மதமாற்றம். பிற்கால மதமாற்றங்கள் உண்டாக்கிய அதிர்ச்சிகளை, அதிர்வுகளை, பின்விளைவுகளை உண்டாக்கவில்லை.

கடற்கரை மக்களுக்கு உள்நாட்டு மக்களுடன் எவ்விதமான உறவும் நேரிடையாக இல்லை. கருவாடு விற்பவர்கள் மட்டும்தான் கடற்கரையிலிருந்து கொண்டுவந்து உள்நாட்டில் சந்தைப்படுத்துவார்களே ஒழிய வேறெந்த உறவும் கிடையாது. அதிலும் பரதவ மக்கள் கருவாடு விற்கமாட்டார்கள். நுளையர், கடையர் முதலிய சாதிகள் மட்டுமே கருவாடு விற்பார்கள். இந்தச் சாதிகள் மட்டுமே கடற்கரைக்கும் உள்நாட்டு மக்களுக்கும் இடையே இயங்கியவர்கள்.

சுந்தர் காளி: 16ஆம் நூற்றாண்டில்தான் ஆரம்பகால மதமாற்றங்கள் நடக்கின்றன.

தொ. ப.: கி.பி.1520ஐ ஒட்டிய காலத்தில் புனித சவேரியார் மதமாற்ற முயற்சியில் ஈடுபடுகிறார். அவருக்குமுன் 'கிரியோலி' என்ற பாதிரியார் ராமேஸ்வரம், வேதாளை, பெரியபட்டினம் ஆகிய பகுதிகளில் மதமாற்ற முயற்சியில் ஈடுபட்டு அதில் கொல்லப் பட்டார்.

இங்கு ஒரு முக்கிய விஷயத்தைக் கவனிக்க வேண்டும். கடற்கரைப் பகுதிகளில் மதமாற்றம் நடந்தபோது விஜயநகரத்தின் அதிகாரம் அங்கு இல்லை. விட்டல நாயக்கர் தூத்துக்குடி மீது படையெடுக்க முற்படுகிறார். ஆனால் அந்த உள்நாட்டுப் பகுதியைப் பூதலவீரன் உதயமார்த்தாண்டன் என்னும் சேரமன்னன் கைப்பற்றிக்கொள்கிறான். நெல்லை மாவட்டம் முழுவதையுமே பிடித்துக்கொண்டான் என்றுதான் கூற வேண்டும். விஜயநகர ஆட்சியின் அதிகாரம் அங்கிருந்தால் இந்த மதமாற்றத்திற்கு எதிர்ப்பு வந்திருக்க வேண்டும். இதிலிருந்து கடற்கரைப் பகுதிகளில் விஜய நகரத்தின் அதிகாரம் செல்லுபடியாகவில்லை என்றுதான் கூற வேண்டும். இந்த உதயமார்த்தாண்ட மன்னன் களக்காட்டில் அரண்மனை கட்டிக்கொண்டு கடற்கரை உள்ளிட்ட நெல்லை மாவட்டப் பகுதிகளை ஆண்டுவந்தான். அவனுக்கும் திருச்செந்தூர்க் கோயிலுக்கும் தொடர்பு இருந்துவந்துள்ளது. அந்தப் பகுதியில் உள்ள எல்லாக் கோயில்களிலும் உதயமார்த்தாண்டன் சந்தி ஒன்று இருக்கும். அவனது பெயரால் பூசைகள் ஏற்பாடு செய்யப் பட்டிருக்கும். அவன் கிறித்துவர்களையும், இசுலாமியர்களையும் அரவணைத்துக் கொண்டான். இதற்கு நல்ல உதாரணம் காயல் பட்டினம் பள்ளிவாசலுக்கு நிறைய மானியங்கள் கொடுத்தான். காயல்பட்டினத்தின் அந்தப் பள்ளிவாசலுக்கு உதயமார்த்தாண்டப் பெரும்பள்ளி என்று பெயர். அந்தப் பள்ளியின் ஹாஜியாருக்கே

உதயமார்த்தாண்ட ஹாஜியார் என்று பெயர். கடற்கரையில் இருந்த இசுலாமியர்களையும் கிறித்துவர்களையும் உதயமார்த்தாண்டன் தன் பக்கம் வைத்திருந்தபடியால் மதுரையில் இருந்த நாயக்க அரசுக்குக் கடற்கரையில் அதிகாரம் இல்லாது போயிற்று.

சுந்தர் காளி: பரதவர்களைத் தவிரக் கத்தோலிக்கர்களாக வேறு சாதியினர் எவரும் ஆரம்பத்தில் மதம் மாறினார்களா?

தொ. ப.: முதல் மதமாற்றத்தின்போது பரதவர்களைத் தவிர வேறு சாதியினர் எவரும் மதம் மாறவில்லை. ஒரே சாதியினர் மட்டும் மதம் மாறியதால் எந்தச் சிக்கலும் நேரவில்லை. உள்நாட்டுப் பகுதியில் இல்லாமல் *2* அல்லது *3* கிலோமீட்டர் அகலத்தில் *100* கி.மீ. நீளமுள்ள கடற்கரையோரம் இந்த மதமாற்றம் நடந்ததால் சிக்கல் எதுவும் வரவேயில்லை.

காயல்பட்டினம், கீழக்கரை ஆகிய இடங்களில் இருந்த இசுலாமியர்கள் சாமந்தப் பண்டசாலிகளின் வழிமுறையினர். அஞ்சு வண்ணத்தார் எனப்பட்ட அரேபிய வணிகர்களின் பாதுகாவலர்கள் இந்தச் சாமந்தப் பண்டசாலிகள். அரேபிய வணிகக்குழுக்கள் அழிந்தபின் இவர்கள் இங்கே தங்கித் தமிழ் மக்களிடம் பெண் கொண்டவர்கள். தமிழ்ப் பெண்களை மணந்தவர்கள் என்பதால் சமூக முரண்களுக்கு அவர்கள் இடம் கொடுக்கவில்லை. சமூக ஒற்றுமைக்குச் சான்றாக விளங்கினார்கள். ‘சீதக்காதி திருமண வாழ்த்துப் பாடல்’ என்னும் இலக்கியம் இதற்கு நல்ல சாட்சி. உள்நாட்டுப் பகுதிகளில் இசுலாம் சூஃபிகளின் மூலம் பரவியது. இசுலாமியத்திற்குத் தமிழ்மக்கள் மாறுவதற்கு முக்கியக் காரணம் அந்தந்தப் பகுதிகளில் இருந்த பஞ்சமும் வறுமையும்தான்.

வாள்கொண்டு இசுலாம் பரவவில்லை. தமிழ்நாட்டில் உட்பகுதியில் இருந்த சூஃபி மார்க்கம் வழியாகப் பரவுகிறது. இந்த சூஃபி மார்க்கத்தில் பழைய சித்தர் மரபின் எச்சப்பாடுகள் உண்டு. மருத்துவ அறிவு, இசைப்பாடல்கள், மரியாதைக்குரிய துறவு இந்த மூன்றும் கலந்த கலவைதான் சூஃபிகள். இந்த மூன்றும் கலந்த சூஃபிமார்கள் தமிழகத்தின் உட்பகுதிக்குள் செல்லும்போது யாரும் அவர்களை எதிர்க்கவில்லை. ஆங்காங்கே தமிழகத்தின் பகுதிகளில் இசுலாமிய மதமாற்றம் நிகழ்ந்தது. இது காலனிய ஆட்சியின் தொடக்கப் பகுதியில் உள்ள நிலைமை. காலனிய ஆட்சிக்குப் பிறகு தமிழ்நாட்டில் நடந்த இசுலாமிய மதமாற்றம் என்பது வேறானது.

●